கரை தீண்டும் புயல் இவளோ

ஆருண்யா கே எஸ்

ISBN 979-888521550-3

என் உடன்பிறப்பிற்கும், என் உடன்பிறவா உடன்பிறப்பிற்கும் இந்த புத்தகத்தை சமர்பிக்கிறேன்

பொருளடக்கம்

பொருளடக்கம்

முன்னுரை

முன்னுரை

வணக்கம் நட்புக்களே

‘கரை தீண்டும் புயல் இவளோ’ எனும் நாவல் மூலம் உங்களை சந்திப்பதில் பெரு மகிழ்ச்சி அடைகிறேன். கதைக்களம் பெரும்பாலும் சென்னையை சுற்றிலும் நடப்பதாகவே அமைந்துள்ளது.

வெறும் கற்பனையை மட்டும் பயன்படுத்தாமல் ஆங்காங்கே நிஜ நிகழ்வுகளையும் இணைத்து எழுதியுள்ளேன். தொலை தொடர்பு நிறுவனத்தை ஆண்டு வருபவன் அவன்... பத்திரிக்கை துறையில் சாதிக்க துடிக்கும் இவள்.... இருவருக்கும் இடையில் நடக்கும் சண்டை, சமாதானம் என அனைத்தையும் விவரிக்கிறது இந்த நாவல்.

உங்களது ஆதரவுகளையும் பாராட்டுகளையும் தொடர்ந்து அளியுங்கள். ஆதியும் தனுவும் உங்களின் மனதில் இடம் பிடிப்பார்கள் என்ற நம்பிக்கையுடன் உங்களிடமிருந்து விடைபெறுகிறேன்.

1

கிரீன்வைல் ரெஸிடென்ஸி,

அந்த இடத்தைப் பார்க்கும் போதே அதன் செழுமையும் அங்கிருப்பவர்களின் பணபலமும் தெரிந்தது. அங்கிருந்த ஒரு இரட்டை அடுக்கு வீட்டின் உள்ளறையில் உடற்பயிற்சி இயந்திரங்களை உபயோகிக்கும் சப்தம் கேட்டது. இது தினமும் காலை 6 மணி ஆனால் கேட்கும் சத்தம் தான். ஒரு மணி நேரம் கழித்து அந்த அறையிலிருந்து வெளிவந்தான் ஒருவன். தினமும் உடற்பயிற்சி செய்வதால் வலிமையுடன் காணப்படும் தேகம். புன்னகை என்பதையே அறியாத அழுத்தமான உதடுகள். எப்பொழுதும் வெறுமையாகவே இருக்கும் கண்கள். சுருங்கியே காணப்படும் முன்நெற்றி எப்போதும் யேசனையாகவே இருப்பான் போலும்.

உடற்பயிற்சி அறையில் இருந்து வெளியே வந்தவன் தன் அறையை நோக்கி சென்றான்.குளித்து முடித்து அவனுக்கு கச்சிதமாக பொருந்தும் வெளிர் நீல நிற பார்மல் சட்டையை அணிந்து கொண்டு அறையை விட்டு வெளியேறினான். மாடிப்படிகளில் இருந்து இறங்கும் போதே கை மடிப்புகளை சரி செய்து கொண்டே வந்தான். அலை அலையாக பாயும் கேசம். எப்பொழுதும் சுத்தமாக துடைத்து வைத்தது போல இருக்கும் முகம், அதில் எந்தவிதமான உணர்ச்சியும் இல்லை.

மாடியை விட்டு கீழே இறங்கும் போது இன்று நடக்க இருக்கும் மீட்டிங் பற்றிய தீவிர சிந்தனையில் இருந்தான். அப்போது சிரிப்பு சப்தம் அதி பயங்கரமாக அவன் செவிகளை வந்தடைந்தது. இதுவும் எப்பொழுதும் கேட்கும் சப்தம் தான் போலும், ஆனால் அவன் வந்தவுடன் அமைதியாகிவிடும் அந்த இடம். அவன் வீட்டு சமையலறையில் இருந்து கேட்கிறது அது.

"டேய் தடிமாடு ஒழுங்கா ஒரு சாப்பாடு செய்ய மாட்ட நீ , எப்பவும் காஞ்சு போன ரெண்டு சப்பாத்தி சுட்டு வைக்கிற.... சரி காலையில தான் இப்படின்னு பார்த்தா நைட்டு அதுக்கு மேல இருக்கு. உன்னால பாரு நான் ரெண்டு வாரத்துல ரெண்டு கிலோ இளச்சி போயிட்டேன்!!!!" என்று அவள் மும்மரமாக தாளிப்பு வேலை செய்பவனை வதக்கி கொண்டிருந்தாள்.

"அடியே நீ பேசுற பொய்க்கும் ஒரு அளவு வேண்டாமா, உன்ன பாத்தா டூ கேஜி ரெடியூஸ் ஆன மாதிரி-யா இருக்கு!!! காலையில மதியானம் ஈவ்னிங்னு மூணு வேளையும் பாரபட்சம் பார்க்காம நான் குக் பன்னுற எல்லாத்தையும் எனக்கு வைக்காம, உண்டுவிட்டு கடைசியாக என்னை பார்த்து என்ன வார்த்தை கேட்டுவிட்டாய்" என்று காமெடியாய் ஆரம்பித்து சிவாஜி பாணியில் முடித்தான் அவன். "வரவர வாய் ரொம்ப அதிகமா இருக்கு டா உனக்கு, டைலாக் பேசுறன்னு நீ என் காதுல ஈயத்த காய்ச்சி ஊத்தாதடா" என்று தன் அண்ணனை வாரினாள்.

"வாட் ஐ டூ பாப்பு, எல்லாமே உன்கிட்ட இருந்து கத்துகிட்டது அப்படித்தான் இருக்கும்" என்று பதிலுக்கு தன் தங்கையையும் வாரிவிட்டான் அவன்.

இவர்களின் பேச்சு எல்லாம் சில நிமிடம் தான் அதற்குள் மாடியிலிருந்து வந்து விட்டான் அவன். அவன் வந்ததை கவனிக்காமல் இவர்கள் இருவரும் கதை அளந்துகொண்டு இருந்தனர் . "வாட் தி ஹெல் இஸ் கோயிங் ஆன் ஹியர்" என்று கர்ஜித்தான் மாடியில் இருந்து வந்தவன்.

அவ்வளவுதான் அந்த இடமே கப்சிப் என அமைதி ஆனது. அண்ணனின் குரலை கேட்டதும் அமைதியாக வந்து உணவு மேசை இருக்கையில் உட்கார்ந்துவிட்டாள் அவள். இல்லையெனில் அண்ணனிடம் யார் வாங்கி கட்டுவது என்ற எண்ணம் தான். அவள் ரிஷித்தா தற்போது இதழியல் மூன்றாம் ஆண்டு படித்து வருகிறாள். அவளுக்கு இரண்டு அண்ணன்கள்.

அவளது முதல் அண்ணன் ரிஷி ஆதி குடும்ப தொழிலை திறம்பட நடத்தி வருபவன். உடன்பிறப்புகளை தந்தையின் ஸ்தானத்திலிருந்து வழி நடத்துபவன். அதிகம் யாருடனும் நெருக்கமாக இருக்கமாட்டான். தொலைதொடர்பு உலகில் தன் சாம்ராஜ்யத்தை கொடிகட்டி நிலைநாட்டி

வருபவன். இரண்டாவதாக ரிஷி ஆர்யா படிப்பை முடித்தவுடன் இரண்டாண்டு 'வோக்கல் பார் லோக்கல்' எனும் நிறுவனத்தில் நிருபராக பணியாற்றியவன், தற்போது ஒரு செய்தி வேறு ஒரு நிறுவனத்தில் பணிபுரிய போகிறான். இன்று தான் அவன் பணியில் சேர போகும் முதல் நாள். தங்கையை தன் தோழியாக பாவிப்பவன். அண்ணனின் சொன்ன பேச்சைக் கேட்காத பிள்ளை, கூடவே குறும்பும் கொஞ்சம் அதிகம். தங்கையின் முகத்தில் தெரியும் சிரிப்பில் பாதிக்கு காரணம் இவன் தான்.

இவர்கள் இருவருக்கும் ரிஷித்தா வளர்ந்த குழந்தை தான், இதழியல் படிக்க வேண்டும் என அவள் ஆசைபட்டபோது இருவரும் அவளை அனுமதிக்கவில்லை. அதிலும் ஆதி சுத்தமாக அனுமதிக்கவில்லை. "ஆல்ரெடி ஹி நாட் மைன்ட் மை வோர்டஸ், நீ எப்ப இருந்து அவனோட சேர்ந்து நான் சொன்னத கேட்க கூடாதுனு முடிவு பன்னுன" என உறுமினான் ஆதி. ஆர்யா ஜர்னலிஸம் படிக்கும் போது அவனின் தமையன் வேண்டாம் என்றுதான் சொன்னான். காரணம் அவன் சந்தித்த வலிகளும் இழப்புக்களும் அப்படி.....அப்படிபட்ட அந்த இழப்புகளை யாராலும் ஈடு செய்ய முடியவில்லை இன்றுவரை ......

ஆர்யாவோ, தமையனின் சொல்லுக்கு செவி மடுக்காமல் இதழியல் படித்ததோடு மட்டும் இல்லாமல், தமையனை சமாதானம் செய்து தங்கையையும் ஆசைப்பட்ட படிப்பையே படிக்க வைத்தான். ஆனால் அந்த ஒரு வாரமும் ஆர்யா, தமையனின் கைகளில் அகப்படாமல் தலைமறைவு. இல்லையெனில் தமையனின் நெற்றிக்கண் பார்வையில் சாம்பலாகி விடுவோமா என்ற பயம் தான்....

ரிஷித்தா இறுதி ஆண்டு படிப்பதால் கல்லூரியில் பேராசிரியர்கள் செயல்திட்டங்களை வாரி வழங்குகின்றனர்.

மூவரும் காலை உணவை முடித்து அவரவரின் பணி செய்ய கிளம்புகிறார்கள். ரிஷி ஆதியின் சிந்தனை எல்லாம் சற்று நேரத்தில் நடக்கவிருக்கும் சந்திப்பை பற்றி தான் இருந்தது. ஒரு சர்வதேச நிறுவனத்துடன் நடக்கவிருக்கும் சந்திப்பையே அவன் சிந்தனை சுற்றியிருந்தது. அவனது சிந்தனையை கலைக்கும் விதமாக ஆதியின் உதவியாளர் கதிர் அழைத்தார். அலைபேசியந மகிழுந்தின் ஊடலையில் இணைத்தவன் உரையாடலை தொடங்கினான்.

"யெஸ் மிஸ்டர்.கதிர் எனித்திங் இம்பார்ட்டன்ட்?" என ஆளுமையான குரலில் வினாவை எழுப்ப, அதற்கு அவனது உதவியாளனோ

"நாட் மச் இம்பார்ட்டன்ட் சார், இப்பவே டைம் டென் ஓ க்ளாக், நம்ம ப்ளான் படி ஷார்ப்பா டென் தெர்ட்டிக்கு மீட்டிங் ஸ்டார்ட் பன்-னனும்.......அதனால......." என அடுத்து என்ன சொல்லுவது என தயங்கினான் கதிர்.

"ஓகே ஓஙே, ஐம் ஆன் தி வே, இஸ் எவ்ரித்திங் ஆல்ரைட்?" என மிரட்டும் தோரணையோடு இவன் கேட்க, அதற்கு கதிரும் "யாஹ் சார்" என்ற ஒற்றை வார்த்தையோடு முடித்து கொண்டான். அந்த வார்த்தை தனது முதலாளியின் செவிப்பறையை சென்று அடைந்ததா என்ற வழக்-கமான கேள்வி இன்றும் அவனிடம் தோன்றியது. ஆனாலும் கதிர் மனநிலையானது "அப்பப்பபாடா பாஸ் ஏதோ நல்ல மூட்ல இருக்கார் போல" என நினைத்து கொண்டான். ஆனால் அவனுக்கு தெரிய-வில்லை இன்று மதியமே அவன் முதளாளியின் முன் தன் வேலையை காப்பாற்ற நிற்ப்போம் என்று.................

****

அதே சமயம் , டி நகர் சிக்னலில்,

புது ரக கே.டி.எம் உந்துஉருளி ஒன்று நின்று கொண்டிருந்தது. அதில் பின்னால் அமர்ந்திருந்தவள் முன்னால் இருந்தவனிடம் "டேய் தடிமாடு" என அவள் கத்த முன்புறம் அமர்ந்திரகந்தவனோ அவளை கவனிக்கவில்லை. "அடேய்" என்றாள் மறுபடியும், சிக்னலில் கவனத்தை வைத்திருந்தவன் தங்கை அழைக்கவும் "சொல்லுடி" என்றான். அவளும் "ஏன்ணா ஆதி அண்ணா மட்டும் நம்ம கூட கேசுவலா பேசாம இருக்-காரு, எப்ப பார்த்தாலும் நம்மல அதட்டிட்டே தான் இருக்காரு, அது-லயும் பிஸினஸ், மீட்டிங் அது இதுன்னு எப்போ வீட்டுக்கு வர்றார்னு கூட தெரில, என்ன தான் இப்டி ஓடி ஓடி பணம் சேர்த்தாலும், உழைச்-சாலும் நிம்மதின்னு ஒன்னு வேணும் தானே? ஆனா அதுவே நம்மட்ட இல்லையே"என தன் மனதில் இருப்பதை அவனிடம் கொட்டினாள். அவள் ஆர்யாவை 'அண்ணன்' என அழைத்ததுமே அவள் வருத்தத்-தின் அளவை புரிந்து கொண்டான்.

"அதுக்கு ஏன் பீல் பண்ணுற பாப்பு அதான் நான் உன் கூடவே எப்-பயும் இருக்கேன்ல, ஏன் பாப்பு நான் உன்கூட க்ளோஸா தானே இருக்-கேன், ஒருவேளை உன் கூட இன்னும் பிரண்ட்லியா இல்லையோ?" என தன் மீதே வருத்தம் கொண்டான் அவன். "நான் என்ன சொன்னா, உனக்கு எங்க போகுது பாரு அறிவு எப்ப நம்ம அண்ணன் நம்ம

கூடவே இருப்பாரு அட்லீஸ்ட் ஒன் டே ஃபுல்லா.... எந்த ஆபீஸ் வொர்க்கும் இல்லாம... நம்ம கூடவே இருக்கணும்" என தன் ஆசையை தன் தமையன் இடம் விவரித்தால் அவள். அண்ணன் என வரும்போது அந்த பேதையும் மழலையாகி விடுகிறாள்...........

அவளது விளக்கத்தைகேட்ட பிறகுதான் அவனுக்கு மூச்சே வந்தது.... பிறகு இருக்காதா? எப்போதும் தங்கையின் நலனில் மட்டுமே சிந்தனையை வைத்திருக்கும் அவனுக்கு ஆதியின் பாசத்திற்காக ஏங்கும் அவளின் மனம் ஒருவகையில் இவனையும் பாதித்தது உண்மைதான்..... ஆனால் அவள் அடுத்து கூறிய பதிலில் தான் ஆசுவாசம் அடைந்தான். "என்ன யோசனைல இருக்க?" என அவள் கேட்ட பிறகு தான் தன்னிலைக்கு வந்தவன் உடனே,யோசிப்பது போல பாவனை செய்துவிட்டு "அண்ணன் நம்ம கூட கேசுவலா ஜாலியா பேச என்கிட்ட ஒரு ஐடியா இருக்கு" என ஒவ்வொரு வார்த்தையையும் இழுத்து கூறினான். அதற்குள் பச்சை சிக்னல் வந்துவிட வேகமாக தனது வண்டியை செலுத்தினான். போகிற வழியில் அவளும் விடாமல் "ஐடியா என்னனு சொல்லுடா" என நச்சரித்தாள். ஆர்யாவும் "வேற ஒன்னும் இல்ல பாப்பு, நம்ம அண்ணனுக்கு ஏத்த ஒரு காரிகையே கூட்டிட்டு வந்தா...."என கூறியவன் ஒற்றை கையால் தன் சட்டையின் காலரை தூக்கிவிட்டு கொண்டே "ஐயாவோட ஐடியா எப்புடி" என பின்புற கண்ணாடி வழியாக தங்கையின் முகபாவனையை கவனித்தான். ரிஷித்தா அவனது பதிலைக் கேட்டு சலித்துக்கொண்டே "சுத்தம் உன் ஐடியா எப்பவும் இப்படித்தான் இருக்குமா டா அத வச்சு காயிலாங்கடையில நாலு பேரிச்சம் பழம் கூட வாங்க முடியாது" என சொல்லிக்கொண்டே போனவள் திடீரென ஞாபகம் வந்தவளாய் "ஆமா! நீ என்ன நம்ம அண்ணிய காரிகையினு கவிஞன் ரேஞ்சுக்கு பில்டப் பண்ணுற நமக்கு அவங்க அம்......" என அவள் கூற வருவதற்குள் அவனும் "அது என்ன அண்ணினா உடனே இன்னொரு அம்மான்னு சொல்றது? அப்டிலாம் என்னால சொல்ல முடியாது எனக்கு வரப்போற அண்ணிய நான் தான் சூஸ் பண்ணுவேன், அப்புறம் அவங்க கூட நான்தான் மாமியார் சண்டை எல்லாம் போடுவேன்" என தன் நீண்ட பிரசங்கத்தை முடித்தான். பின்னால் இதுதான் நடக்கப் போகிறது என தெரியாமல்............

அவன் சொன்ன அனைத்தையும் கேட்ட ரிஷித்தாவிற்கு தலை சுற்றாத குறைதான் "ஏன்டா இது உனக்கே ஓவரா தெரியல அன்னிக்கு

மாமியார் இல்லாத குறையைத் தீர்க்க நீ வந்துட்டியா" என்றால் உடனே அவனும் "அண்ணிக்கு மாமியார் இல்லாத குறைய மட்டும் இல்ல மாமனார் இல்லாத குறையை கூட நான் தான் சால்வ் பன்னுவன் பாப்பு, யூ டோன்ட் வரி" என அவன் கூறினான். தந்தையைப் பற்றியும் தாயை பற்றியும் கூறியதும் தன் தங்கையின் கண்களில் இழையோடும் சோகத்தை அவன் கண்டுகொண்டான்.

அவனும் சிறுவயதில் இருந்து அவளை தனியே விடாமல் ஏதாவது பேசிக் கொண்டும், சமையலறையில் நின்று அரட்டை அடிப்பதும் அவளை மனத்துயரில் இருந்து வெளி கோண்டுவர அல்லவா? மீளக்-கூடிய துயரமா அது? இருந்தாலும் அவனும் போராடுகிறான் அவளை மீட்பதற்காக.....(?) அவளிடம் பேச்சை மாற்றும் விதமாக கல்லூரியில் நடப்பது பற்றி கேட்க அவளும் அதைப்பற்றி பேச ஆரம்பித்தால்.

இவர்கள் இருவரின் சிந்தனையின் மையமாக இருந்த காரிகையோ இன்னும் உறங்கிக் கொண்டிருக்கிறாள்.........

****

2

ஸ்கை வே அப்பார்ட்மெண்ட்,

போர்த்தியிருந்த கருமைநிற போர்வையை விலக்கிவிட்டு தன்னுடைய சோம்பலை நீக்கி மெதுவாக கதிரவன் வெளிவர.... அந்த சமயம் இருபது மாடி கொண்ட அந்த அடுக்குமாடி குடியிருப்பின் ஐந்தாம் தளத்தில் உள்ள ஒரு வீட்டின் சமையலறையில் ஒருவன் டி-சர்ட் மற்றும் கால்சராய் சகிதம் நின்று சமைத்துக் கொண்டிருந்தான். கரண்டியை கையாளும் விதத்தை வைத்தே அவன் சமையலில் கை தேர்ந்தவன் என்பது தெரிந்தது. சமையலை முடித்து விட்டு தன் அறைக்கு குளிக்க சென்றான்.

அந்த தளமானது ஐந்து அறைகளை உள்ளடக்கியது. ஒரு சமையலறை, ஒரு உணவு உண்ணும் அறை, வரவேற்பறை மற்றும் இரண்டு படுக்கையறை என அமைந்திருந்தது. அதில் முதல் படுக்கையறையில் இருந்து சமையல் வேலையை முடித்தவன், இஸ்திரி செய்த சட்டையை சரிசெய்து கொண்டே வெளியே வந்தான். பக்கத்தில் இருக்கும் மற்றொரு அறையை நொடிக்கொருமுறை நோட்டமிட்டு பார்த்தவன், தன் பொறுமையை இழுத்துப் பிடித்து அறைக்கதவை "டக், டக் ,டக்" என தட்டத் தொடங்கினான். அப்போது உள்ளிருந்து சத்தமும் வரவில்லை "ஓ மை காட்! இந்த பொண்ண வச்சிட்டு நான் எப்படித்தான் மேனேஜ் பண்ண போறேன்னு தெரியல", தானாக புலம்பியவன், பின் தன் பொறுமையை இழந்தவனாக, தடாலடியாக உள்ளே புகுந்தான். கதிரவன் தான் போர்த்தியிருந்த போர்வையை மடித்து வைத்து விட்டு அவரது வேலையை பார்க்கவே வந்து விட்டார்....... ஆனால் அவளோ போர்வையை விலக்காமல் உறங்கிக் கொண்டிருந்தாள். உள்ளே நுழைந்தவன் எதுவும் பேசாமல் அருகில் உள்ள ஜக்கில் இருந்த நீர் முழுவதையும் போர்வை மேலே

அபிஷேகம் செய்தான்.

வீட்டுக்குள்ளே தூங்கும் போது மழை பெய்கிறது! என கனவுலகில் இருந்தவளோ பதறி அடித்து எழுந்தவளுக்கு, அதன் பிறகே தெரிந்தது அது அவளது ஆருயிர் நண்பன் செய்த 'சதி' விளையாட்டு என.... நீரை ஊற்றியவனோ "ஆல்ரெடி கெட்டிங் லேட், ஸோ கோ அன்ட் ரெடி வித்இன் தெர்ட்டி மினிட்ஸ்" என கைகடிகாரத்தை பார்த்தவாறே அழுத்தமாக கூறியவன் 'இதற்கு மேல் ஒன்றும் இல்லை' என்பதுபோல் அறையை விட்டு வெளியேறினான். ஆனால் இவளோ "நியாயமா இவன் செஞ்ச வேலைக்கு நம்மதான் முறைக்கனும் ஆனால் இவன் நம்மள முறைக்கறான்" என வாய்விட்டுப் புலம்பிவிட்டு குளிக்க சென்-றாள்.

அறையை விட்டு வெளியே வந்தவன் 'அப்பாடா!' என நிம்மதிப் பெருமூச்சுடன் சோபாவில் அமர்ந்தவன் "நல்ல வேலை ராட்சசி முறைக்கவும் அமைதியா இருந்தா இல்லேன்னா இந்நேரம் நம்ம தலை-யிலேயே மவாட்டிருப்பா" என ஆசுவாசம் அடைந்தவன் டிவியை ஆன் செய்து செய்தி பார்த்துக் கொண்டிருந்தான். அதில் இன்று நடக்கவிருக்-கும் சர்வதேச கூட்டம் பற்றிய செய்தியை தீவிரமாக விவாதித்து கொண்-டிருந்தனர்.

சிறிது நேரத்தில் ப்ளோரல் டாப் மற்றும் ப்ளூ ஜீன்ஸ் சகிதம் வெளியே வந்தாள் அவள்.... ஆளைப் பார்த்த உடனே எடை போடும் கூர்மையான கண்கள்... பேசுபவர்க்கு, எதிர்ப் பேச்சு பேச துடிப்பாவே இருக்கும் இதழ்கள்.... முடிக்கற்றைகளை போனிடெயிலாக போட்டிருந்-தாள், அதிலும் சில முடிகள் அவளைப் போலவே யாருக்கும் அடங்காது முன் நெற்றியில் ஆடி அசைந்தது.....

அவள் தன்விகாஷா தற்போது "க்ளோப் டுடே" என்ற செய்தி தொலைக்காட்சியில் நிருபராக பணியில் இருக்கிறாள். தனது அறையில் இருந்து வெளியே வந்தவள் தன் நண்பனை முறைத்தாள். மற்றவர்களி-டம் எப்படியோ ஆனால் நண்பனுக்கு உயிர் தோழி அவளை கண்டும் காணாமலும் சமயலறை நோக்கி சென்றான் அவன்.

"டேய்" என தனு பொறுமையாக அதே சமயம் மிக அழுத்தமாக அழைக்க நடந்துசெல்லும் அவன் கால்கள் ஒரு முறை தடுமாறி நின்-றவை மீண்டும் நடக்க தொடங்கியது. "அடேய்" என்ன அவள் சற்று குரலை உயர்த்தவும் அவன் கால்கள் தற்போது நன்றாக நின்றது.

ஆனால் அவளை நோக்கி திரும்பாமல் திருவிழாவில் காணாது போன குழந்தையாய் முழித்தான் அவன். அவனின் முழியை அவன் திரும்பாமலே கண்டுகொண்டவவள், பின் அவளே அமைதியாக "பசி பயங்கரமா இருக்கு நேத்து ஈவ்னிங் சாப்ட்டது போய் சாப்பாடு எடுத்து வை இத பத்தி அப்றம் பேசிக்கலாம்" என்றாள்

இவள் பசி என சொன்னதும் வேகமாக சமையலறைக்கு சென்றவன், காலை உணவாக செய்து வைத்த இடியாப்பத்தையும், தேங்காய் பாலையும் உணவு மேசையில் அடுக்கினான். தட்டை எடுத்து வைத்தாள், அவள். தனுவிற்கு பரிமாறிவிட்டு பிறகு தான்விக்கும் அவளுடன் சேர்ந்து உண்ண ஆரம்பித்தான். "இவ்ளோ டேஸ்ட்டியா இருக்க டிஷ் செஞ்ச நீ மட்டும் பொண்ணா இருந்தா, இந்நேரம் தங்க காப்பு வாங்கி போட்டு இருக்கலாம்!!! என்ன பண்ணுறது நீ பையனா போயிட்ட" முகமலர்ச்சியோடு ஆரம்பித்து சோகமாக முடிப்பது போல் பாவனை செய்தாள் அவள். அதைக் கேட்ட அவனும் கண்களை சுருக்கி தனுவை முறைத்தவன் பிறகு பக்கென நகைத்துவிட்டான்.

இவன் தன்விக் அவளுடைய தோழிக்கு மட்டும் விக்கி. இவன் மதுரையில் வளர்ந்தான். தற்போது தனு வேலை செய்யும் அதே செய்தி நிறுவனத்தில் பணிபுரிகிறான். அவனது தாய் சிறு வயதிலேயே இறந்ததால் இவன் சித்தியிடம் வாங்கிய மனக்காயங்களும் உடற்காயங்களும் ஏராளம். தனு தான் இவனின் உற்ற தோழியாக தற்போது வரை இருக்கிறாள். இவனைப் போலவே தனுவின் தாயும் தந்தையும் இவளின் பதின் வயதில் ஒரு விபத்தில் இறைவணடி சேர்ந்தவர்கள். உயிருக்கு உயிரான இருவரும் உயிரற்று இருப்பதைப் பார்த்து அவளின் நெஞ்சம் அதன் பிறகு வேறு எதை பற்றியும் நினைக்க மறந்தது......... அந்த சமயத்தில் தோழனாக இருந்து தேற்றினான் தன்விக். அன்று முதல் அவனும் அவர்கள் குடும்பத்தில் ஒருவன் ஆனான். தற்போதும் விடுமுறை நாட்களில் இருவரும் அங்கு சென்று தங்கி வருவர் அல்லது தாத்தாவும் பாட்டியும் இங்கு வந்து தங்குவார்கள்.

இருவரும் உணவருந்திவிட்டு குடியிருப்பில் உள்ள மின் தூக்கி வழியாக தரிப்பிடத்தை அடைந்தனர். அங்கு தனு அவளது இருசக்கர வாகனத்தின் சாவியை கைப்பையில் தேடினாள், ஆனால் அங்கு சாவி இல்லை.... நிமிர்ந்து தன்விக்கை பார்த்தாள். அவன் தான் கையில் ஸ்கூட்டி சாவியை சுற்றிக்கொண்டே "டைம் ஆச்சு அனுமா, சீக்கிரம்

வா ஆபிஸ் போலாம் இல்லன்னா சீஃப் திட்ற திட்ட காதுல வாங்க முடியாது , கமான் மா குயிக்"என கூலாக கூறினான்.

அப்போதுதான் அவளுக்கு, எழும் போது அவன் செய்த தண்ணீர் அபிஷேகம் செய்தது நினைவு வந்தது. அவ்வளவுதான் அருள் வரா-மலே சாமி ஆட தொடங்கினாள் அனு, "அடேய் எருமை விக்கி... நான் நேத்து மட்டும் ஸகூட்டிலயே போயிருந்தா மார்னிங் சீக்கிரமா எந்-திரிச்சிருக்கலாம்... ஆனால் நீ என்ன பண்ணுன மேன், நேத்தும் இதே மாதிரி கூட்டிட்டு போயி எடிட்டிங் வர்க் முடியிற வர என்ன வெயிட் பன்ன சொல்லி late night கூட்டி வந்த?? இதுல மார்னிங் பச்ச தண்-ணிய என் மேல ஊத்துற.....நீ என்ன மேன் நினைச்சுட்டு இருக்க???" பார்க்கிங் என்று கூட பாராமல் அர்ச்சனையை தொடர்ந்தால் அவள். உடனே அவனும் "சாரிமா இன்னைக்கு ஷார்ப்பா சிக்ஸ் ஓ க்ளாக், நீ வீட்ல இருப்ப அதுக்கு நான் கேரன்ட்டி" என சமாதானம் செய்து அவளை கூட்டி சென்றான்.

என்னதான் ஆணாதிக்கம் பெண் சுதந்திரம் என வெளியே பேசிக்-கொண்டாலும் தனுவை தனியே அனுப்புவது பற்றிய பயம் அவனுக்கு சற்று அதிகமாகவே இருந்தது. சமூகத்தில் நடக்கும் பிரச்சனைகளையும் அவலங்களையும் கேள்வி கேட்கும் ‘நவநாகரீக யுவதியாக’ வலம் வரு-வதால் (???) பலரின் வன்மத்தையும் சம்பாதித்துக் கொண்டிருந்தாள் தனு. இதைப்பற்றி அவளிடம் பேசினால் உடனே "வை யூ பிகேவ் வித் எ டிபிக்கல் இன்டியன் மென்ட்டாலிட்டி?" என திரும்பி அவனையே கேள்வி கேட்பாள். எனவே அதைப்பற்றி எல்லாம் அவளிடம் பேசாது தினமும் கெஞ்சி கொஞ்சி அவளை அலுவலகம் கூட்டி செல்கிறான்.

****

தி ஜெய்ன்ட் ரிலே,

(டெலிகம்யூனிகேஷன் கம்பெனி)

வானளாவிய மேகத்திற்கு இணையான உயர்ந்த கட்டிடங்களும், இருபுறமும் அடர்ந்து வளர்ந்த செடிகளும்..... கொடிகளும்..... அழகுக்-காக வளர்க்கப்படும் மரங்களும், அந்த இடத்திற்கு தனி சிறப்பை கொடுத்தது. அந்த கட்டிடத்தில் தி ஜெய்ன்ட் ரிலே,

(டெலிகம்யூனிகேஷன் கம்பெனி) என தங்க நிற எழுத்து கம்பீரமாக மின்னியது. அந்த அலுவலகத்திற்குள் வருபவர் அனைவரும் ஒருமுறை அதன் கலைநயத்தை பார்த்து பிரமிக்க தவறவில்லை.

அந்த கட்டிடத்திற்குள் சரியாக 10.15 மணிக்கு புது ரக போர்ச் மகி-ழுந்து வந்து நின்றது. அதிலிருந்து ஒருவன், மகிழுந்து கதவை திறந்து வெளியே வந்தான். அவன் அலுவலகம் நோக்கி வரும்போது அந்த கண்ணாடி கட்டிடத்தில் இருந்து எதிரொலித்த சூரிய ஒளியில், அவன் கண்கள் கூசின, ஒரு கணம் முகத்தை சுருக்கிய அவன் மறு கணம் எந்த உணர்ச்சியையும் வெளிக்காட்டாது தன் கூலர்சை எடுத்து மாட்டி-னான். அவன், 'ஆதி ரிஷி தி க்ரேட்'

அவன் வருகையை தெரிந்து கொண்ட அவனது PA கதிர், மற்றும் இன்னும் பிற அலுவலர்களும் வெளியே வந்தனர். கதிரிடம் பரபரப்பாக மீட்டிங் பற்றியே பேசிக் கொண்டு உள்ளே நுழைந்தான் ஆதி. அவனு-டைய அழுத்தமான காலடி ஓசையில் அந்த இடமே அமைதியானது. அனைவரும் காலை வணக்கம் சொல்ல அதை சிறு தலைப்புடன் ஏற்றுக்கொண்டு 'மேனேஜிங் டைரக்ட்டர்' என கருமை எழுத்துக்கள் பொறித்த அறைக்கதவின்

உள் நுழைந்தவன் தனது இடத்தில் சென்று அமர்ந்தான் ஆதி.

அந்த அறை முழுக்க கருப்பு மற்றும் வெள்ளை நிறத்தால் வடிவ-மைப்பாளர்கள் அலங்கரித்திருந்தனர்.

வேகமாக உள்ளே வந்த ஆதியின் உதவியாளர் கதிர், இன்று நடக்கவிருக்கும் சந்திப்பிற்காக தயார் செய்த கோப்புகளை வரிசையாக காண்பித்தான். ஆதியும் அனைத்தையும் ஒரு முறை பார்வையிட்டான். அணைத்தும் அவனுக்கு திருப்தியாக இருந்தது. பிறகு ஆதிஅவனிடம் வெளிநாட்டிலிருந்து வருபவர்களுக்கான ஏற்பாடுகளை பற்றி விசாரித்-தான் "கதிர் இஸ் எவ்ரிதிங் இஸ் ஆல்ரைட் இன் தி மீட்டிங்?". அதற்கு அவனும் "யாஹ் பாஸ், ஆல் அரேன்ஜ்மேன்ட்ஸ் ஆர் பேர்பெக்ட்" என தடுமாறாமல் கூறியவன், "எகஸ்கியூஸ் மீ பாஸ், நௌ ஐ அகெய்ன் வென்ட் அன்ட் செக் தி அரேன்ஜ்மென்ட்ஸ், ஸோ, நான் போய் பாத்-துட்டு உடனே வந்து இன்பார்ம் பன்னுறன் பாஸ்" என்றவன் கதவை நோக்கி சென்றான்.

கதவை திறக்க சென்றவனிடம் "அரேன்ஜ் எவ்ரித்திங்க் இன் ப்ராப்பர் மேனர், ஆர் எல்ஸ் ஐ பையர் அவுட் யூ ப்ரம் தீஸ் ஜாப்", என அடிக்குறலில் உறுமினான் அவன்.அதற்கு கதிரும் பயந்து கொண்டே "யெஸ் பாஸ்" என சொல்வதற்குள் தொண்டையில் பயபந்துகள் உருண்-டது. கதவை திறந்து சந்திப்பு நடைபெறும் அறையை நோக்கி சென்ற-

வன் மனதினுளே, 'ஐயையோ நம்ம பாஸ் ,நான் செஞ்ச சொதப்பலை எப்புடி கண்டுபிடிச்சாரோ தெரிலயே, இன்னக்கி ஆப்ட்டர்நூன் என்ன நடக்கபோகுதுனு தெரிலயே' என மானசீகமாக புலம்பினான், ஆனால் முகத்தில் சிறிதளவு கூட அந்த புலம்பலை காட்டாமல் சந்திப்பு நடை-பெறும் அறைக்குள் நுழைந்தான். உள்ளே எல்லாம் சரியாக இருக்க பிறகு ஆதியை அழைத்து வந்தான். ஆதியின் கண்களும் ஒருமுறை அந்த இடத்தை அலசி ஆராய்ந்தான். ஏனோ தானோ வென

இருப்பதற்கு இது என்ன சாதாரண நிறுவனத்தோடு நடக்கும் சநதிப்பா? புகழ்பெற்ற வெளிநாட்டு நிறுவனத்தோடு கையெழுத்து ஆகப்-போகும் சந்திப்பாயிற்றே.... அதனால் தான் இப்படி பார்த்து பார்த்து அணைத்தயும் கவனிக்கிறார்கள்.

அதே சமயம் அந்த வெளிநாட்டு கம்பெனியின் ஆட்களும் வந்-தனர்.வந்தவர்களுக்கு மலர்கொத்து வழங்கி வரவேற்றான் ஆதி. சந்திப்-பும் இனிதே ஆரம்பம் ஆனது.......

****

3

குளோப் டுடே சேனல்,

வரும் வழியில் நட்புகள் இருவரும் எதுவும் பேசாமல் அமைதியாக வந்தனர். அலுவலகத்தை அடைந்ததும் தன்விகாஷா தோழனிடம் எது-வும் பேசாமல் அமைதியாக உள்ளே நுழைந்தாள். வண்டியை தரிப்பி-டத்தில் நிறுத்த சென்ற தன்விக்கும் மனதினுள்ளே ‘சீக்கிரம் ரெடியாக சொன்னா எந்திரிக்க லேட் பண்ணிட்டு இப்ப இந்த இஷா வேற தனியா விட்டுட்டு உள்ள போறாளே’ என என புலம்பியவன் அவளுக்கு பின் அலுவலகம் நுழைந்தான். அங்கு சென்று பார்த்தால் அவனது மேலதிகாரி புதிதாக ஒருவனுடன் பேசிக் கொண்டே தனது அறைக்கு சென்றார். அவனை பார்த்த உடனே யாரென தன்விக் கண்டுகொன்-டான். "இவன் எதுக்கு இங்க வந்துருக்கான் பாத்தானா கொல்லாம விடமாட்டானே, வெளிய வரட்டும் அவன்கிட்ட பேசித்தான் ஆகனும், போவனும்னு இருக்க உயிர் ஏரோபிளைன்ல இருந்து போனா என்ன? எருமமாடு முட்டி போனா என்ன?" என மனதினுள் புலம்பியவன், தனது கேபினுக்கு சென்று அமர்ந்தவுடன் தனுவை தேடினான்.

தீவிரமாக கணினியில் தட்டச்சு செய்து கொண்டிருந்தாள் தனு . அவளின் அறைக்கு சென்றவன் "இஷாமா வந்த உடனே பீல்ட் வொர்க் போகாம ஸிஸ்டம்ல என்ன டைப் பண்ற?" என கேட்டான். அதற்கு அவளும் "ம்ப்ச், க்ரைம் பீட்ல இருந்து பொலிட்டிக்ல் பீட்க்கு என்ன சேன்ஜ் பண்ணிட்டாங்க" என கடுகடுப்புடன், வேகமாக தட்டச்சு செய்து கொண்டே கூறினாள். இதை கேட்ட தன்விக்கோ ‘வெளியே குத்தாட்டம் போடாத குறையாக மகிழ்ந்தான்’ பிறகு ,வெளியே குத்தாட்டம் போட்-டால் மறுபடியும் அவள் சாமி ஆடிவிடுவாள் என்ற பயம் தான், இருந்-தாலும் தோழியின் வருத்தத்தை பார்த்தவன் கவலையை தேக்கிய குர-

வில் "உன்கிட்ட யார் சொன்னது?" என கேட்டான். தட்டச்சு செய்வதை ஒருநிமிடம் நிறுத்தி தோழனை ஒரு பார்வை பார்த்தவள், பிறகு மீண்டும் டைப் செய்துகொண்டே "ஜஸ்ட், நௌ சீஃப், சொல்லிட்டு உள்ள போறாரு. லாஸ்ட் டைம் நடந்த சைல்ட் அப்யூஸிங் கேஸ்ல நான் கொடுத்த டாக்குமெண்ட்ரிக்கு நல்ல ரீச் கிடைக்கலையாம், அதனால இந்த டைம் பொலிட்டிக்கல் பீட் போக சொன்னார். இதுல நல்ல ரீச் வந்தால் மறுபடியும் க்ரைம் பீட்க்கு சேன்ஜ் பன்னுறாராம்" என கூறியவள் தட்டச்சு செய்த கடிதத்தை நகல் எடுத்து கொண்டு மேலதிகாரியின் அறையை நோக்கி சென்றாள்.

தனு கூறிய அனைத்தையும் ஒன்று விடாமல் கேட்டவன் அவனது மேலதிகாரிக்கு கோடி கும்பிடுகளை மனதில் போட்டுக்கொண்டான். அவனும் இதை தானே எதிர்பார்த்தான், ஆனால் அந்த மாற்றம் இவ்வளவு விரைவாக நடக்கும் என கனவிலும் அவன் நினைக்கவில்லை.

சிறுமிகளுக்கு நடந்த வன்கொடுமை பற்றிய ஆவணப்படத்தில் ஆளுங்கட்சியையும், மத்திய அரசையும் குற்றம் சாட்டும் படி பேசியதோடு மட்டும் அல்லாமல் அவர்கள் ஆட்சியில் நடந்த வன்கொடுமைகளை புள்ளி விவரத்தோடு காட்டினாள். "ஆளுங்கட்சியின் அட்டூழியம்" என்ற அந்த ஆவணப்படத்தை பார்த்துவிட்டு, அறிக்கை விட்ட எதிர்க்கட்சி தலைவருக்கு 'உங்கள் ஆட்சியில் நடந்த வன்முறை எல்லாம் புள்ளி விவரத்தோடு என்கிட்ட இருக்கு. இந்த டாக்குமெண்டரியோட செகண்ட் சீசனே அந்த புள்ளி விவரத்தை வைத்து தான் எடுக்க போறோம்' என கீச்சகத்தில் பதிலளித்தாள். அதன் பிறகு ஆளுங்கட்சி ஆட்சியில் நடந்த ஊழலை விவரிக்கும் அந்த டாக்குமெண்டரி பெரிய ஹிட் ஆனது.

அதன் பிறகு அவள் இரு பக்கமும் பல எதிரிகளை சம்பாதித்தாள்..... இதனால்தான் இவளை தனியே எங்கும் தன்விக் அனுப்புவதில்லை. தாத்தா பாட்டியின் காதில் அவள் பேசிய பேச்சை போட்டு வைத்தான் தன்விக். அதன் பின் அறிவுரை என்ற பெயரில் மூவரும் சொன்ன அறுவைகளை தாங்க முடியாமல் "ஐ வில் ட்ரை டு கன்ட்ரோல் மை செல்ப்" என அவள் கூறிய பிறகே அம்மூவரும் அமைதி ஆனார்கள். அதில் இருந்து ஒரு வாரம் தனு தோழனை முறைத்துக்கொண்டே திரிந்தாள்.

அரசியல் கட்சிகளை விமர்சிக்க மாட்டேன் என அவள் சொன்ன பின் நடந்த இரு வன்முறைகள் பற்றியும் ,வெறும் தகவலை மட்டுமே ஆவணப்படத்திலும் , லைவ் ரிப்போர்ட்டிலும் பேசினாள். எதிர்க்கட்சி தலைவர் பற்றிய ஆவணப்படத்தில் பேசும் முயற்சியையும் கைவிட்டு-விட்டாள். இதனால் அவர்களின் மேலதிகாரிக்கு கொஞ்சம் மன வருத்-தம் தனு மேல் இருந்தது. இது அனைத்தையும் கணக்குப்போட்டுப் பார்த்தவர் இன்று அவளை வேறு துறைக்கு மாற்றிவிட்டு அங்கு வேலை செய்த அருணை குற்றம் சம்பந்தப்பட்ட துறைக்கு மாற்றினார். இதில் அவருக்கும் சிறு வருத்தம் இருந்தது, அதனால் தான் தனுவை நிரந்-தரமாக மாற்றாமல் தற்காலிகமாக மாற்றி பெரிதாக பேசும் அளவுள்ள ஒரு தொகுப்பை தயார் செய்ய சொன்னார். இவை அனைத்தையும் யோசித்து பார்த்த தன்விக் தனது கேபினில் சென்று அமர்ந்து அவனது வேலையை பார்க்கதொடங்கினான்.

****

தி ஜெய்ன்ட் ரிலே,

ரிஷி சக்தி என்பவரால் தொடங்கப்பட்டதே இந்த தி ஜெய்ன்ட் ரிலே எனும் தொலைதொடர்பு சேவை மையம். ஆரம்பத்தில் பல சறுக்கல்-களை கண்டாலும் தனது தன்னம்பிக்கையையும் விடா முயற்சியையும் கை விடாது செயல்பட்டவர் கம்பெனியை நல்ல உயரத்திற்கு எடுத்து சென்றார். இரண்டாம் அலைக்கற்றை, சேவையை முதன் முதலில் இவர் நிறுவனமே அறிமுகப்படுத்தியது, அதன் பிறகு அதிக அளவிலான வாடிக்கையாளர்களை இவரின் கம்பெனி ஈர்த்தது. அதன் பிறகு யாருமே எதிர்பாரா விதமாக ரிஷி சக்தி மற்றும் அவரது மனைவியின் விபத்து அமைந்தது.......

அதன் பின் சிறிது காலம் ஆதியின் உறவினர்கள் கம்பெனியை ஏனோ தானோவென்று நடத்தினர். அந்த சமயம் ஆதி பள்ளி படிப்பை கூட முடிக்காததால் அவன் தன் படிப்பில் கவனத்தை செலுத்தினான். பள்ளி படிப்பை முடித்தவுடன் ஒருபுறம் தன் கல்லூரிபடிப்பை தொலை-தூரக்கல்வி மூலம் தொடர்ந்தவன், மறுபுறம் தொழிலை தன் கையில் எடுத்தான். ஆரம்பத்தில் அனைவரின் பேச்சையும் நம்பி தொழிலில் பல சரிவுகளை கண்டான். ஆரம்பத்தில் அவன் பட்ட அடிகள் அனைத்தும் தழும்புகள் ஆக மாறியது.... பின் அந்த தழும்புகள் அவனை இரும்பாக மாற்றியது........

அதன் பிறகும் யாருடைய பேச்சையும் கேட்காமல் தனக்கென ஒரு பாதையை உருவாக்கினான். தன் எதிரில் இருப்பவரை தன் பார்வையாலேயே எடை போடும் திறன், அவனது கண் அசைவில் அவர்களை கலவரம் கொள்ள செய்வது என பல திறமைகளை தனக்குள் வளர்த்துக்கொண்டான், தற்போது தொலைதொடர்பு துறையில் கொடிகட்டி பறக்கிறான் தி கிரேட் ஆதி ரிஷி.

தொடக்கத்தில் பட்ட அடிகளை சரி செய்வதற்காக வணிகம் ஒன்றையே முழு மூச்சாக கொண்டவன், அதன் பிறகு வேறு எதைப் பற்றியும் அவன் மூளை சிந்திக்கவில்லை. வீட்டுக்கு நள்ளிரவு ஒரு மணிக்கு செல்வதை வாடிக்கையாக வைத்திருந்தான். சில சமயம் இரு நாட்கள் கூட ஆகலாம். அதனால் தங்கை, தம்பி செய்யும் வேலைகளும் குறும்புகளும் அவனுக்கு தெரியாது என்று இல்லை. அவர்கள் இருவரை பற்றிய அனைத்து செய்திகளும் அவனுக்கு அத்துப்படி, எங்கு செல்கிறார்கள்? என்ன செய்கிறார்கள்?என அவனது அலைபேசிக்கு தகவல் வந்து கொண்டே இருக்கும். கடந்த இரண்டு வருடங்களாக தம்பியை கண்காணிப்பது மட்டும் விட்டுவிட்டான். காரணம், இவ்வுலகம் அவனுக்கு தரும் அன்புகளையும், அடிகளையும் பற்றி அவனே தனியாக கற்றுக்கொள்ள வேண்டும் என்ற எண்ணம் தான்.....

ஆனால் ரிஷிதா கல்லூரி சென்று கொண்டிருப்பதால் தற்போது அவளை பற்றிய செய்தி மட்டும் அவனுக்கு வந்துவிடும். அதுவும் ஆர்யாவும் ரிஷித்தாவும் ஒன்றாக இருக்கும்போது அதற்கு விதிவிலக்கு. ஏனெனில், அவனுக்கு ஆர்யாவை பற்றி நன்றாக தெரியும் தினமும் காலையில் எழுந்ததில் இருந்து தன் கண்கூடாக பார்க்கிறானே, இருவரின் செயல்களையும் ஆர்யாவின் அக்கறையையும்,புரிதலையும்...........

தந்தை அறிமுகப்படுத்திய இரண்டாம் தலைமுறை அலைக்கற்றை சேவையை தொடர்ந்து, மூன்றாம் மற்றும் நான்காம் தலைமுறை என இரண்டு அலைக்கற்றை சேவைகளை அடுத்தடுத்து நிறுவினான். சேவையில் சில சறுக்கல்கள் வந்தாலும், நான்கிம் தலைமுறை சேவையின் சலுகைகளும் திட்டங்களும் பல வாடிக்கையாளர்களை கவர்ந்தது. அதன் மூலம் பலர் ஜேய்ன்ட் ரிலே கம்பெனியின் விருப்ப வாடிக்கையாளர்களாக மாறினர்.

தற்போது ஐந்தாம் தலைமுறை சேவையை யார் மக்களிடம் சென்று முதலில் நிறுவுவது என்ற கடும்போட்டி தொலைதொடர்பு நிறுவனங்க-

ளுக்கு இடையில் எழுந்துள்ளது. அதில் 'ஜெய்ன்ட் ரிலே' மட்டும் விதி-விலக்கா என்ன......?

மக்களிடம் ஐந்தாம் தலைமுறை சேவையை முதலில் சேர்ப்பதற்கு பதிலாக ஐந்தாம் தலைமுறை அலைபேசியை முதலில் சேர்க்க எண்ணி-னான், அதுவும் மிக குறைந்த விலையில்..... பொதுவாக ஒரு அலை-பேசி முப்பதாயிரம் முதல் இந்தியாவில் விற்பனை ஆகிறது. ஆனால் ஆதியின் எண்ணம் அதை எட்டாயிரம் முதல் பத்தாயிரத்திற்குள் விற்-பனை செய்யலாம் என்பதுதான். மலிவான விலையில் கிடைக்கும் போது மக்களின் தேர்வும் அதுவாகத்தான் இருக்கும், என்பது அவன் கருத்து. ஆனால் அந்த குறைந்த விலைக்கு அவனால் மட்டும் முதலீடு செய்ய இயலாது, எனவே தான் வெளிநாட்டு கம்பெனிகளுடன் ஒப்-பந்தம் செய்ய நினைத்தான். அவ்வாறு செய்வதன் மூலம் தாராளமாக குறைந்த விலையில் தர முடியும் என்ற நம்பிக்கையில்.........

மீட்டிங் முடிந்த பின் ஆதியும் வெளிநாட்டு கம்பெனியிலிருந்து வந்த அதிகாரிகளும் பத்திரிக்கையாளர்கள் சந்திப்பு நடைபெறும் அறைக்குள் நுழைந்தனர்.

****

ஹோலி ஹார்ட் காலேஜ்,

இருசக்கர வாகனம் கல்லூரி வாயிலில் நிற்கவும் தன் அண்ணனிடம் "ஈவ்னிங் டைம்க்கு இருக்கனும் புரியுதாடா தடியா" என அவனின் தலையை இரு முறை பிடித்து ஆட்டிவிட்டு உள்ளே சிட்டாக பறந்து அவளது வகுப்பிற்க்கு சென்றாள். அங்கே அவளுக்கு முன்பே ஒருத்தி பரபரப்பாக எழுதிக் கொண்டிருந்தாள், அவள் ருத்திக்கா. வேகமாக அவள் அருகே சென்ற ரிஷித்தா அவள் எழுதிக் கொண்டிருந்த பேனாவை பிடுங்கினாள். இவர்கள் இருவரும் இணைபிரியா தோழிகள் கல்லூரிக்கு வந்த பிறகே இருவரும் அறிமுகம் ஆனார்கள். அதில் இருந்து இணைபிரியாத தோழிகளாக வலம் வருகின்றனர். தான் எழுதிய பேனாவை தன் ஆருயிர் தோழி பிடுங்கியதை பார்த்துவிட்டு, அருகில் இருந்த மற்றொரு பேனாவை எடுத்து எழுத தொடங்கினாள். "பேபி கோவமா இருக்கியா"?" என பாவமாக முகத்தை வைத்துக்கொண்டு கேட்டாள். அதற்கு அவளோ எதுவும் பேசாமல் இருக்கமான முகத்துடன் எழுதுவதில் குறியாக இருந்தாள்."பேபிமா நா சொல்றத கேளு மா, நைட்டு எழுதி எழுதி பயங்கர கை வலி அப்புறம் ஆர்யா தான் எழுதி

கொடுத்தான்" என அவளிடம் கூறினாள். எழுதுவதை ஒரு கணம் நிறுத்தி அவளை நிமிர்ந்து பார்த்தவள் மறுபடியும் எழுத தொடங்கி-னால்.......

" நான் உனக்கு எழுதி தரட்டுமா ?"என கேட்டாள். இவ்வளவு நேரம் முறைத்து கொண்டிருந்தவளோ முப்பத்து இரண்டு பற்களையும் காட்டிக்கொண்டு நோட்டையும், பேனாவையும் அவள் புறம் தள்ளினாள். "ஏன் பேபி இதை முதலிலேயே சொல்ல மாட்டியா நானும் எவ்வளவு நேரம் தான் டென்ஷனா இருக்கிற மாதிரியே காட்டிக்கிறது" என அவளை இழுத்து பெஞ்சில் அமர வைத்துவிட்டு வராத வேர்வையை தன் கர்ச்சீப் கொண்டு துடைக்க தொடங்கினாள். ரிஷித்தா அவளை பார்த்து "அடியே இந்த பொழப்புக்கு ஏதாவது கிணத்த பாத்து குதிச்சிரு" என்றாள் கடுப்புடன். பதிலுக்கு ருத்தியும் "நீயே உயிரோட இருக்கும்-போது நான் ஏன் பேபிமா கிணத்துல விழுந்து சாகனும்" என்றாள் வந்த புன்னகையை உதட்டு மடிப்பில் மறைத்தவாறே. அவளை ஒரு பார்வை பார்த்தவள் "உனக்கு தான் சூடு, சொரணை எதுவும் இல்லையே. ஓவர் நைட்ல புள்ளைக்கு சூடு அன்ட் சொரனை எல்லாம் ஓவர் ப்ளோ ஆகி-டுச்சி போலன்னு நான் அப்படியே ஷாக் ஆகிட்டேன்" என வடிவேல் பாணியில் கூறியவள் எழுத தொடங்கினாள்.

இதை கேட்ட அவளும் சிரித்துவிட்டு ரிஷியின் பையை எடுத்து, உள்ளே கைவிட்டு தேடிக்கொண்டே "இன்னைக்கி பெரியபாக்ஸா இல்ல சின்னபாக்ஸா?" என கேட்டாள். அதற்கு ரிஷித்தாவும் "இன்னைக்கும் பெரிய பாக்ஸ் தான்" என நோட்டை பார்த்துக் எழுதிக் கொண்டே கூறி-னாள். அவளும் எடுத்து திறந்து பார்க்க சிறு பிளாஸ்டிக் டப்பாவில் குழம்பு இருந்தது, அதை எடுத்து வெளியே வைத்து விட்டு, அவள் உள்ளே பார்த்தது, ஆவி பறக்க இருக்கும் சப்பாத்தியை தான்..... "வாவ்! இன்னைக்கு சப்பாத்தியா" என கூறிக்கொண்டே ஒரு வில்லை சப்பாத்தியை எடுத்து வாயில் வைத்தவள் "ஆஸ்ஸம்" என இரண்டு விரல்களை மடக்கி அபிநயம் பிடித்தவள் முழு டப்பாவையும் காலி செய்தாள்.அதற்குள் ரிஷித்தாவும் எழுதி முடித்தாள்.

"ஆயிரம் தான் இருந்தாலும் உங்க அண்ணனோட கைப்பக்குவம் செம்ம, இதனால தான் வீட்ல சாப்புட்டு வந்தாலும் இங்க மறுபடியும் சாப்பிடுறன்" என நாக்கை சப்புக் கொட்டிக் கொண்டே கூறினாள். அதை கேட்ட ரிஷித்தா "நான் காலையில ஆர்யாவோட சப்பாத்தியை

கலாய்ச்சுட்டே இருந்தேனா, அப்றம் பேக் பன்னும்போது ரெண்டு டிபன் பாக்ஸ்ல சப்பாத்தி போடுறத பாத்துட்டான். நானும் அவன பாத்து அரசியல்ல இதெல்லாம் சாதாரணமப்பானு சொல்லிட்டு வந்துட்டேன்" என்றாள் அதற்கு அவளும் "எவ்ளோ அடிச்சாலும் தாங்குற நீ ரொம்ப நல்லவ பேபி" என வடிவேல் பாணியை சிறிது மாற்றி, அவள் கூறிய விதத்தில் இருவரும் சிரிக்க ஆரம்பித்தனர்.

அதன்பின் ஆசிரியர் வந்துவிட அன்றைய பாடங்களை நடத்த தொடங்கினார். மதிய இடைவேளைக்கு பிறகு வந்த அவர்களது வகுப்பு ஆசிரியர் "எல்லாரும் ஓரளவு பிராஜக்ட் அசைன்மென்ட் இரண்டுமே முடிச்சிட்டீங்க, இனிமே இன்டர்ன்ஷிப் தான் போகணும். எனி நியூஸ் சேனல் ஆர் நியூஸ் பேப்பர் கம்பெனிக்குப் போங்க அங்க ஒரு தெர்ட்டி டேஸ் இன்டர்ன்ஷிப் பண்ணிட்டு வாங்க" என்று கூறினார். இதை கேட்டவுடன் ரிஷித்தா "ஆர்யா நியூவா ஒரு நியூஸ்சேனல்ல இன்னக்கி ஜாய்ன் பன்னுறான் அங்க இன்டர்ன்ஷிப் போலாமா பேபி" என கேட்டாள். அதற்கு அவளே ரிஷித்தாவின் தலையில் வலிக்காதவாறு கொட்டிவிட்டு "இதலாம் கேட்கனுமா ரிஷி, நீ சொன்ன இட்த்துக்கே போலாம்" என்று கூறினாள்.அந்த நாள் தோழிகள் இருவருக்கும் இனிதாகவே முடிந்தது.

****

4

குளோப் டுடே,

தட்டச்சு செய்து நகலெடுத்த தாளை கையில் வைத்துக்கொண்டு அறைக்கதவை தன் இரண்டு விரல்களால் தட்டினாள் தனு. அறையின் உள்ளே இருந்த மேலதிகாரி "யெஸ் கம் இன்" என தொண்டையை செறுமிய பின் அழைக்க, உள்ளே நுழைந்தவள் அவருக்கு எதிரில் இருந்த இருக்கையில் ஒன்றில் அமர்ந்தாள், அவளின் அருகிலே புதிதாக ஒருவன் அமர்ந்திருந்தான். தனுவின் மனதில் "யாரிவன்" என்ற கேள்வி எழாமல் இல்லை, இருந்தாலும் அவள் இருக்கும் மனநிலையில் அதைப் பற்றி சிந்திக்க நேரம் இல்லை. அவளது சிந்தனையை கலைக்கும் விதமாக மேலதிகாரி, "மிஸ்.தன்விகாஷா மீட் மிஸ்டர்.ரிஷி ஆர்யா அவர் நியூ ரிப்போர்ட்டர், அன்ட் ஏன் இம்பார்ட்டன்ட் திங்க் கைய்ஸ் ப்ரம் டுமாரோ ஆன்வர்ட்ஸ் யூ போத் கவர் பொலிட்டிக்கல் நியூஸ். ஐ ஹோப் யூ போத் அன்டர்ஸ்டான்ட் வாட் ஐ டெல். ஏம் ஐ ரைட்?" என தனுவிடம் ஆரம்பித்து இருவரிடமும் முடித்தார். இருவரும் தலையை மெதுவாக அசைத்து "யெஸ் ஸார்" என்றனர். அதன்பின் இருவரும் அவர் அறையை விட்டு வெளியே வந்தனர்.

தனு மட்டும் எப்படியாவது ஒரு செய்தியைளபேசி அதை பிரச்சனையாக மாற்றினால் அதுவே போதும் பிறகு அது அநேக நபரை சென்று சேரும் என சிந்தித்துக்கொண்டு இருக்க, அந்த புதியவனோ "ஹாய் இஷா ஐம் ரிஷி ஆர்யா, உனக்கு என்ன எப்டி கூப்பிட பிடிக்குதோ அப்படி கூப்பிட்டுக்கோ, ஐ டோன்ட் ஹேவ் எனி அப்ஜக்ஷன் அன்ட் வோக்கல் பார் லோக்கல் சேனல்ல வொர்க் பண்ணிட்டு இப்ப தான் இங்க ஜாயின் பண்ணுனன். எகஸ்பீரியன்ஸ் இருக்கறதால இந்த போஸ்ட் கொடுத்துட்டாங்க" என ஆர்யா அடுக்கிக்கொண்டே

போக.......... அவனை நோக்கி நிறுத்து, என சைகை செய்தவள் "டோன்ட் கால் மீ வித் நிக் நேம், ஐ நெவர் லைக் இட்" என்று கூறிக்-கொண்டே அவள் அறைக்குள் சென்றவள் ஜெய்ன்ட் ரிலேவில் நடக்க இருக்கும் நிகழ்வை பதிவு செய்ய தாயாரானாள். குளோப் டுடேவில் அரசியல் துறையினுள்ளே, வணிக துறையையும் உள்ளடக்கியது.

"அப்போ நானே ஏதாவது பேர் வைக்கட்டுமா" என அவளின் பின்னேயே யோசிப்பது போல் பாவனை செய்துக்கொண்டே சென்றவன் "மன்ச்கின் (Munchkin) ஹவ் இஸ் இட்" என்றான். அவன் எதிர்-பார்த்த எதிர்வினை அவளிடம் இருந்து வரவில்லை. தனு வேலை அவசரத்தில் அவன் கூற வருவதை காதில் வாங்காமல் "இப்ப ஒரு இன்டர்நேஷனல் கம்பெனியோட டை-அப் வைக்கும் மீட்டிங் ஜெய்ன்ட் ரிலேல நடந்துட்டு இருக்கு. ஸோ அங்க ப்ரஸ் மீட் அரேன்ஜ் பன்-னிருக்கறாங்களாம். லெட்ஸ் கோ" என கூறியவள் மடமடவென்று வெளியே வந்தாள். அவளின் பின்னே இவனும் வேகமாக வெளியே வந்தான். அப்போது ஒரு கை அவனை தடுத்தது......

இவன் திரும்பி யார் என பார்க்க அங்கே தயங்கியடி தன்விக் நின்று கொண்டிருந்தான். அவனை பார்த்தவுடன் ஆர்யாவின் முகம் ஒரு கணம் இறுகியது பிறகு சாதாரனமாக "ஹலோ மிஸ்டர்... ம் ம் ம்" என யோசித்தவன் "ஸாரி டு சே, ஐ நெவர் லைக் டு ஸ்பீக் வித் ஸ்ட்ரேன்ஜர்ஸ்" என கூறியவன் தன்விக்கின் கையை எடுத்து விட்டான். ஆனால் தன்விக்கோ "டேய் பேபிமா ஏன்டா இப்டி பேசுற, தப்பு என்-மேல தான் ஸாரி டா பேபி என்கிட்ட பேசுடா, உன் வெல்லக்ககட்டி பாவம் தானே" என உண்மையான வருத்தம் தேயந்த குரலில் கூறினான். அதற்கு ஆர்யாவோ "வெல்லக்கட்டி யூ மீன் சுகர்கேன்....... ஸாரி டு சே என் லைப்லல அந்த சேப்டர் முடிஞ்சு டூ இயர்ஸ் கம்ப்ளிட் ஆகி-டுச்சு" என கேலியாக ஆரம்பித்து இருக்கமான குரலில் முடித்தான். தன்விக்கோ உணர்ச்சி துடைத்த குரலில் "இஷா தான் டா பேபி உன் கூட வர்ற அந்த ரிப்போர்ட்டர், என் இஷாவ பார்த்து பத்திரமா பாத்துக்-கோடா......" என தன்விக் கூற "யாரை உங்க பிரண்டு கிட்ட இருந்து பத்திரமா பாத்துக்கணும்" சீரியசாக வினவினான் அத்தனை அவசரத்தி-லும். தன்விக் அவனை கண்கள் சுருங்க முறைத்து விட்டு "அவளை ஏற்கனவே நிறைய பேர் டார்கெட் பண்ணுறாங்க பேபி, இவளும் வாய வச்சுகிட்டு சும்மா இல்லாமல் ஏதாவது பேசவாடா" என சோகமான குர-

லில் கூறவும் ஆர்யாவுக்கும் தீவிரம் புரிந்ததால் சிறு தலை அசைப்புடன் வெளியே வந்தவன் பார்க்கிங் சென்று பார்த்தான் அங்கே அவள் அலைபேசியில் யாரிடமோ தீவிரமாக பேசிக்கொண்டிருப்பது தெரிந்தது.

ஆர்யா அவனுடைய வண்டியை வாயிலில் நிறுத்தவும் அவள் ஏறி உட்கார சென்றாள் அதற்குள் ஆர்யா "என்ன பன்னுறிங்க மேடம்?" என வினவினான். அதற்கு தனுவும் "கேம்ராமேன் கார்ல போயிட்டாங்க, ஸோ ஸ்டார்ட் தி பைக் குயிக், குயிக்" என பரபரப்பாக பேசினாள். அதற்கு அவனோ "இது என்னோட 'அனார்கலி' அவள பைக்னு சொன்னா எனக்கு கெட்ட கோபம் வரும்" என சொல்லி அவளின் பொறுமையின் அளவை சோதித்தான் அவன்.....

"டேய் எருமை உனக்கு மண்டையில மூளை இருக்கா அங்க ரிப்போர்ட்டர் மீட் நடக்க டைம் ஆச்சு சீக்கிரம் உன்னோட அனார்கலியை ஸ்டார்ட் பண்ணு" என பொறுமையை பறக்கவிட்டவளாக திட்டத்தொடங்கினாள். அவனும் அடுத்த கணம் எதுவும் பேசாமல் அவன், அனார்கலியை ஜெய்ன்ட் ரிலேவை நோக்கி செலுத்தினான். ஆர்யாவிற்கு ஏன் என்றே தெரியவில்லை தனுவை பார்க்கும் போது அவனின் காரிகையின் நினைவு வந்தது. அதிலும் அவனுக்கு வரும் அண்ணி பதிலுக்கு பதில் பேசுபவராக தானே எதிர்பார்த்தான். அவனுக்கு வரும் அண்ணியிடம் அவன் எதிர்பார்த்த பத்து பொருத்தமும் பக்காவாக தனுவிற்க்கு பொருந்துவதாக அவன் நினைத்தான். அதனால் தான் அவள் எவ்வளவு திட்டினாலும் எருமை மாட்டின் மேல் மழை பெய்தது போல எதையும் கண்டுகொள்ளாமல் அவள் சொன்னதை செய்கிறான்.

****

தி ஜெய்ன்ட் ரிலே,

இருவரும் அந்த நிறுவனத்தை அடைந்தனர். அப்போதுதான் அவனுக்கு தெரிந்தது 'இன்னைக்கு நம்ம கம்பெனில தான் இன்டர்நேஷனல் டை-அப் நடக்குதா இத எப்படி கேட்க்காம விட்டேன்' என தனக்கு தானே பேசிக் கொண்டான். ஆர்யா கல்லூரி செல்லும் போதே கம்பெனியின் ஐம்பது சதவீத பங்கு அவன் பெயரில் இருந்தது, அதற்கும் ஆதியே கார்டியனாக இருந்தான். தற்போது வரை ஆதியும் அதைப்பற்றி எதுவும் சொல்லவில்லை ஆர்யாவும் அதைப் பற்றி கேட்கவில்லை. கம்பெனியில் வேலை செய்யும் ஆர்வம் ஆர்யாவிடம் இல்லை. கோப்புகள், பங்குகள், லாபம், இழப்பு, சந்திப்பு என்ற வார்த்தைகளை கேட்டாலே

அவனுக்கு ஒவ்வாமை. அதனால்தான் அண்ணனிடம் கூட சொல்லாது ஒரு செய்தி நிறுவனத்தில் நேர்காணல் செய்தான். அதில் அவனை தேர்வு செய்து விட பிறகு தான் அண்ணனிடம் தகவலாக கூறினான். அதன் பிறகு அந்த வேலையை கவனிப்பதால், அலுவலகத்தை பற்றி அண்ணனிடம் எதுவும் கேட்டுக் கொள்வதும் இல்லை. அவன் படிப்பை முடித்த பின் இப்போதுதான் முதன்முறையாக இந்த கம்பெனிக்கு வருகிறான். அங்கு இருக்கும் பணியாளர்களில் ஒரு சிலருக்கு மட்டுமே அவனை அடையாளம் தெரியும், அவனுக்கு எல்லா இடங்களும் அத்துபடி.

****

வர்த்தக உலகில் ஏ.ஆர் என்றால் அறியாதோர் யாரும் இல்லை. தனது ஒற்றை கண் அசைவிலே பல தொழில் சாம்ராஜ்யங்களை வீழ்த்தியவன். 'சிரிப்பு என்ன விலை?' என கேட்பவன் போல் புன்னகைக்க மறந்த உதடுகள்.. வணிக உலகில் தன் தொழில் சாம்ராஜ்யத்தை வேர் ஊன்றி நிலைக்க வைத்தவன். இவன் ஏ.ஆர் என்று எல்லோரும் சுருக்கமாக அழைக்கும் ஆதி ரிஷி. வெளிநாட்டு நிறவனத்துடனான சந்திப்பு நல்முறையில் முடிந்தது. அதன்படி இரு நிறுவனமும் சேர்ந்து மொபைல் தயாரிக்க முதலீடு செய்வது எனவும் அதில் வரும் லாபத்தை இருவரும் பிரித்துக் கொள்வது எனவும் ஒப்பந்தம் செய்து கொண்டனர். ஒப்பந்தத்தில் இருவரும் கையெழுத்து இட்ட பின் பத்திரிக்கையாளர்கள் இருக்குமிடம் அடைந்தனர். அங்கே ஆதி கண்ட காட்சி அவனைத் இறுக செய்தது........

அந்த இடத்தில் சில நொடிகளுக்கு முன்..... 'எப்படியாவது சீக்கிரம் ஒரு இஸ்ஷுவ உருவாக்கறோம் நாளைக்கே க்ரைம்ல ஜாய்ன்ட் பண்ணுறோம்' என சிந்தித்து கொண்டிருந்தாள் தனு. ஆனால் அவளுக்கு தெரியவில்லை, அதற்குள் அவள் வாழ்வில் பல திருப்பங்கள் வரும் எனவும்........

ஆர்யாவும் பழக்க தோஷத்தில் நேராக ஹாலின் உள்ளே நுழைய சென்றான். உடனே "டேய் மைதாமாவு இது என்ன உங்க பரம்பரை கம்பெனியா, ஐடி கார்டை இங்க காட்டு, என்னத்த டூ இயர்ஸ் எக்ஸ்பீரியன்ஸ் இருந்துச்சோ" என சலிப்புடன் கூறியவள் அங்கே இருந்த நபரிடம் அவளுடைய அடையாள அட்டையை காண்பித்தாள். ஆதி கண்ட காட்சி இதைத்தான்.... இதை பார்த்த ஆதிக்கு பயங்கர கோபம் வந்தது

"நானே என் தம்பியை பொது இடங்களில் வைத்து திட்டியது கிடையாது இந்த பெண்ணுக்கு எவ்வளவு தைரியம், தி க்ரேட் ஆதி ரிஷியின் தம்பியை இந்த பெண் திட்டுவதா, அதும் அவன் ஷேர் ஹோல்டராக இருக்கும் கம்பெனியில்.....' மனதிற்குள்ளே தனுவை நினைத்து ஒரு பூகம்பமே வந்தது. இருந்தாலும் நடக்கும் நிகழ்வுகளால் அவளை முறைத்துக்கொண்டே "ஆட்டிட்டியூட் குயின்" என உதட்டை ஒருமுறை அசைத்தவன் மறுநொடி அந்த அறையினுள் உள்நுழைந்தான். ஆனால் அவனுக்கு அப்போது தெரிய வாய்ப்பிருக்காது, பின்னாளில் இந்த ஆட்டிட்டியூட் குயினிடம் பேசுவதற்காக ஏங்குவான் என்றும், அவளுக்காக வாழ்வில் எந்த எல்லைக்கும் செல்ல தயாராவான் என்றும்........ வருங்காலத்தை முன்பே கணிக்க கூடிய சக்தி மனிதனிடம் இருந்தால் வாழ்வில் நடக்க இருக்கும் தேவையற்ற பல விடயங்களை நம்மால் தவிர்க்க இயலுமோ.......

அப்போதுதான் தன் அண்ணன் அங்கு இருப்பதை பார்த்த ஆர்யா, அண்ணனின் முகபாவத்தை வைத்தே 'மன்ச்கின்' பேசிய அனைத்தையும் கேட்டு விட்டான் என்பது தெரிந்தது. அவள் ஆர்யாவை மைதா மாவு என அழைத்ததில் அவளைப் பார்த்து சிரித்தவன்..... தன் அண்ணனை பார்த்தவுடன், அதிலும் அவள் திட்டியதை கேட்டவனிடம் என்ன எதிர்வினை செய்வது என தெரியாது.... மிட்டாய் திருடிய குழந்தையாக விழித்தான். பாவம் நம் தனுவிற்கு இது எதுவும் தெரியாமல் அவனை கரித்துக் கொட்டிகொண்டிருந்தள். இந்த ஒரு சிரு சம்பவத்தால் ஒருவனின் பகைமையை சம்பாதித்ததோடு மட்டுமில்லாமல் வாழ்விலும் அவனால் பல மாற்றங்கள் நிகழப்போவது என்பதை அறியாமல்.......

அதற்குள் ஆதியின் உதவியாளன் கதிர் வந்து ஆதியை உள்ளே அழைத்து சென்றான். ஆதி உள்ளே சென்றதும் பெருமூச்சு விட்ட ஆர்யா, அருகில் இருந்த சேரில் அமர்ந்தான். அதற்குள் அடையாள அட்டையை காட்டி விட்டு அவனை நோக்கி வந்த தனு "அடேய் மைதா, உனக்கு சொன்னா புரியாதா போய் ஐடி கார்டை காட்டிட்டு வா" என அவனை திட்டிக் கொண்டிருக்கும் போது, எதிரில் வந்த கதிர் தனுவின் மீது குளிர்பானத்தை கொட்டி விட தற்போது அவனிடம் கத்த தொடங்கினாள். குறுக்கே வந்த ஆர்யா தான் அவளை சமாதானம் செய்தான் "ஜூஸ் தான போ, போய் வாஷ் பண்ணிட்டு வா நான் உள்ள போறேன்" என்று ஆர்யா கூறவும், அவனை ஒரு முறை

முறைத்துவிட்டு சென்றாள். அப்போதுதான் கதிர் ஆர்யாவை பார்த்தான், "டேய் தம்பி இங்க என்ன பண்ணுறிங்க" எனக் கேட்கவும், கதிரை கண்கள் சுருங்கப் முறைத்தவன் "அது என்னணா 'டேய்' சொல்லிட்டு அடுத்த வார்த்தை மரியாதையா கூப்பிடுறீங்க, நான் உங்க தம்பின்னா உங்களுக்கு எப்படி கூப்பிட தோணுதோ அப்படி கூப்பிடுங்க, இப்ப பிரஸ் மீட்டுக்கு வந்துருக்கேன்" என கூறினான்.

அப்போதுதான் கதிர் ஞாபகம் வந்தவனாய் "யாருப்பா அந்த பொண்ணு பாஸ்ஸோட பீமேல் வெர்ஸனை பார்த்த ஒரு ஃபீல் வருது" என கூறினான் சற்று மிரட்சியுடன். அதை கேட்டவனோ மனதினுள்ளே 'இவங்க ரெண்டு பேரையும் சேர்த்து வைக்கிறதுக்குள்ள என்னோட பாதி உசுரு பரலோகம் போயிடும் போல' என புலம்பியவன் அவரிடம் "அது ரிப்போர்ட்டர் பொண்ணுனா, பிரஸ்மீட் அட்டன்ட் பண்ண வந்திருக்காங்க" என கூறியவன் உள்ளே நுழைந்தான்.

உடையில் கொட்டிய குளிர்பானத்தை சுத்தம் செய்துவிட்டு வாயிலுக்கு வரும்போது, ஒருவன் அலைபேசியில் உரையாடுவது அவள் காதில் விழுந்தது.

அவன்:"சார் எல்லாத்தையும் பத்திரமாக இறக்கியாச்சு சார்".

எதிர்முனையில்:.........

அவன்: "சார் எம்டி நீங்களே என்கிட்ட சொல்லி செய்யும் போது நான் எப்படி முடியாது என்று சொல்லுவேன்" என பவ்யமாக சிரித்தான்

எதிர்முனையில்........... என்ன சொல்லப்பட்டதோ

அவன்:"சார் கன்சைன்மன்ட்ட இங்கவைச்சாச்சு இனிமே ஆக வேண்டியது நீங்க பார்த்துக்கோங்க. நெக்ஸ்ட் கன்சைன்மெண்ட் இந்த மந்த் போர்ட்டின் தனே ஓகே ஓகே".என போனை கட் செய்த வெள்ளை சட்டைகாரன் பிரஸ் மீட் நடக்கும் ஹாலுக்குள் நுழைந்தான்.....

இதையெல்லாம் கேட்ட அனுவிற்கு தலை சுற்றாத குறைதான். 'இவனின் எம்டி யார்?' 'இவன் என்ன கனசைன்மன்ட் கொண்டு வந்துள்ளான்?' 'எதற்கு இந்த கம்பெனியில் அதை வைத்துள்ளார்கள்?' 'இன்டர்நேஷனல் டை அப் என கூறி மற்றவர்களை திசை திருப்பும் நிகழ்வா?' 'இது அனைத்திற்கும் மேலாக யார் இவன்?' 'இவன் ஏன் இந்த வேலையைச் செய்கிறான்?' என பலவிதமான கேள்விகள் அனுவின் மனதில் எழுந்தது. 'ஒருவேளை இவனது நிர்வாக இயக்குனர் ஆதி-ஆக இருக்குமோ?' ஆனால் அவரைதான் அங்கே கூட்டத்தில்

பார்த்தேனே. ஒருவேளை அங்கு இல்லையெனில்...... கண்டிப்பாக இந்த வெள்ளைசட்டைகாரனுடன் தான் பேசியிருக்க வேண்டும்' என தீர்மானம் செய்தவள், ஆதி எங்கு இருக்கிறான் தேடினாள். விரைவாக அவ்விடம் நோக்கி விரைந்தாள், ஆனால் உள்ளே செய்தியாளர் சந்திப்பு தொடங்கியதற்க்கான தடையமே இல்லை. அங்கே அவன் இல்லாததால் வெளியே வந்து தேடினாள், அப்போதுதான் மின்தூக்கியிலிருந்து இருந்து வெளியே வந்தான் ஆதி ரிஷி......

****

5

தி ஜெய்ன்ட் ரிலே,

ஆதி மின்தூக்கியிலிருந்து இறங்குவதை கண்ட தனு முடிவே செய்து விட்டாள் இவன் தான் அந்த வெள்ளைசட்டைகாரனின் நிர்வாக இயக்குனராக இருக்கவேண்டும் என...... பின் அவள் மறுபடி அடையாள அட்டையை காட்டி உள்ளே நுழைந்தாள். அங்கு அந்த வெள்ளை சட்டைகாரனிடம் சிரித்து பேசிக் கொண்டிருந்தான் ஆர்யா. அதை பார்த்தவளுக்கு மேலும் ஒரு அதிர்ச்சி. அதே அதிர்ச்சியுடன் உள்ளே சென்று ஆர்யாவின் அருகில் இருந்த இருக்கையில் அமர்ந்தாள். அப்போதுதான் அவளை கவனித்த ஆர்யா "ஓய் மன்ச்கின் மீட் மிஸ்டர்.அன்பு, நான் முன்னாடி வொர்க் செஞ்ச கம்பெனியோட ஸ்டார் ரிப்போர்ட்டர், இப்ப நடக்குற மீட்டிங்காக இங்க வந்துருக்கார்". அவன் கூறிய அனைத்தையும் கேட்டவள் அவனிடம் "ஹலோ சார்" என்ற ஒற்றை வார்த்தையோடு முடித்துக்கொண்டவள் மனதினுள் 'அப்போ ரிப்போர்ட்டர் வேலையும் பண்ணிக்கிட்டு, கன்சைன்மெண்ட் வேலையும் தனியா பண்ணிட்டு சுத்துறானா, இங்க வந்ததுக்கு நமக்கு ஒரு நல்ல கன்டென்ட் கிடைக்கப் போகுது' என மனதினுள் நினைத்துக்கொணடாள். அதன்பின் ஆதியும் வர செய்தியாளர் சந்திப்பு இனிதே முடிவடைந்தது.

பிறகு ஆதியை வளைத்து வளைத்து புகைப்படம் எடுத்துத் தள்ளினர். ஆதியின் கண்களோ ஆர்யாவிற்கு அருகில் இருக்கும் தனுவையே முறைத்துப் பார்த்தது. ஆனால் அவளின் எண்ணம் முழுவதும் அந்த வெள்ளை சட்டைகாரனான அன்புவே இருந்தான். எப்படியும் இவனைப் பிடித்தால் அணைத்தும் தெரிந்துவிடும் என நினைத்துக்கொண்டாள் தன்விகாஷா, ஆனால் அவளுக்குத் தெரியவில்லை அதற்காக அவள் உயிரையும் வாழ்க்கையையும் பணயம் வைக்க வேண்டியது

வரும் எனறு........

தற்போது தனுவின் யோசனை அவனை பின்தொடர்வதாகவே இருந்தது. 'அவனை பாலோ செய்து என்ன செய்வது?' என்ற எண்ணமும் அவளிடம் வந்தது. இருந்தாலும் 'ஏதாவது க்ளூ கிடைக்கும்' என நினைத்தாள் 'ஆனால் எப்படி அவனை எப்டி செய்றது?. இந்த விக்கி வேற ஸ்கூட்டி சாவிய கைல எடுத்தாலே நெற்றிக்கண்ணை வச்சே சாம்பல் ஆகுற அளவுக்கு முறைக்கிறான். இனி அவன்கிட்ட கவனமா இருக்கனும்' என நினைத்தவளுக்கு அதன் பிறகே 'புதிதாக ஒரு மைதாமாவு அடிமை சிக்கியுள்ளது' நினைவுக்கு வந்தது. அதுவரை தன் அண்ணனின் ஆளுமையான பேச்சால் பிரம்மித்து அமர்ந்திருந்தவன், உள்ளுணர்வு தோன்ற திரும்பி அவனது மன்ச்கின்னை பார்த்தான். 'ஆடு தானா சிக்கிடுச்சு' என அவள் பார்வையை வைத்தே கண்டு கொண்டவன், திருதிருவென முழித்தான். பிறகு தன்னை மீட்டுக் கொண்டவன் "என்ன இப்படி பாக்குற மன்ச்கின்" என சந்தேகத்துடன் கேட்டான். அவனது 'மன்ச்கின்' என்ற அழைப்பில் ஒரு நிமிடம் அவனை கண்கள் சுருங்க முறைத்தவள், 'தற்போது ஏதாவது பேசினால் காரியம் கெட்டுவிடும் எனவே பொருத்து இருந்து அவனை வைத்து செய்வோம்' என அவனிடம் ஒரு சிரிப்பை உதிர்த்தாள். "ஐ நீட் எ லிட்டில் ஹெல்ப் ஆருமா" என்றாள். அதற்கு அவனோ இவள் சிரிப்பும் பேச்சும் சரியில்லையே என யோசித்தவன் "என்ன ஹெல்ப் வேணும் மன்ச்கின்" என கேட்டான்.

அதற்கு அவளோ "இந்த மீட் முடிஞ்சு வெளிய போன உடனே நான் சொல்றத, ஏன் எதுக்குன்னு கேட்காம பண்ணுறியா ப்ளீஸ்........" என அவனிடம் கிட்டத்தட்ட கெஞ்சினாள். தனது வருங்கால அண்ணி தன்னிடம் கெஞ்சுவதை பார்க்க முடியாதவனாக, "ஓகே" என்ற ஒற்றை சொல்லில் முடித்தான். அந்த வெள்ளை சட்டைகாரனோ கடைசி வரிசையில் கடைசியாக அமர்ந்திருந்தான். அவனைத் திரும்பி ஒரு பார்வை பார்த்தவள், 'இவன் ரிப்போர்ட்டர் மாதிரியே தெரியல இதுல ஸ்டார் ரிப்போர்ட்டர் வேறயாம்' என மனதினுள்ளே கருவினாள். சிறிது நேரத்தில் அந்த கூட்டம் முடிந்துவிட அனைவரும் வெளியேறினர். ஆர்யா அவனது அனார்கலியை முறுக்க, "அந்த வெள்ளை சட்டைக்காரன் இப்பதான் கார் பார்க்கிங் போறான் அவன தான் நாம இப்ப ஃபாலோ பண்ண போறோம்" என்று கூறினாள். அதற்கும் அவனோ

"நோ வே, ஹி இஸ் எ ஸ்டார் ரிப்போர்ட்டர், ஸோ ஐம் நாட் ஏபில் டு பாலோ ஹிம்" என ஆங்கிலத்திலே கூறினான். இவனது பதில் இப்படித்தான் இருக்கும் முன்பே நினைத்தவள், "டு வாட் ஐ சே" என்று அவனின் மீது இருந்த கோபத்தை அவனது அனார்கலியை உதைத்து தீர்த்துக் கொண்டாள். அதைக்கண்ட ஆர்யாவுக்குதான் 'உயிர் போய் உயிர் வந்தது' இருக்காதா பின்ன அவனின் ஆசையான அனார்கலியை, சிறு கீறல் கூட விழாமல் பத்திரமாகப் பாதுகாத்து வந்தவனாயிற்றே.

வேகமாக பைக்கை விட்டு இறங்கியவன் அவன் உதைத்த இடத்தை அவனது கைக்குட்டையை கொண்டு துடைத்தான். அவனது செய்கையை கண்டு கொள்ளாமல் "நீ என்கிட்டே முன்னாடியே சொல்லிட்டே ஸோ யூ மஸ்ட் பாலோ ஹிம் அன்ட் யூ டோன்ட் ஹேவ் எனி அதர் ஆப்ஷன்" என கூறினாள். எதற்கு என தெரியாவிட்டாலும் வெள்ளை சட்டைக்காரனான அன்புவை பின்தொடர தொடங்கினான். அவனை பின்தொடரும் நேரத்தில், வழியில் இருவரும் எதுவும் பேசிக்கொள்ளவில்லை.....

அன்புவின் வாகனம் நேராக போய் நின்றது ஆள் அரவமற்ற தெருவில் உள்ள இரண்டடுக்கு வீட்டின் உள்ளே தான். அந்த தெருவின் முனையில் ஆர்யாவின் அனார்கலியை நிறுத்த சொன்னவள், அவன் வீட்டினுள் நுழையும் போது அந்த வீட்டை பார்த்து வைத்துக் கொண்டவள், ஆர்யாவிடம் அவனது அனார்கலியை அலுவலகம் செல்லும் வழியில் செலுத்த சொன்னாள்.பிறகு பைக் என சொல்லி அவனிடம் மறுபடி ஒரு பஞ்சாயத்து வேண்டாம் என்ற நல்ல எண்ணம் தனுவின் மூளையில் உதயமானது. அவனும் சொன்ன வேலை முடிந்துவிட்டதால் ஒரு உணவகத்தை நோக்கி சென்றான் 'அந்த நாய் சொன்னதும் ஒருவகையில் சரிதான் போல இவ தேவையில்லாத எல்லா வேலைகளையும் மூக்கை நுழைச்சு வம்ப விலைக்கு வாங்குறதுல பெரிய ஆளுதான்'. 'முதல்ல ஏன் இவனை பண்ண சொன்னான்னு கேட்போம்' என நினைத்தவன் அந்த உணவகத்தின் முன் வண்டியை நிறுத்தினான்.

லிட்டில் ப்ளவர் ரெஸ்ட்டாரன்ட்,

வண்டியானது உணவகத்தின் முன் நிற்பதை பார்த்தவள் "எனக்கு இப்போ பசியில்லை, உன்னோட அனார்க்கலிய நம்ம company என்ட்ரன்ஸ்ல நிறுத்துனா ஐ பீல் வெரி கம்பர்ட்டபிள்" என சலிப்புடன்

தனு சொன்னாள். அதற்கு அவனோ "ஹேய் மன்ச்க்கின் எனக்கு பசிக்குது வா சாப்பிட்டு பொறுமையா போகலாம்" என கூறியவன் உள்ளே நுழைந்தான். வெளியே நிற்க பிடிக்காமல் அவளும் உள்ளே நுழைந்தாள். அங்கு அவனோ தேவையான உணவுகளை சொல்லிவிட்டு அமர்ந்து இருந்தான். அவனுக்கு எதிர் இருக்கையில் அமர்ந்தவள் "ஏன் என்ன மன்ச்கின்-னு சொல்ற?, ஐ நெவர் அலோ எனி பீப்பிள் டு கால் மீ வித் நிக் நேம்" என மிகவும் சாதாரண குரலில் கேட்டாள். அதற்கு அவனும் சாதாரண குரலில். "ம்ம்ம் இட்ஸ் ஓகே, பட் ஐ லைக் தட் நைம்" என கூறினான். திரும்பவும் மலையேற தொடங்கிய தனு "ஏன்டா மைதா மாவு நீ பனைமரத்துல பாதி வளந்துட்டு என்ன குள்ளை-னு சொல்றியா?" என அவனின் தலைமுடியை பிடிக்க எக்கினாள். ஆனால் அவனோ அவளிடம் இருந்து லாவகமாக தப்பித்தான்.

அதற்குள் கேட்ட உணவுகளை பேரர் பறிமாறத் தொடங்கினார். சிக்கன் பிரியாணி, சிக்கன் டிக்கா, பொரித்த மீன் என அவர் அடுக்கிய அனைத்தும் அசைவ உணவாக இருந்தது. ஆனால் இன்றோ சனிக்கிழமை, 'இன்னைக்கு மட்டும் நான்-வெஜ் என்றால் தன்விக் தாண்டவமாடுவான்' என்பது அவளுக்கு நன்றாகத் தெரியும். அனைத்து உணவுகளையும் பாதியாக பிரித்து அவள் புறம் வைத்தவன் "உனக்கும் சேர்த்துதான் ஆர்டர் பன்னுனது ஸோ ப்ளீஸ் சாப்பிடு" என கூறியவன் உணவில் கவனத்தை செலுத்தினான். ஏனோ ஆர்யாவின் செயல்கள் அனைத்தும் தன்விக்கையே அவளுக்கு நினைவுபடுத்தியது.

அவளுக்கு தன்விக்கை நினைத்து பயம் இருந்தாலும், 'என்ன வந்தாலும் பார்த்துக்கொள்ளலாம்' என நினைத்து அனைத்து உணவுகளையும் ஒரு பிடி பிடித்தாள். அவனும் உண்டு முடித்த பிறகு இருவரும் ஒன்றாக கை கழுவி விட்டு வந்து அமர்ந்தனர். இருவரிடமும் சிறிது நேரம் மௌனம் ஆட்சி புரிய அதை கலைக்கும் விதமாக ஆர்யாவை பேச்சை தொடங்கினான். "சொல்லு என்ன பிரச்சனை?" என அவன் அழுத்தமாக அவளின் கண்களை பார்த்து கேட்டான். ஏனோ அவனிடம் வெள்ளைசட்டைகாரன் அன்பு பேசிய அனைத்தையும் ஒன்று விடாமல் கூறிவிட்டாள். யாரையும் எளிதில் நம்பாத தான் ஒரு மூன்று மணி நேரம் பழகிய அவனிடம் ஏன் அனைத்தையும் கூறுகிறோம், அதிலும் தான் ஆதியை சந்தேகப்படுவது முதற்கொண்டு அவனிடம் எதனால் கூறுகிறோம் என அவளுக்கு சுத்தமாக தெரியவில்லை.

அதேபோல் காலையில் இருந்து அவன் தன்னிடம் எடுத்துக்கொண்ட அக்கறையை பற்றியும் அவள் மனது கேள்வி எழுப்பியது. அந்த வெள்ளை சட்டைக்காரனை பின்தொடர சொல்லும்போது, 'முடியாது' என்று சொன்னானே தவிர 'ஏன் அவனை ஃபாலோ செய்ய வேண்டும்?' என கேள்வி கேட்கவில்லை....... அவனுடைய வண்டியை உதைத்த போதும் அவளிடம் கோபப்படவில்லை மாறாக தன்னுடைய வண்டிக்கு, ஏதாவது ஆகிவிடும் என்ற கவலைதான் தான்..... தற்போது பசி இல்லை என வெளியில் நின்ற போதும் எதுவும் சொல்லாமல் உள்ளே சென்றவன், அனைத்து உணவுகளையும் இரண்டாக ஆர்டர் செய்-தான்........ தன்விக்கிடம் கூட சொல்ல தோன்றாத அனைத்தையும் இவனிடம் கூறினாள். தனு கூறிய அனைத்தையும் கேட்டவனுக்கு எப்-படி ரியாக்ட் செய்வது எனவே தெரியவில்லை. "இந்த விஷயத்துல நம்ம பார்ட்னரா இருக்கலாம். இத பத்தி நம்ம நெக்ஸ்ட் மூவ் எடுக்கும்போது சேர்ந்தே பன்னலாம்"

அவனின் அண்ணனின் மீது அவனுக்கு சந்தேகம் எல்லாம் இல்லை தான்.... இருந்தாலும் ஒரு முறை கேட்டு தெளிவுபடுத்திக் கொள்ள-வேண்டும் என நினைத்தவன், அனார்கலியை ஸ்டார்ட் செய்து அவளை அலுவலகத்தில் இறக்கி விட்டுவிட்டு மீண்டும் தன்னுடைய அண்ணனின் கம்பெனியை அடைந்தான். நேராக அறையினுள் யாரையும் கேட்காமல் நுழைந்தவன் அங்கே கண்டது, கதிரை வறுத்து எடுத்துக் கொண்-டிருக்கும் அவனின் அண்ணனை. "ஒரு மீட்டிங்க கூட உன்னால அரேஞ்ச் பண்ண முடியல இல்ல?" என உறுமினான். அவன் முன்னே கதிரோ குனிந்த தலை நிமிராமல் இருந்தான். ஆர்யா அண்ணனிடம் "அண்ணா கொஞ்சம் பேசணும்" என்றான் தீவிரமான முகபாவத்துடன், அவனின் முகத்தை வைத்தே ஏதோ முக்கியமான விஷயம் தெரிந்து கொண்டவன் "வாடஸ் த மேட்டர்?" என நேராக விஷயத்திற்கு வந்-தான். "அது கொஞ்சம் பெர்ஸனல்" என கூறவும், ஆதி சொல்லும் முன்பே அறையில் இருந்து வெளியேறினான் கதிர். "அண்ணா கதி-ரண்ணா என்ன செஞ்சாரு? அவர ஏன் அப்படி திட்டுறீங்க? அவரு என்ன பண்ணாரு?" என வினவினான் வந்த காரியத்தை இரண்டாம்-பட்சமாக கருதி.... அதற்கு அவனும் "வாட்ஸ் த மேட்ட்ர்?" என மறுப-டியும் உறுமினான். தனு கூறிய அனைத்தையும் ஒன்றுவிடாமல் கூறிய-வன் ஆதியை சந்தேகப்படுவதை மட்டும் கவனமாக தவிர்த்தவன் மற்ற

அனைத்தையும் கூறினான். இதைக் கேட்டவன் கண்களோ கோபத்தால் சிவந்தது. "கதிர்" என அவனை அழைத்தான். இவ்வளவு நேரம் அவன் திட்டியது அனைத்தையும் மறந்து அவன் குரலில் இருக்கும் பதட்டத்-தையும் கோபத்தையும் கண்டறிந்து கொண்டவன், "என்ன பாஸ் ஏதாவது பிரச்சனையா?" என கேட்டான். அண்ணன் தம்பி இருவரும் அவனை ஒரு மெச்சுதல் பார்வை பார்த்தவர்கள், "கம் ஆன் கைய்ஸ் லெட்ஸ் ப்ளே எ கேம், த மெய்ன் ரூல் ஆப் தி கேம் இஸ் பைன்ட் எ திங்க்"

என கூறியவன் கண்காணிப்பு கேமரா மூலம் தேடுதல் வேட்டையை தொடர்ந்தான்.......

****

அடுத்த நாள் காலை உறக்க கலக்கத்தில் வெளியே வந்த தனு செய்தித்தாளை உள்ளே எடுத்துச் சென்றாள். அதில் அவள் கண்டது "பிரபல தனியார் தொலைக்காட்சியின் ஸ்டார் ரிப்போர்ட்டர் கொடூரக்-கொலை" கீழே வெள்ளை சட்டைகாரனின் போட்டோ.......

****

6

தி ஜெய்ன்ட் ரிலே,

ஆதியும் ஆர்யாவும் கண்காணிப்பு அறையினுள் சென்று காலை முதல் அனைத்து காட்சிகளையும் பார்த்தனர். அப்போது அந்த அறையினுள் நுழைந்த ஐம்பதுகளின் தொடக்கத்தில் இருந்த மனிதர் சிவராமன் "வாட் இஸ் திஸ் ஆதி?" என வினாவினார். அவர் தந்தையின் காலத்தில் இருந்தே இந்த கம்பெனியில் உள்ளதால் அவருக்கு தகுந்த மரியாதையை ஆதி தந்துவிடுவான் "பதட்டபடுற அளவுக்கு பெரிய இஸ்ஷியூ இல்ல அங்கிள், நம்ம கம்பெனியில ஏதோ கன்சைன்மெண்ட் நமக்கு தெரியாம வந்திருக்காம் அதான் புட்டேஜ்ஜஸ்ஸ செக் பன்றோம்" என கூறியவன் மீண்டும் பதிவானவைகளை கவனிக்க ஆரம்பித்தான். அவனின் அருகில் நின்று கொண்டு தீவிரமாக திரையை நோட்டம் விடும் ஆர்யாவை கண்டவர், "என்னப்பா ஆர்யாகுட்டி இந்த மன்த் என்ட் வீட்டுக்கு வரவே இல்லையே?" என்றார். அப்போதுதான் அவரை பார்த்தான் ஆர்யா. "ஹாய் அங்கிள்" என அவரை தாவி அணைத்தவன். "ஸாரி அங்கிள் ஹெவி வொர்க் லோட், கம்மிங் வீக் என்ட் கண்டிப்பா வர்றோம், ஆமா என்னோட டார்ல்ஸ் என்ன பண்றாங்க" என வினவினான். "உன்னோட டார்ல்ஸ் வீட்லதான் இருக்கா, அவளுக்கு என்ன என் சம்பாதியத்துல ஜாலியா இருக்கா" எனக் கூறியவர் பிறகு வருவதாக சைகை செய்துவிட்டு கிளம்பினார்.

எப்போதும் ஆர்யாவும் ரிஷித்தாவும் அடிக்கடி அவர்கள் வீட்டிற்கு செல்வது வழக்கம். சிவராமனுக்கு குழந்தைகள் இல்லாததால் இவர்களையே தங்களது குழந்தைகளாக பாவித்தனர். அதன் பிறகு அவன் மீண்டும் திரையில் நடப்பவற்றை கவனிக்கத் தொடங்கினான். சந்திப்பு நடக்கும் முக்கால் மணி நேரத்திற்கு முன்பு வோக்கல் பார் லோக்கலின்

வாகனம் வந்தது. ஆனால் அதில் செய்தியாளர் அன்பு வரவில்லை. சிறிது நேரத்திற்கு பின்பு தான் அவன் மகிழுந்தை தறிப்பிடத்தில் நிறுத்திவிட்டு வெளியே வந்தான். அதை, பார்த்த ஆர்யா தன் அண்ணனிடம் "அண்ணா அந்த வெள்ளை சட்டை காரன் தான் அன்பு" என்றதும் ஆதியும் சிறிதாய் தலையை அசைத்தான். உள்ளே வந்த அன்பு நேராக அவன் நிறுவன வாகனத்தை சென்று பார்த்தான். பிறகு ஒளிப்பதிவாளருடன் பேசிக்கொண்டே உணவகத்திற்குள் நுழைந்தவன் டீயை குடித்து முடித்தான். பிறகு வெளியே வந்தவன் மறுபடியும் அந்த வேனினுள் சென்று கருப்பு கலரில் இருந்த பெரிய நெகிழி பை ஒன்றை எடுத்துக்கொண்டு வெளியே வந்தான். வெளியே வந்தவனிடம் நிருபர் என்பதற்கான எந்த அடையாளமும் இல்லாதவாறு அடையாள அட்டையை கழட்டி வைத்துவிட்டு, கருப்பு முழுக்கை சட்டையும், தலையில் தொப்பியும் மற்றும் ஒரு கைக்குட்டையை வைத்து முகத்தை முழுவதும் மூடியும் இருந்தான்.நேராக கேன்டீனுள் சென்றவன் அந்த நெகிழி பையிலிருந்து, ஒரு சிறிய கவரை எடுத்து ஒரு மேசையின் அடியில் வைத்தான்.

ஆதி இருவரையும் பார்க்க உடனே ஆர்யாவும், கதிரும் உணவகத்தை நோக்கி சென்றனர். அங்கே அன்பு வைத்த இடத்தில் தேடிப் பார்த்தபோது அவன் வைத்த பை அங்கே இல்லை. இருவருக்கும் மிகப்பெரிய ஏமாற்றம். இருவரும் உணவகத்தையே அலசி ஆராய்ந்தனர். சந்திப்பு முடிந்தவுடன் ஊழியர்கள் அனைவருக்கும் விடுமுறை என்பதால் உணவகத்தினுள் யாரும் இல்லை. அது இவர்களுக்கு தேடுவதற்கு வசதியாய் போனது. உள்ளே உணவு சமைக்கும் இடத்தில் தேடிப் பார்க்கும் போது அந்த கருப்பு நிற பை பத்திரமாக அந்த இடத்தில் இருந்தது. உள்ளே திறந்து பார்த்ததில் அணைத்தும் போதைப்பொருட்களாக இருந்தது இருவருக்கும் அதிர்ச்சிக்கு மேல் அதிர்ச்சியாக இருந்தது. "ஏன் இதை, அவன் இந்த கம்பெனியில் வைக்க வேண்டும்?". "அது எப்படி உணவு சமைக்கும் அறைக்குள் வந்தது?". "யார் அவன் வெளியே வைத்த கவரை உள்ளே கொண்டுவந்து வைத்தார்கள்?". "வைத்தவர்கள் கவரைப் பிரித்து கூட பார்த்து இருக்க மாட்டார்களா?" என பல கேள்விகள், இருவரின்ரின் மனதிலும் இருந்தது. பையை எடுத்துக் கொண்டு வெளியே வரும்போது ஆதி தரிப்பிடத்தில் இருந்தான். தனது தம்பியை நோக்கி சாவியை வீசினான், அதை பிடித்த ஆர்யாவும் காரை ஸ்டார்ட் செய்தான்.

கதிர் அவனுக்கு அருகில் அமர்ந்திருக்க, பின்னால் ஆதி அமர்ந்திருந்தான். அவர்களின் கார் நகருக்கு வெளியில் பறந்தது. அப்போது ஆர்யாவின் போன் அடித்தது, அழைப்பு மணியோசையை வைத்தே அது தனது தங்கை என அறிந்து கொண்டான், ஆனால் அவனது மொபைல் ஆதியின் கையில் இருந்தது. ஆதி அழைப்பை ஏற்று ஒலிப்பெருக்கியில் வைத்து கதிரிடம் கொடுத்தான். அந்த பக்கம் ரிஷித்தாவே "டேய் ஒழுங்கா கூட வர முடியாதா?, என்னடா உனக்கு அப்படி வேலை? இங்கேயே எவ்வளவு நேரம் நிற்கிறது. சீக்கிரம் வா, என்ன புரிஞ்சுதா? ஹலோ, பேசவே மாட்ற? நான் பேசுறது கேக்குதா?" என அவனிடம் கேட்டாள். ரோட்டை பார்த்து வண்டியை ஓட்டிக்கொண்டே "கொஞ்சம் மூச்சு விடு பாப்பு, ஐம் இன் லிட்டில் வொர்க் ஸோ ட்ரைவர் வருவாரு, ஓகே வா" என கேட்டவனிடம் அவனின் பாப்பு என்ற அழைப்பை வைத்தே அவன் ஏதோ முக்கியமான வேலையில் இருக்கிறான் என்பதை உணர்ந்தவள் "ஓகேண்னா டைம்க்கு சாப்பிடு, சீக்கிரம் வீட்டுக்கு வந்திடு பை" என்று போனை வைத்தாள். இவர்கள் இருவரின் பாசப்பிணைப்பை கவனித்த கதிர் உள்ளம் நெகிழ்ந்தான். ஆனால் பின்னால் அமர்ந்திருந்த ஆதியின் முகமோ பாறைபோல் இறுகிதான் இருந்தது. அப்போதுதான் ஆதியின் அருகில் இருந்த கவரை கவனித்தான் கதிர். ஆர்யாவை கூப்பிட்டு கண்களால் ஆதியின் அருகில் இருக்கும் கவரை காட்டினான். இவர்கள் கொண்டு வந்த கவரை கதிர் காலுக்கடியில் வைத்திருந்தான். அப்போதுதான் இருவருக்கும் ஒன்று நினைவு வந்தது. 'அன்பு எடுத்து மொத்த கவரில் பாதியே இவர்கள் எடுத்து வந்தது அப்படி என்றால் மீதி தான் ஆதியிடம் இருக்கும் போல' என எண்ணிக் கொண்டனர். ஆனால் எப்படி அவன் கைக்கு அந்த கவர் கிடைத்தது என இருவருக்கும் தெரியவில்லை. நடந்தது இதுதான்.......

ஆர்யாவும் கதிரும் அறையை விட்டு வெளியேறிய பின்னும் ஆதி, கண்காணிப்பு காட்சிகளின் மூலம் அன்பு என்ன செய்து கொண்டிருக்கிறான் என்பதை கவனித்துகொண்டிருந்தான். பெரிய நெகிழி பையிலிருந்த மற்றொரு கருப்பு பையை நேராக ஆதியின் அறைக்கு வெளியே இருக்கும் குப்பைத் தொட்டியில் போட்டுவிட்டு சென்று விட்டான். அதன் பிறகு அதில் அடுத்த முப்பது நிமிட காட்சிகள் பதிவாகவில்லை. அறையிலிருந்து வெளியே வந்த ஆதி நேராக அந்த குப்பைத் தொட்டியைத் திறந்து பார்த்தான். அதில் எதுவும் இல்லை..... அறையினுள் சென்று

அனைத்து அலமாரியையும் திறந்து பார்த்தான். எங்கும் அந்த பை கிடைக்கவில்லை. உள்ளுணர்வு தோன்ற அவனின் டேபிளின் அடியில் பார்த்தான். அங்கே அந்த கருப்பு நிற கவர் இருந்தது.....

அவனது செவியில் "அச்சுமா இன்னைக்கு நம்ம கம்பெனியில 3G கொண்டுவரத பத்தின மீட்டிங் அட்டென்ட் பண்ணிட்டு என்னோட ரூமுக்கு போனா, அங்க கருப்பு கவர் டேபிள் அடியில் இருந்தது அது ஃபுல்லா போதைமருந்து. அது என்னோட போலீஸ் பிரண்டு கிட்ட கொடுத்துட்டு இப்பதான் வந்தேன்." என்ற சொற்கள் அவன் செவிகளில் இன்று கேட்பதைப் போல் உணர்ந்தான் அதன்பின் ஒரு வாரத்திற்குள் தாய், தந்தை இருவரும் ஆக்சிடெண்டில் இறந்தனர். 'அப்படியெனில் இது என்னுடைய சாம்ராஜ்ஜியத்தை அழிப்பதற்காக அவர்கள் போடும் திட்டமா?' 'இவ்வளவு நாள் அப்பா அம்மாவின் இறப்பிற்கு காரணமான அவர்களை எப்படி கண்டுபிடிக்காமல் விட்டேன்? அவர்கள் மட்டும் சிக்கட்டும்' சிந்தித்துக் கொண்டிருந்தவனின் முகம் இறுகியது. மூவரும் நகருக்கு வெளிப்புறம் இருக்கும் ஒரு கம்பெனியை அடைந்தனர். அங்கு அவர்களுக்கு முன்னரே இருவர் நின்றிருந்தனர். ஆதி அங்கு வருவது அவர்களுக்கு முன்னரே தெரியும் போல, இருவரும் வந்து இவர்களை அழைத்துக்கொண்டு உள்ளே சென்றனர். அனைத்து போதைப்பொருட்களையும் உயர் வெப்பத்தில் எரித்து அழித்துவிட்டனர்.

ஹோலி ஹார்ட் காலேஜ்,

தோழிகள் இருவரும் நாளை முதல் தாங்கள் போகப்போகும் , பயிற்சி பற்றி பேசிக்கொண்டே கல்லூரியை விட்டு வெளியே வந்தனர். "அப்பாடா பேபிமா இந்த ஒன் மந்த் நம்ம காலேஜுக்கு வரத்தேவையில்லை இன்டர்ன்ஷிப் போறோம், பன் பண்றோம்" என்று கூறிய ருத்திக்கா ரிஷித்தாவின் கையை பிடித்து ஒரு சுற்று சுற்றி தனது மகிழ்ச்சியை வெளிப்படுத்தினாள். பிறகு இருவரும் உள்ளங்கையை அடித்துக் கொண்டனர். அப்போது தான் ரிஷித்தா ஒன்றை கவனித்தாள். ஆர்யா எப்போதும் அவள் கல்லூரியை விட்டு வருவதற்கு முன்பே வந்து நிற்பான், ஆனால் இன்னமும் அவனை காணவில்லை. அதன் பிறகே அவனுக்கு அழைத்தாள். அவனும் ஏதோ வேலையாக இருப்பதை தெரிந்து கொண்டவள் அமைதியாக ஓட்டுனர் வரும் வரை காத்திருந்தாள். அவளுடன் ருத்திக்காவும் இருந்தாள். சிறிது நேரத்தில் ஓட்டுனர் வந்து விட ரிஷித்தா கிளம்பினாள். தன் தோழி கிளம்பியதும் ருத்திக்கா

ஸ்கூட்டியில் வீடு சென்றாள்.

கிரீன்வைல் ரெஸிடென்ஸி,

வீடு சென்ற ரிஷித்தா ஏனோ ஆர்யாவை ம. ஆர்யாவுடன் கல்லூரியை விட்டு வரும் வழியில் அவள் என்ன மிகவும் தேடினாள். எதை கேட்டாலும் அதனை முதலில் ஆர்யா வாங்கி தந்து விடுவான். ஏதாவது இடத்திற்கு செல்ல வேண்டும் என்று கூறினாலும் அவளை கட்டாயம் அப்போது நேரம் இருந்தால் கூட்டி செல்வான் அல்லது அந்த வாரத்தின் இறுதி நாட்களில் கூட்டி சென்று விடுவான். அப்படியே தினமும் இருந்து பழக்கப்பட்டவள் இன்று ஒரு நாள் அவன் வராததை அவளால் தாங்க முடியவில்லை. அப்படியே வீட்டு வரவேற்பறையில் உள்ள இருக்கையில் சரிந்தாள். ஏதேதோ யோசித்தவள் அமைதியாக உறங்கியும் போனாள். அவள் எழுந்து பார்க்கும் போது மணி ஒன்பது,நாற்பது. மதியம் உண்ட உணவு, இன்னும் உணவுகூட உண்ணவில்லை. ஆர்யா ஏதாவது வேலையில் இருப்பான் என நினைத்தவள் ஆதியின் எண்ணிற்கு அழைத்தாள்.

சரியாக அப்போது ஆதி கதவைத் திறந்தான். ஆர்யாதான் திறக்கிறான் என்று நினைத்தவள், ஒரு சிரிப்புடன் கதவை நோக்கி சென்றாள். அங்கே ஆதி இருந்தான், இவளுக்கு ஆர்யா இன்னும் வராததால் கண்ணீர் இரு கண்களிலும் முட்டிக்கொண்டு நின்றது. அதை ஆதி கவனித்தாலும் இறுக்கமான முகத்துடன் உள்ளே நுழைந்தான். அதன் பிறகே ஆர்யா நுழைந்தான். தூரத்தில் வரும்போதே தங்கையின் கண்ணீரை பார்த்தவன், அவளது மனதை மாற்றும் விதமாக "அடியே அண்ணன் வேலை டையர்ட், ஸோ போ போய் ஹாட் வாட்டர ரெடி பன்னு", என்று கூறியவாறே உள் நுழைந்தான். இவளுக்கும் தெரியும் அவன் தன் அழுகையை பார்த்தவுடன் பேச்சை மாற்றுகிறான் என. எதுவும் பேசாமல் அவனை ஒருமுறை அணைத்தவள், அவனின் தலைமுடியில் கைவிட்டு மாவட்ட துவங்கினாள். "ஏண்டா தடிமாடு சீக்கிரம் கூப்பிட்டா உன்னால வர முடியாதா?" என்று கேட்டாள். அதற்கு அவனும் "அடியே விடு, நாளையிலிருந்து ஐம் இன் ஆன் டைம்"என்று கூறினான். அவளின் கைகள் வலிக்கவும் அவன் தலை முடியில் இருந்து கைகளை எடுத்தவள், "நாளையிலிருந்து இன்டர்ன்ஷிப்க்கு குளோப் டுடேதான் நானும் ருத்திமாவும் வரப்போறோம், ஸோ அதுக்கு கொஞ்சம் பெர்மிஷன் வாங்கனும்" என்றாள்.

அதற்கு அவனோ "ம்ம்ம் அத பார்த்துக்கலாம், புதுசா அண்ணன் கம்பெனிக்கு போறானே பர்ஸ்ட் டே எப்டி இருந்துச்சுன்னு ஒரு வார்த்தை கேட்டியா டி" என்றான். "போடா நீ தான் என்ன அழுகவச்சுட்ட இல்ல, இனி நான் கேட்க மாட்டேன்" என்று கூறினாள் அவள். பேசிக்கொண்டே இருவரும் சென்று உணவு மேசையில் அமர்ந்து, உணவகத்தில் இருந்து வாங்கி வந்த உணவை பிரித்து அவளுக்கு ஊட்டி விட்டுக்கொண்டே ஆர்யாவும் உண்டு கொண்டே அன்றைய நாளில் நடந்ததை பேசினார்கள். இடையே "ஆதிண்ணா சாப்பிட்டாச்சா?" என வினவினாள். அதற்கு அவனும் "வரவர உன்னோட ஆதிணா புராணம் லிமிட்ட தாண்டி போகுது பாப்பு, அவன் ஹோட்டலயே சாப்ட்டான், சரி நீ இங்க தனியா சாப்பிடமாட்டனுதான் நான் இங்க வந்து சாப்பிடுறேன்" என்றவள் அவளுக்கு உணவை ஊட்டி விட்டு அவனும் உண்டான்.

அறையில் இருந்த ஆதி அந்த அன்புவை வைத்து செய்ய வேண்டும் என யோசித்துக் கொண்டே டிவியை ஆன் செய்தான். அதில் ‘பிரபல தனியார் டிவியின் ஸ்டார் ரிப்போர்ட்டர் அன்பு கொடூரமான முறையில் கொலை செய்யப்பட்டார்’ என்பதை பார்த்த ஆதியின் ஒற்றை புருவம் ஒருமுறை ஏறி இறங்கியது.

ஸ்கை வே அப்பார்ட்மெண்ட்,

அதிகாலை வேளையில் தனு கண்விழித்தாள். எழுந்தவள் ஹாலில் வந்து "விக்கி" என அழைத்தாள். அவன் அங்கு இருப்பதற்கான அடையாளமே இல்லாத வகையில், அந்த இடமே அமைதியாக இருந்தது. ‘இந்த விக்கி ஜாக்கிங் போயிருப்பான் போல’ என நினைத்தவளின் கவனத்தை கலைத்தது அழைப்பு மணியோசை. "அட அதுக்குள்ள பேப்பர் போட வந்துட்டாங்களா?" என நினைத்தவள் கதவை திறந்தாள். வெளியே கிடந்த நியூஸ்பேப்பரை எடுத்துக் கொண்டு உள்ளே வந்தவள், சோபாவில் அமர்ந்தாள். அவளுக்கு பயங்கர சோர்வாக உணர்ந்தாள். நேற்று ஒரே நாளில் மட்டும் எத்தனை அதிர்ச்சிகள் அதனால், பயங்கர தலைவலி வேறு......

எதேச்சையாக தலைப்புச் செய்தியை பார்த்தாள், பார்த்தவளுக்கு அதிர்ச்சியில் தலையே வெடித்துவிடுவது போல் இருந்தது. "அன்பு எனும் பிரபல தனியார் தொலைக்காட்சி நிறுவனத்தின் ஸ்டார் ரிப்போர்ட்டர், கொடூரமான முறையில் கொலை செய்யப்பட்டார்" என இருந்தது. இந்த செய்தியை பார்த்தவளுக்கு அடுத்து என்ன செய்வது

என்றே தோன்றவில்லை. இன்று ஆர்யாவுடன் சேர்ந்து அன்புவை அவன் வீட்டு வாசலில் மடக்கி பிடிக்க வேண்டும் என்று நினைத்-தாள்...... ஆனால் அதற்குள் அவனது இறப்பு செய்தியால், அவளுக்கு அடுத்து என்ன செய்வது என்று கூட தெரியவில்லை. 'ஒருவேளை அவனுடைய எம.டி இவன் செய்ய வேண்டிய வேலை முடிந்ததும், இவனின் கதையை முடித்து விட்டானோ.....?' என்று யோசித்தவள், அவளாகவே முடிவு செய்து கொண்டாள். இருக்கலாம், பணக்காரர்கள் அவர்கள் மீது இருக்கும் தவறுகளுக்கு சாட்சிகளாக இருப்பவர்களை கொல்லவும் தயங்குவதில்லை, அதில் இந்த ஆதி மட்டும் என்ன விதி-விலக்கா?' என எண்ணிக் கொண்டாள்.

அதற்குள் தன்விக் வீடு திரும்பிவிட, அவனின் ஆருயிர் தோழியின் தீவிர சிந்தனையை கண்டவன் கலக்கமுற்றான். அமைதியாக அவன் அறையில் நுழைந்தவன் 'இவ இப்படி பண்றது சரி இல்லையே?' என்று யோசித்துக் கொண்டே குளித்து முடித்து அறையை விட்டு வெளியே வந்தான். சரியாக அப்போதுதான் சோபாவில் இருந்து ஒரு முடிவு எடுத்-தவளாய் எழுந்தவள் அவனின் வருகையை கவனித்தவளாக, "என்-னடா இவ்ளோ நேரம் எங்க போயிட்டு வர?" என அழுத்தமாக கேட்-டாள். ஆனால் அதற்கு "இஷா எனக்குத் தெரியாம நீ வேற ஏதாவது வேலை பாக்குறியா, என்ன?" என அவனும் அதே அழுத்தத்துடன் கேட்டான். "அப்படிலாம் இல்லையே" என்று தனு சிரித்து மழுப்பினாள். அவள் சிரிக்கும் விதத்தை வைத்தே எதையோ தன்னிடம் மறைக்-கிறாள் என்பதை அறிந்து கொண்டவன், "பின்னாடி எதாவது பிரச்-சனை வரட்டும், பிறகு உன் லைஃப்ல தன்வீக்-ன்ற ஒரு கேரக்டரயே நீ மறந்திடு" என இறுக்கமான குரலில் கூறியவன், சமையலறைக்குள் நுழைந்தான். 'இவன் எப்பவுமே இப்படித்தான் ஏதாவது சீரியஸா பேசு-றேன்னு , அடிக்கடி காமெடி பண்றது' என நினைத்தவள் அலுவலகத்-திற்கு தயாராக அவளின் அறையில் நுழைந்தாள்.

****

7

7

ரோஸ் வில்லோ,

பரந்து விரிந்திருந்த பங்களா, அதில் மூன்றாம் அடுக்கில் இருக்கும் பால்கனியில் ஒருவன் அமர்ந்து இரவின் அழகை தனிமையில் ரசித்தவாரே, தாடியை தடவிக்கொண்டு அமர்ந்திருந்தான். அரை மணி நேரம் இவ்வாறே அமர்ந்து இருந்தவனின் எண்ணிற்கு ஒரு அழைப்பு வந்தது, ஏ.கே என்ற எழுத்துக்கள் அவன் திரையில் மின்னியது, முழு அழைப்பு வந்த பிறகு அதுவே தானாக துண்டிக்கப்பட்டுவிட்டது. மறுபடியும் எதிர் முனையில் இருந்து அழைப்பு வரும் என காத்திருக்காமல் இவனே அழைத்தான். எதிர்முனையில் அழைப்பு ஏற்கப்படதும் "ஹலோ ஏ.கே" என அழுத்தமாக அழைக்கவும், "சொல்லுங்க பாஸ்" என மிகவும் பவ்வியமாக வந்தது எதிர்முனையில் பேசியவனின் குரல். "நான் சொன்னத எல்லாம் கரெக்டா முடிச்சாச்சா? இல்ல இன்னும் ஏதாவது பாக்கி இருக்கா?" என வினா எழுப்பினான். "ஐயோ பாஸ் நீங்க சொல்லி நான் எதாவது முடிக்காமல் விடுவனா பாஸ்!! நீங்க சொன்ன எல்லாத்தையும் பர்பெக்ட்டா முடிச்சாச்சு. அதே மாதிரி இப்ப அன்பு கதையையும் முடிச்சாச்சு" என்றான், அதே பவ்யம் மாறாமல். "தட்ஸ் பைன், தென் கன்சைன்மென்ட் எப்ப கை மாறுது?" என வினாவினான். அதற்கு எதிரில் இருப்பவனோ "கம்மிங் போர்ட்டின் பாஸ், இப்ப அன்புவும் இல்ல, எப்படி கன்சைன்மென்ட்ட கை மாத்த போறேம்ன்னு ரொம்ப டவுட்டா இருக்கு" என்றான்.

"நம்ம ராக்கி இன்னும் அந்த சேனல்ல தானே இருக்கான். அவன வச்சு டிஸ்ட்ரிபியூட் பண்ண வேண்டியதுதானே, ஸோ ப்ரம் டுமாரோ ஆன்வர்ட்ஸ் ஹி இஸ் த நெக்ஸ்ட் ஸ்டார் ரிப்போர்ட்டர் இன் தி வோக்-

கல் பார் லோக்கல்" என்றான். அதற்கு எதிரில் இருப்பவனோ "ஓகே பாஸ் நீங்க சொல்றபடியே பண்ணிடலாம்", என்றவன் அலைபேசியை வைத்தான். வெளியில் வந்து மீண்டும் நிலவை பார்த்தவனின் கண்க-ளில் வெறும் வெறுமையே இருந்தது. இன்னும் எவ்வளவு நாட்கள் இந்த தனிமையிலே அவதிப்படுவது? எவ்வளவு பணம் இருந்தும் 'சாப்டாச்சா' என்று கேட்கக்கூட ஒரு ஆள் இல்லையே? அவ்வளவு ஏன் இவ்வளவு நேரம் பவ்வியமாக போன் பேசிக் கொண்டிருந்தவன் கூட இவனை பற்-றியோ அல்லது இவனின் நலனை பற்றியோ எதுவும் கேட்காது வைத்து விட்டானே? என சிந்தித்தவன் பின் ஆங்காரமாய் சிரித்தான்....... அதனால் தானே இந்த சமூகத்தை 'இல்லை' 'இல்லை' வருங்கால சந்-ததியை, உருத்தெரியாமல் அழிக்கும் ஆயுதமான போதைப்பொருட்களை அவன் கையிலே எடுத்துள்ளான். இவ்வாறு பல சிந்தனைகள் உழன்ற-வன், அவனுக்கு நிரந்தரமாக இருக்கும் தனிமையுடன் வெறும் தரையில் கை கால்களை குறுக்கி படுத்து உறங்கினான்.

குளோப் டுடே,

சோகமான முகத்துடன் தன்விக்கின் வண்டியில் இருந்து இறங்கிய தனு அமைதியாக உள்ளே நுழைந்தாள். ஆர்யா அவனது கேபினில் அமர்ந்திருக்க, தனுவின் கேபினில் மற்றொரு பெண் அமர்ந்திருந்தாள். இருவரும் அரட்டை அடித்துக் கொண்டிருக்க இவர்களின் அருகே ஒரு பெண் நின்று, இவர்களின் அரட்டையை பார்த்துக் சிரித்துக்கொண்டி-ருந்தாள். இவர்கள் மூவரையும் பார்த்தப்பின் தனுவின் மனதிலோ 'நம்ம மைதாவும் பெரிய ஆளுதான் போல.... வந்த ஒரே நாள்ல நடு ஆபீஸ்ல ரெண்டு பொண்ணுங்களோட கடலை போடுறான்' என மனதில் நினைத்-தவள், அவர்களின் அருகில் சென்ற பிறகுதான் அவள் புரிந்து கொண்-டாள். ஆர்யாவின் சாம்பல் நிற கருவிழிகளை போலவே தனுவின் இருக்கையில் அமர்ந்திருந்த பெண்ணின் கருவிழிகள் சாம்மல் நிறத்தில் இருப்பதை கண்டவள் ஒருவேளை உடன் பிறப்பாக இருக்க வேண்டும் என சிந்தித்துக் கொண்டே....... அவன் அருகில் சென்றாள்.

அப்போதுதான் அவளை கவனித்தவன் "ஹாய் மன்ச்கின்" என கை அசைவு செய்தான். "ஹலோ மைதா" என சிரித்துக்கொண்டே அரு-கில் வந்தவள் பெண்கள் இருவரையும் பார்த்தாள். "இவ என் சிஸ்-டர் ரிஷித்தா, தென் இந்த மேடம் ரிஷியோட ப்ரண்ட் ருத்திக்கா" என இருவரையும் அறிமுகப்படுத்தினான். தோழிகள் இருவரும் "ஹாய்

அக்கா" என கை குலுக்கினார்கள். அவளும் பதிலுக்கு "ஹாய் செல்லகுட்டிஸ்" என இருவரையும் ஒரு முறை லேசாக அணைத்து விடுத்தாள். "பர்ஸ்ட் டே-வே இவ்ளோ போரிங்கா இருக்கு நாலு பேன் தென் ரெண்டு இத்துப்போன கம்ப்யூட்டரையும் தவிர வேற எதுவும் இங்க இல்லையாக்கா..... இதுக்கு நாங்க காலேஜ் போயிருந்தா கூட எனஜாய் பன்னிருக்கலாம் போல......" என அலுத்துக் கொண்டாள் ருத்திக்கா. அவளது பதிலை கேட்ட ஆர்யாவும் அமைதியாக இல்லாமல் "அப்படியே போக வேண்டியது தானே, எங்க ஆபிஸ்ல நாய்ஸ் பொல்லியூஷனாவது குறையும் இல்ல ருத்தும்மா" என்றான் அவளை ஓரக்கண்ணால் பார்த்துக்கொண்டே. அவனின் பதிலை கேட்ட ரிஷித்தா பொங்கி எழுந்துவிட்டாள். "அடே கருவாயா, என் ப்ரண்ட அப்படி கூப்பிட்டாதனு உன்கிட்ட எத்தன டைம் சொல்றது" என அவனின் தலைமுடிக்குள் இவளின் கையை நுழைக்க முயன்றாள். அவள் கையை கொண்டு வரும் விதத்தை வைத்தே கட்டாயம் தலைமுடியை கையோடு எடுக்காமல் விடமாட்டாள் என நினைத்தவன் "ஐம் சரண்டர்" என இரு கைகளையும் தூக்கி நின்றான், அதைப் பார்த்த பெண்கள் மூவரும் சிரிக்க தொடங்கினர்.

அதன் பின் தோழிகளிடம் பழைய பைல்களை கொடுத்து அதை பார்க்கும் படி அனுப்பியவர்கள் பேச ஆரம்பித்தனர்."என்னடா மைதா இப்படி ஆயிடுச்சு, நேத்துதான் அன்பு அவன் எம.டி-கிட்ட உருகுனான், இன்னைக்கு அந்த எம்.டி-யே அவனை போட்டுட்டான்..... நமக்கு கிடைச்ச ஒரே எவிடென்சையும் இப்டி கொன்னுட்டாங்களே" என சோகமாக கூறினாள். அப்போது தான் ஆர்யாவிற்கு, ஆதியை இவள் வில்லனாக கற்பனை செய்துள்ளாள் என்பது நினைவு வந்தது. "யார் இந்த அன்புஓட எம்டி?" என வினாவினான். அதற்கு அவளோ " வேற யாரு தி ஜெய்ன்ட் ரிலே, ஆதிதான்" என கூலாக சொன்னாள். இதை கேட்ட ஆர்யாவுக்கு நெஞ்சு வலி வராத குறைதான். 'உன்ன ஹீரோயினாவும், என் அண்ணன்காரன ஹீரோவாவும் நெனச்சு, உங்கள சேத்து வைக்கணும்ன்னு நெனச்சன் இல்ல....... அந்த பாவத்தை நயகாரா பால்ஸ்ல இருந்து விழுந்தாலும் என்னால தீர்க்கமுடியாது போல' என மனதினுள் புலம்பியவன் வெளியே எதுவும் பேசாமல் "எனக்குத் தெரிஞ்ச வரை அவர் இந்த வேலையை பண்ணிருக்க சான்ஸஸ் ரொம்ப கம்மி தான்" என்றான்.

அதைக்கேட்ட அவளோ "என்னடா அவனுக்கு மரியாதை எல்லாம் பலமா இருக்கு!!!!!! ஒரு நாள் அவனோட கம்பெனில அவன் இங்லிஷ்ல பேசுன பேச்சை எல்லாம் கேட்ட உடனே நீ மரியாதை குடுக்க ஆரம்பிச்சிட்டியா என்ன? அவன் கிடக்கிறான் நெட்ட கொக்கு" என பொரிந்து தள்ளினாள். இதை கேட்ட ஆர்யாவிற்க்கோ 'உன்னய எல்லாம் அன்னியா வீட்டுக்கு கூட்டிட்டு வந்தா நாலே நாளுல குடும்பத்தில புகுந்து கும்மியடிச்சிடுவ' என்று நினைத்தவன்..... பிறகுதான் யோசித்தான், இப்போதைக்கு இவளிடம் எதுவும் கூற வேண்டாம் 'யாரோ ஒருவருக்கு சப்போர்ட் செய்வது போல பேசியதற்கே கிழி கிழியென கிழித்துவிட்டாள், இதில் சொந்த அண்ணன் எனத் தெரிந்தால் உயிருக்கு உத்திரவாதம் இல்லை' என உணர்ந்த ஆர்யா அவளிடம் பேச்சை மாற்றும் விதமாக "நெக்ஸ்ட் என்ன பிளான்?" என கேட்டான்.

ஆர்யாவிடம் பேசிக்கொண்டிருந்த தனு அப்போதுதான் ஒன்றை கவனித்தாள். தன்விக் தரிப்பிடத்திலிருந்து எதுவும் பேசாமல் வந்தது, அவன் வேலையை தொடரும் முன் ஒரு முறையாவது வந்து ஏதாவது பேசி விட்டுத்தான் செல்வான். ஆனால் இன்றோ இவனை இன்னமும் காணவில்லை என்பதை உணர்ந்தவள், ஆர்யாவிடம் "வெய்ட் எ மினிட்" என்று கூறியவள், நேராக தனவிக் இருக்கும் அறைக்கு சென்றாள். அங்கோ, அவன் இறுக்கமான முகத்துடன் கணினியின் முன் அமர்ந்து அவனது வேலையை பார்த்துக் கொண்டு இருப்பதை பார்த்த அவளுக்கு கோபம் மண்டைக்கு ஏறியது. "ஏன்டா, என்ன உனக்கு அவ்ளோ ஸீனா டெய்லியும் வோர்க் ஸ்டார்ட் பண்றதுக்கு முன்னாடி வந்து பேசிட்டு தானே போவ, இன்னைக்கு என்ன புதுசா உன்இஷ்டத்துக்கு, உன்னோட வேலையை பாத்துக்கிட்டு இருக்க?" எனறாள். அதற்கு அவனும் அமைதியாக அதே சமயம் மிக அழுத்தமாக "உன் கூட டைம் ஸ்பென்ட் பண்ண தான் நிறைய பேர் இருக்காங்க இல்ல, நான் வராதது கூட உங்களுக்கு ஞாபகம் இருக்கா மேடம்?" எனறான். இதிலே அவளுக்கு புரிந்து போனது, அவர்களுடன் பேசிக் கொண்டிருக்கும்போது விக்கியின் வருகையை இவள் கவனிக்கவில்லை என....... தெளிவாக புரிந்து கொண்டாள். 'சாருக்கு பொஸஸிவ் போல' என நினைத்தவள் 'விக்கி சினிமாவுக்கும், கதைக்கும் வேணும்னா பொஸஸிவ் அருமையா இருக்கும், பட் ரியல் லைப்ல அது நம்ம ரிலேஷன்ஷிப்பையே ஸ்பாய்ல் பன்னிடும்" என்று கூறியவள், அவன் மதிய

உணவை கையோடு எடுத்துக் கொண்டு, "இன்னைக்கு ஆபிஸ் வோர்க் தான் ஸோ மதியம் கேன்டின் வந்திடு" என கூறியவள் அமைதியாக சென்றாள். தோழி பேசிய அனைத்தையும் கேட்கும்போது தன்விக்கின் கவனம் முழுவதும் கணினியில் இருப்பது போல் பாவனை செய்த-வன் அவள் செல்லுமபோது திரும்பி ஒருமுறை பார்த்தவன் மறுபடியும் வேலையில் கவனம் செலுத்த தொடங்கினான். தன்விக்கின் உணவை எடுத்துக் கொண்டு வரும் தனுவை கவனித்தவன் "என்ன மன்ச்கின் இந்த பாக்ஸை வாங்கத்தான் இவ்வளவு வேகமா?" என நக்கலடித்தான் ஆர்யா. அவன் கூறியதை காதில் வாங்காதவளாய் "நம்ம நெக்ஸ்ட் மூவ்கான ப்ளான் ரெடி" என்று கூறியவள் அவளது திட்டத்தை விவ-ரிக்க தொடங்கினாள்........

தி ஜெய்ன்ட் ரிலே,

RA என்று வர்த்தக உலகில் எல்லோராலும் அழைக்கப்படும் 'ரிஷி ஆதி' அவனது அலுவலகத்தில் அமர்ந்து தீவிர சிந்தனையில் இருந்-தான். அவன் கம்பெனியில், அதுவும் அவன் அறையின் உள்ளே வந்து, போதை பொருட்களை வைக்கும் அளவுக்கு தைரியம் யாரிடம் உள்ளது? அன்பு இரண்டு இடங்களிலும் வைத்த அந்தப் பொருட்கள், அவன் வைத்த இடத்தில் இல்லாமல், மற்றொரு இடத்திற்கு மாற்றி வைப்ப-தன் மூலம் எதிராளி அவனிடம் என்ன கூற வருகிறாரான்? எல்லாவற்-றுக்கும் மேலாக, அன்பு எப்படி நேற்று இரவு கொடூரமான முறையில் இறந்தான்? என பலவகையான கேள்வியின் பிடியில் அவனது மனது சிக்கி இருந்தது. இடையே அந்த 'ஆட்டிட்டியூட் குயினின்' முகம் வேறு மனதில் வந்து அவனது கோபத்தை மேலும் அதிகரித்தது.

"பாஸ்" என்ற ஒரு குரல் அவன் செவியில் விழுந்தது. இதை வைத்தே 'கூப்பிட்டவன் யார்?' என நிமிராமல் கண்டுகொண்டான். அவன் கூப்பிடும் தோரணையை வைத்தே குறைந்தது மூன்று முறை-யாவது "பாஸ்" என அழைத்திருக்க வேண்டும் என்று நினைத்தவன், "சொல்லுங்க கதிர் எனித்திங் இம்பார்டன்ட்?" என்றான். அதற்கு அவனோ "நத்திங் சீரியஸ் பாஸ் பட் நாளைக்கு நடக்குற ஸ்பெக்ட்ரம் ஆக்ஷன் மீட்க்கு டுடே ஈவ்னிங் ப்ளைட் ரிஸர்வ் பன்னனும்" என்றான். அதற்கு ஆதியோ சுருங்கிய நெற்றியுடன் "நைட் flight இருக்கும்ல அத ரிஸர்வ் பன்னுங்க" என்றான். "ஓகே பாஸ் பட் நீங்க ரெஸ்ட்-லெஸ்ஸா இருக்கிங்க, நீங்க கொஞ்சம் ரிலேக்ஸ்.......", என்று அவன்

சொல்லி முடிப்பதற்குள் "டூ வாட் ஐ ஸே" என்றான் இறுக்கமான குர-லில். திரும்பி கதவை நோக்கி சென்றவனை ஆதி "கதிர்" என அழைக்-கவும் அவன் முன் வந்து நின்றான் டேபிளில் பைலை பார்வையிட்டுக் கொண்டிருந்த அவனின் கண்கள் கதிரை நோக்கி திரும்பியது அமை-தியான குரலில் "லெட்ஸ் வீ டிஸ்கஸ் அபவுட் எ ப்ளான்" என்று கூறி-னான்.அதற்கு கதிரும் "யெஸ் பாஸ் சொல்லுங்க" என்றான். ஆதியும் அமைதியான குரலில் அதேசமயம் இறுக்கமான முகத்துடன் பேசத்தொ-டங்கினான்.

****

8

குளோப் டுடே,

தனு அவளுடைய திட்டத்தை ஆர்யாவிற்கு கூறத்தொடங்கினாள். "இன்னைக்கு நமக்கு வோர்க் சிக்ஸ்க்கே முடிஞ்சிடும். ஆனா நம்ம அத எய்ட் வரைக்கும் இழுக்கனும். அந்த அன்பு வீடு கொஞ்சம் அவுட்டர் ஏரியால தான் இருக்கு ஸோ எய்ட்-ஓ க்ளாக் அங்க யாரும் இருக்க மாட்டாங்க. தென் நம்ம அவன் வீட்டை ஒரு இடம் விடாம செர்ச் பன்னுறோம், ஏதாவது க்ளூ கிடைக்குதான்னு பார்க்கலாம், டீல்" என தன்விக்கை நோக்கி தன் கை கட்டை விரலை உயர்த்தி காட்டினாள், அவனும் "டீல்" என கட்டை விரலை உயர்த்தி காட்டினான். அப்போ-துதான் ஞாபகம் வந்தவளாய், "ஆமா மைதா உன் சிஸ்டர் ப்ரண்ட் ருத்திக்காவ பத்தி பேசும்போது கண்ணுல ஒரு ஸ்பார்க் தெரியுதே?" என்றாள். அதற்கு ஆர்யாவும் கன்னத்தில் குழி விழும் அளவுக்கு சிரித்-தவன் பிறகு அவளின் இரு கைகளையும் பிடித்து "எம்மா பரதேவ-தையே உன்னோட கைய கால நினைச்சு கும்பிடுறேன், இத மட்டும் அங்க சொல்லாத அப்புறம் அவ மட்டும் இல்ல, என் பாப்பாவும் என்ன குப்புற போட்டு மேலே ஏறி ஒரு க்ளாஸிக்கல் டான்ஸே ஆடிடு-வாங்க" என வராத கண்ணீரை துடைத்துக்கொண்டு கூறினான். அவன் சொன்ன விதத்தில் தனுவால் சிரிப்பை அடக்க இயலவில்லை சிரிப்புடன் அவளது வேலையை கவனிக்க தொடங்கினாள். அவளுக்கு பொலிட்-டிக்கல் பீட்டில் வேலையை செய்வதில் விருப்பம் இல்லை என்றாலும் கொடுத்த வேலையை செய்யத் தொடங்கினாள்..... 'இன்னும் சில நாட்-களில் க்ரைம் பீட்டிற்கு போகப்போகிறோம் அதுவரைக்கும் நல்லபடியா செய்ய வேண்டியதுதான்' என்பது அவள் எண்ணம். அதன்பின் இரு-வரும் சிறிய வேலை விஷயமாக வெளியில் சென்றுவிட்டு ஆபீஸ்

வந்தனர். அப்போது சரியாக உணவு நேரம் என்பதால் உணவகத்தை அடைந்தனர். ஒரு இருக்கையின் ஒரு புறம் ருத்திக்காவும், ரிஷித்தாவும் அமர்ந்து இருக்க, மறுபுறம் மூலையில் அனுவும், அவளுக்கு அருகே தன்விக்கும் அமர்ந்திருந்தனர். கைகழுவி விட்டு வந்த ஆர்யா மனதினுள்ளே "இப்ப நாம இந்த நாய் பக்கத்துலதான் உட்காரனுமா, இதுக்கு நான் என்னோட ருத்துமா பக்கத்துலயே உட்காருவேன்" என்று நினைத்தவன், பிறகு "அவ அப்படியே விட்டாலும்" என்று முகத்தை சுளித்தவாறே அமைதியாக தன்விக்கின் அருகில் சென்று அமர்ந்தான்.

அப்போதுதான் தன்விக் அவன் அருகில் ஒருவன் அமர்வதை உணர்ந்தவன், நிமிர்ந்து யாரென பார்த்தான். அங்கோ "ஆர்யா" கிட்டத்தட்ட இரண்டு வருடங்களுக்குப் பிறகு இப்போதுதான் அவனுக்கு அருகே அமர்ந்திருக்கிறான். தன்விக்கின் கண்களிலிருந்து ஆனந்தக் கண்ணீர் வராத குறைதான். எப்போதும் போல ருத்திகாவும், ரிஷியும் உணவை மாற்றிக்கொள்ள, மற்றவர்கள் உணவை ஷேர் செய்து கொண்டனர். ருத்திகா ஆர்வக்கோளாறில் பாக்ஸை திறந்தவள், "வாவ் இன்னைக்கு டொமேட்டோ ரைஸா!! செம பேபிமா" என்றவள், தாமதமாக அனைவரும் இருப்பதை உணர்ந்தவள், நாக்கை கடித்துக்கொண்டாள். அப்போதுதான் ஆர்யா அவர்கள் இருவரையும் கவனித்தான் . மனத்தினுள்ளே "மேடம் தான் தினமும் நான் செஞ்ச லன்ச்ச காலி பண்ணுறாங்க போல" என நினைத்தவன் உள்ளுக்குள்ளே புன்முறுவல் பூத்தான், ஆனால் வெளியே எதையும் காட்டிக் கொள்ளாமல் அவளை ஒரு பார்வை பார்த்தான். அதற்குள் தனு அவளுடையதை ஆர்யாவை நோக்கி நீட்டினாள். அவனும் ஒரு வாய் எடுத்து உண்டுவிட்டு "பென்டாஸ்டிக் லெமன் ரைஸ் மனச்கின்" என்று கண்களை மூடி ரசித்து கூறினான். உடனே அவள் "நான் பண்ணல மைதா, திஸ் ரெஸிபி வாஸ் மேட் பை விக்கி" என இருவருக்கும் நடுவே அமர்ந்து தலையை உணவினுள் புதைத்திருந்த தன்விக்கின் தோள்களில் தட்டினாள்.

"உங்க ரெண்டு பேரையும் இன்ட்ரோ கொடுக்க மறந்துட்டேன் பாருங்களேன், ஓய் மைதா இவன் தன்விக் மை ப்ரண்ட், பெஸ்ட்டி, வெல் விஷ்ஷர், அன்ட் எவ்ரித்திங்..... எவ்ரித்திங் இன் மை லைப்...... அன்ட் விக்கி இவன் ஆர்யா, நேத்துதான் நம்ம கம்பெனில ஜாயின் பன்னான் அதுக்குள்ள ரெண்டு பேரும் தோஸ்து ஆகிட்டோம்" என்றாள். இருவரும் ஒருவரை ஒருவர் பார்த்தனர், தவிர முகத்தில் எந்த

விதமான உணர்வுகளையும் காட்டவில்லை. தன்விக்கின் உணவை மறுமுறை உண்ட ஆர்யா "பரவால்ல நாய் நல்லாதான் சமைக்கிறான், பட் என் அளவுக்கு இல்லை" என அவனின் தக்காளி சாதத்தை உன்டான். தன்விக்கோ தனுவின் புறம் திரும்பவே இல்லை....... ஆனால் ஆர்யாவின் ஒரு கால்-ஐ இவன் இரு கால்களுக்குள் வைத்துக்கொண்டே அமைதியாக உண்டான். பெண்கள் மூவரும் உண்டு முடித்து கைகழுவ சென்றனர், ஆனால் ஆர்யாவோ அவர்களிடம் இவனைப் பற்றி சொல்லவும் முடியாமல், அவனை திட்டவும் முடியாமல் பொறுமையாக சாப்பிட்டான். அவர்கள் சென்றதும் "பேபிமா எங்க இருந்துடா இவ்வளவு ஆஸ்ஸமா சமைக்ககத்துகிட்ட, தக்காளிசாதம் பட்டைய கிளப்புது" என கூறிக் கொண்டே ஆர்யாவின் தக்காளி சாதத்தை எடுத்து உண்டான். "டேய் இப்ப என் கால விடுடா இல்லனா, என்ன பண்ணுவேன்னு எனக்கே தெரியாது" என்று உறுமினான். ஆனால் தன்விக்கோ அவனின் உறுமலை சட்டைசெய்யாமல், "பேபிமா உன்ன விட மூணு வருஷம் நான் பெரிய பையன்டா அதுக்காவது மரியாதை குடுடா" என பாவமாக அவன் முகத்தை பார்த்து பேசினான். அந்த கேப்பில் அவனிடமிருந்து காலை உறுவி கொண்டவன் "இந்த நாய்க்கெல்லாம் எவன் வேலை கொடுத்தான்னு தெரியலையே" என புலம்பியபடியே சென்றான். தனு மறுபடியும் தன்விக்கின் அருகில் வந்து அமர்ந்தவள் "ஏன்டா, விக்கி பையா என்கிட்ட ஏதாவது மறைக்கிற?" என வினாவினாள். அதற்கு அவனும் திருட்டு விழியுடன் "இல்லை" என தலையாட்ட, அவனை ஒரு முறை கூர்ந்து பார்த்தவள், பிறகு அவன் எழுந்ததும் அவளும் அமைதியாக கிளம்பினாள்.

ஆர்யாவும் தனுவும் எதிர்க்கட்சித்தலைவர் நடத்தும் பத்திரிக்கையாளர் சந்திப்பிற்கு சென்றனர். போகும் முன் தனு தன்விக்கிற்கு மெசேஜ் செய்து விட்டு சென்றாள். வேலை கவனத்தில் அதைப் பார்க்க மறந்தவன், மாலை ஆறு மணிக்கு கிளம்பும் போது அலைபேசியை எடுத்துப் பார்த்தான். "இப்போ அவ வர்ற டைம் தான்" என நினைத்தவன், நேராக தனுவின் அறைக்குள் சென்றான். அங்கு ரிஷித்தா-தான் அலைபேசியில் பேசிக்கொண்டிருந்தாள். "இல்லடா அவ டைம் ஆகுதுன்னு கிளம்பிட்டா" , எதிர்முனையில்"...........", "என்னது ட்ரைவர் அண்ணாவும் இல்லையா?" எதீரமுனையில் "............", "டேய் கருவாயா, நீயாவது வாடா", எதிர்முனையில் ".........", "இங்க யாரையும்

காணோமே" என தேடிக்கொண்டே திரும்பியவளின் கண்களில் தன்விக் நின்றிருந்தான். "டேய் தனுக்காவோட ப்ரண்ட் இங்கதான் இருக்காங்க" என்றாள் எதிர்முனையில்".........", "m ok" என்று கூறியவாறு, "ஆர்யா உங்க கிட்ட பேசணுமாம்" என்று போனை குடுத்தவள் அவளது பொருட்களை எடுக்க சென்றாள். "ஹலோ" என்றான் ஆர்யா, இந்தப்பக்கம் தன்விக்கோ எதுவும் பேசவில்லை. மறுபடியும் "ஹலோ" என்றான் சற்று சத்தமாக அழைக்க இந்த முறை, "சொல்லுடா பேபி மா, என்ன விஷயம்" என்றவன் குரலில் நக்கல் இருந்ததோ என்னவோ. "என் தங்கச்சிய பத்திரமா கொண்டு போய் வீட்ல விட்டுட்டு நேத்தே அவ பயங்கரமா பயந்துட்டா, அண்ணா வேற ஊர்ல இல்ல எனக்கு இங்க வேலை இருக்கு, ப்ளீஸ்" என்றான் கவலையான குரலில். இதைக்கேட்ட தன்விக்கோ "என்னடா சொன்ன ப்ளீஸா, என் முன்னாடி இருந்திருந்தா அடிச்சி வாய ஒடச்சிருப்பன், தப்பிச்சுட்ட" என்று சொன்னவனின் குரலை வைத்தே ஆர்யாவிற்கு, தனது சீரியஸ்னஸ்ஸை புரிந்து கொண்டான் என்பதை, உணர்ந்தவன் "அனு என் கூட தான் இருக்கா, அவளை நான் ட்ராப் பண்ணிடுறன்" என்று கூறியவன் அழைப்பை துண்டித்தான். அதன்பின் தன்விக்கும், ரிஷித்தாவும், அலுவலகத்தை விட்டு வெளியேறினர்.

இங்கோ ரிப்போர்ட்டர் வேலை முடிந்தபின், தனுவும், ஆர்யாவும் அன்புவின் விட்டிற்கு பின் வழியாக சென்றனர். அப்போது தான் தனு ஒன்றை கவனித்தாள். ஆதியின் உதவியாளன் கதிர் அந்த வீட்டின் வாசலில் இருந்து அவசரமாக கிளம்புவதை......... இதைப் பார்த்த தனுவோ வேகமாக, முன்னால் சென்ற தன்விக்கின் முதுகை சுரண்டினாள். இவன் என்னவோ ஏதோ என்று பதட்டத்துடன் திரும்பியவன் "வாட் ஹேப்பன் மன்ச்கின்?" என்றான் பதட்டத்துடன். அதற்கு அவளோ "அந்த எம்டி நெட்டகொக்கு பி.ஏ இப்பதான் இந்த வீட்டுக்கு வந்துட்டு முன்வாசல் வழியா போறான், கண்டிப்பா அவன் எதாவது தடையத்த அழிச்சுட்டு போகத்தான் வந்திருப்பான், இவனோட பாஸ் நெட்ட கொக்கு தான் இந்த எல்லா பிரச்சனைக்கும் மூலகாரணம். ஆண்டவா எனக்கு மட்டும் ஏன் இப்டி நடக்குது இன்னும் அந்த கன்சைனமன்ட்ல என்ன இருக்குன்னே தெரிலயே" என வானத்தை பார்த்து புலம்பினாள். என்னவோ ஏதோ என்று திரும்பிய தன்விக்கிற்கு, அவளின் இந்த காரணத்தை கேட்டு 'சிரிப்பதா இல்லை அழுவதா'

எனவே தெரியவில்லை. அப்போதுதான் அவனுக்கு ஒன்று புரிந்தது அவளுக்கு அந்த பொருள் என்னவென்றே தெரியவில்லை என, "என்-னன்னு தெரியாமயே இவ்ளோ ஐடியா பன்றா, என்னன்னு தெரிஞ்சா அவ்ளோதான்" என மனதினுள்ளே புலம்பினான். கடினப்பட்டு இருவரும் அன்புவின் வீட்டினுள் நுழைந்தனர்.

தி ஜெய்ன்ட் ரிலே,

கதிரிடம் ஆதி சில வேலைகளை விவரிக்க தோடங்கினான். அதன்-படி அன்புவின் அன்புவின் வீட்டிற்கு செல்லும் வழியில் கதிரின் மனமும் பற்பல சிந்தனையில் உழன்றது, "ஓ அப்போ இந்த அன்பு வீட்டுக்கு போறதால தான் நைட் ப்ளைட் புக் பண்ண சொன்னாரா, பாஸ்???? அதுதான பார்த்தேன் எப்பவும் எல்லா வேலையும் கரெக்டா செய்ற பாஸ் இன்னைக்கு நைட் ட்ராவல் தான் வேணும்னு சொல்றாரு, இவரு பண்ற எல்லா விஷயமும் புதிராவே இருக்கு, இதுல நேத்து ஒருத்தன் அவரு ரூம்க்கே வந்து அவரு டேபில்ல ட்ரக்ஸ் வைக்கிறான், இங்க என்ன நடக்குதுன்னு தெரியலையே?" என ஏதோ சிந்தனையில் உழன்றவன் அன்புவின் வீட்டை இருள் மங்கும் வேளையில் அடைந்தான்.

வீட்டை அடைந்து முன் வாசல் வழியாக வீட்டினுள் நுழைந்தான். ஆள் நடமாட்டம் இல்லாத பகுதியில் அன்புவின் வீடு இருப்பதால் அவ்வளவாக யாரும் அவனை கவனிக்கவில்லை. வீட்டின் உள்ளே வந்-தவன் கண்டது அனைத்து பொருட்களும் அந்தந்த இடத்தில் கச்சித-மாக இருந்தது......... உண்மையில் அவன் எதிர்பார்த்தது பாதி பொருட்-கள் கீழே விழுந்தும் மீதி பொருட்கள் கலைந்தும் இருப்பது போன்ற ஒரு நிலையை தான் எதிர் பார்த்தான்........... ஆனால் இங்கோ அவன் நினைத்ததற்கு முற்றிலும் மாறான ஒரு நிலையயில் இருந்தது. கதிரின் எதிர்பார்ப்பதற்கும் சில காரணங்கள் உள்ளது....... அதில் முதலாவது நம்ம கதிர் பார்க்கும் பல திரில்லர் படங்கள்..... இரண்டாவது நம்ம கதிருக்கு இது போன்ற விஷயங்களில் ஆர்வம் அதிகம்..... பொருட்-கள் அனைத்தும் அப்படியே இருப்பதை வைத்து, 'அப்படின்னா யாரும் அவன்கிட்ட இருக்க ஏதோ ஒரு பொருள் கிடைக்கணும்னு அவனை கொலை செய்யல, இதுல வேற ஏதோ ஒரு விஷயம் இருக்கு அது என்னவா இருக்கும்??? முதல்ல இவன் ரிப்போர்டர் தானே அப்பு-றம் எப்படி இவன் ட்ரக் வேலைய பாக்க ஆரம்பிச்சான்? அதுலயும் இவன் ஏன் நம்ம பாஸ் இடத்துல அந்த ட்ரக்ஸ் எல்லாம் வைக்க-

ணும்? ஒருவேளை இது ஏதாவது சதி வளையா இருக்குமோ? என பற்பல சிந்தனையில் அறையைத் தேடியவன் கண்களுக்கு எதுவும் சிக்-கவில்லை.....

அதன் பின்பே மரபெட்டிகளுக்கு மேலே இருந்த மடிக்கணினியை பார்த்தான். அதனை இயக்கியஉடன் கடவுச்சொலை (password) கேட்காமலே முகப்பு பக்கம் காட்டியது...... இதை பார்த்தவுடன் மேலும் ஆச்சரியமும் அச்சமும் ஒரு சேர வந்தது கதிருக்கு. இதில் ஆச்சரியம் என்னவென்றால் எப்படி இந்த அன்பு கடவுச்சொல் கூட போடாமல் மடிக்கணினி ஒன்றை வைத்திருப்பான். அதிலும் அவன் ஒரு செய்தி-யாளன், அது மட்டும் இல்லாமல் போதை பொருட்களை மற்றவருக்கு கொடுக்குமொ வேலையையும், இவன் செய்திருக்கவும் பல வாய்ப்புகள் உள்ளன என்ற கணிப்பில் இருந்தான். அதில் அச்சம் என்னவென்றால் ஒருவேளை இது யாருக்கோ விரித்த வலையில் தான் மாட்டிக் கொண்-டோமோ!!! என்பதுதான். இவ்வாறு பல சிந்தனையில் உழன்றவனின் கவனம் மீண்டும் மடிக்கணினிக்கு வந்தது, உள்ளே சென்று ஒவ்வொரு கோப்புகளாக தேடிப் பார்க்கிறான், மேலும் ஒரு அதிர்ச்சி!!!! அனைத்து கோப்புகளும் காலியாக இருந்தது. சரி அதனை நிறுவனத்திற்கு எடுத்து சென்று கோப்புகளை மீட்டுவிடலாம் என்ற நினைப்புடன் எழுந்தவன் கதவின் அருகில் செல்லும் போதுதான் ஒன்றை கவனித்தான்.......

மற்ற அனைத்து சுவிட்ச்களில் ஒன்று மட்டும் மிகவும் பழையதாக இருந்தது. அதில் சுவிட்ச் இல்லாமல் வெறும் மின் அடைப்பு அமைப்பு மட்டுமே இருந்ததால், அதன் அருகில் சென்ற கதிர் அதனை ஒருமுறை கழட்டுவதற்கு முயற்சி செய்தான். அதுவும் உடனடியாகஅவனொ கையோடு வந்தது. அதன் உள்ளே ஒரு விரலி..... கதிருக்கு மேலும் ஒரு அதிர்ச்சி....... அதிலும் இது எளிதில் கழட்டும் வகையில் அமைந்-துள்ளது. ஏன் இதை அப்படி அமைத்திருப்பார்கள்? இதில் அந்த விரலி எப்படி வந்தது? அதை ஏன் இங்கு வைக்க வேண்டும்? எல்-லாவற்றிற்கும் மேலாக இந்த விரலியில் என்ன இருக்கும்? என்ற பல பல கேள்விகள் அவன் மனதை குடைந்து எடுத்தது. அதை எல்-லாம் எடுத்துக்கொண்டு, கதவை நோக்கி வரும்போது தான் இருவரின் பேச்சு சப்தம் பின் வாசலில் கேட்டது. அதில் ஒருவன் ஆதியின் தம்பி என்பதை அவன் குரலை வைத்தே நன்றாக உணர்ந்து கொண்டான் கதிர். மற்றொரு குரல் பெண்ணுடையதாக இருக்க வேண்டும் என்று

நினைத்தவன்,அடுத்த கணமே உணர்ந்து கொண்டான் அந்த குரலுக்கு சொந்தமானவள் அவன் முன்பு குளிர்பானத்தை கொட்டிய பெண்ணாக தான் இருக்க வேண்டும் என்று..... யோசித்தவன் பின் அமைதியாக அந்த அறையை விட்டு வெளியேறியவன் மகிழுந்தை உயிர்ப்பித்து தி ஜெய்ன்ட் ரிலேவை அடைந்தான்.

****

9

தன்விக்கின் இரு சக்கர வாகனத்தில் அமர்ந்து வந்த ரிஷித்தாவோ "இந்த கருவாயன் நைட்டு கையில சிக்கட்டும் அப்புறம் அவனுக்கு நான் யாருன்னு காட்டுறன், ஓ மை காட் ஐஸ் க்ரீம் ஷாப்பை க்ராஸ் பன்னிட்டோமே, நாயே நைட் வீட்டுக்கு தான வருவ கருவாயா அப்போ உனக்கு இருக்குடா, அச்சச்சோ பானிபூரி ஷாப்பையும் க்ராஸ் பண்ணிட்டோமே, டேய் எரும என்ன விட உனக்கு வேலை தான் முக்கியமா டா, பன்னி குட்டி இருக்குடா இன்னிக்கு உனக்கு கச்சேரி" என மனதிற்குள் அவளது அண்ணனை பாராட்டி தள்ளியவள், வெளியில் அமைதியாக எந்த ரியாக்ஷனும் காட்டாமல் கடந்துசெல்லும் கடைகளை ஏக்கமாக பார்த்தபடியே வந்தாள். வண்டியை ஓட்டிக் கொண்டிருந்த தன்விக்கும் பின்புற கண்ணாடி வழியாக முகத்தை வைத்தே அவளது மனதினை படித்தவனாக ஒரு பானிபூரி கடையைப் பார்த்து வண்டியை நிறுத்தினான். 'என்ன வண்டி கடைகிட்ட நிப்பாட்டுறாங்க' என்று அவள் நினைத்த போதே, "இறங்குமா ஷாப்புக்கு போலாம்" என்றான். இதை கேட்ட ரிஷித்தாவிற்கோ ஆச்சரியம் தாங்கவில்லை!!! 'ஆமா எனக்கு இதுதான் பிடிக்கும்னு இவருக்கு எப்படி தெரியும்' 'இப்போஅதுவா முக்கியம், வந்த வேலைய பாரு' என தேவையில்லாத சிந்தித்த மூளையை, ஒரு கொட்டு கொட்டியவள் அவன் வாங்கிக்கொடுத்த பானிபூரியை வாங்கிக்கொண்டாள்.

இருவரும் ரிஷித்தாவின் வீட்டை அடைந்தனர். அவனும் பின் அவளிடம், "நான் உன் அண்ணன்கிட்ட இன்பார்ம் ப்ன்னிடுறன். ட்ராப் பன்னிட்டேன்னு சொல்லிடுறேன்" என்றான். அதை கேட்ட அவளோ "ம் ஒகே......உங்க நேம்....?" என இழுத்தாள். அதற்கு அவனோ "ஐம் தன்விக், உனக்கு என்ன எப்படி கூப்பிட பிடிக்குதோ அப்டி கூப்பிடு,

அன்ட் ஒன் மோர் திங்க், நான் உன்ன விட வயசுல பெரியவன்-தான், பட் அதுக்காக எந்த பார்மாலிட்டிஸூம் வேணாம்" என்றவன் தனது கண்ணாடியை மாட்டிக்கொண்டு அவனது வீட்டை நோக்கி சென்-றான். அவனது அறையில் நுழைந்ததும் ஒரு குளியலை போட்டவன், பின் வேலை அலைச்சலில் உறங்க ஆரம்பித்தான். உறக்கம் கலைந்து எழுந்தவன் மணியை பார்க்க அது எட்டு என பல்லை இளித்தது. அரைகுறை உறக்கத்தில் இருந்தவனுக்கோ கடிகாரத்தை பார்த்தவுடன், ஒரு சிறிய வகை நெஞ்சு வலியே வந்தது. இருக்காதா பின்ன தின-மும் மாலை ஆறு மணிக்குள் வீட்டில் இருக்கும் தனு, இன்று ஏழு மணிக்கு வந்துவிடுவேன் என கூறி செய்தி அனுப்பி இருந்தாள் அல்-லவா, ஆனால் மணி தற்போது எட்டு.......

உடனே அவளுக்கு அழைப்பு விடுத்தான் அவனது கெட்ட நேரமோ என்னமோ தனுவின் மொபைல் இறந்து வெகு நேரம் ஆகி இருந்தது. உடனே இவனுக்கு வந்த வருத்தத்திற்கும், கோபத்திற்கும் அளவே இல்-லாமல் இருந்தது. கை கால்கள் எல்லாம் நடுங்க அப்படியே அமர்ந்-துவிட்டான். நேரம் ஆக ஆக நடுக்கம் அதிகமானதே தவிர குறைய-வில்லை.... அவளை தானே அழைத்து வராத மடத்தனத்தை எண்ணி தன்னையே நொந்தவனுக்கு அடுத்து என்ன செய்வது என்றே தெரிய-வில்லை..... தாத்தாவும் பாட்டியும் தனுவை பற்றி கேட்டால், அவர்க-ளிடம் என்ன சொல்வது? என பல பல சிந்தனையில் இருந்தவனின் கவனத்தை கலைத்தது அழைப்பு மணி ஓசை.

இந்த நேரத்தில் யாராக இருக்கும்? ஒரு வேலை தனுவாக இருக்-குமோ? அப்படி அவள் இல்லையென்றால்? நிச்சயம் அவன் கதற-போவது உறுதி. நடுங்கிய கைகளுடன் கதவை திறந்தவன் முன்னால் நின்றிருந்தான், தன்விக்கின் 'பேபிமா'. அவன் மட்டும் இருப்பதை பார்த்-தவன் "என்னோட தனு எங்கடா?" என நடுங்கிய குரலில் வினாவி-னான். அதற்கு அவனை ஒரு அலட்சிய பார்வை பார்த்த ஆர்யா, "என்னோட மன்ச்கின் அங்க வர்றா பாரு", என கை காட்டினான். அவன் கைகாட்டிய பக்கம் பார்த்தவனுக்கு அப்போதுதான் மூச்சே வந்-தது. "பக்கத்து வீட்டு ஆன்ட்டியோட இவ்வளவு நேரம் கடலை போடுற மன்ச்கின், யு நோ ஒன் திங்க் இதுலாம் வேலைவெட்டி இல்லாதவங்க பன்ற வேலை" என்ற ஆர்யா அவளை ஒரு பார்வை பார்க்க, அதற்கு அவளும், "ரெண்டு வார்த்தை பேசிட்டு வர்றது உனக்கு கடலை போடுற

மாதிரி இருக்கா மேன்" என அவனை கண்கள் சுருங்க முறைத்தவள், அவளின் விக்கியை கண்டு கொள்ளாமல் அமைதியாக உள்ளே நுழைந்தாள்.

"அடி ஆத்தி, இந்த விக்கி பையன் வேற இப்படி முறைக்கிறானே. ஏற்கனவே நம்ம மேல செம கோவத்துல இருந்தான். இப்ப நம்மலே வம்ப விலை கொடுத்து வாங்கிட்டோமே..... இவன் வேற பயங்கர கோவத்தில் இருக்கானே, ரொம்ப பயந்துட்டான் போல, இவன் கால் பன்னுற நேரம் பார்த்துதான் போன்ல சார்ஜ் இல்லாம போகனுமா? கடவுளே நீ தான் என்னை எப்படியாவது இந்த விக்கி பய கிட்ட இருந்து காப்பாத்தணும்.....' என மனதினுள் புலம்பித் தள்ளியவள், வெளியே எதையும் காட்டாமல் ஆர்யாவை பார்த்து மிக எதார்த்தமாக "உள்ளே வாடா மைதா, ஏன் வெளியவே நிக்கிற" என கண்களில் தீப்பிழம்புடன் நிற்கும் தன்விக்கையும் தாண்டி, கதவருகில் நின்று கொண்டிருக்கும் ஆர்யாவை அழைத்தாள்.

அப்போதுதான் சுயம் வந்தான் ஆர்யா. அதுவரை அவனது வெல்லகட்டியின் கோபத்தை பார்த்து உள்ளுக்குள் ரசித்துக் கொண்டு இருந்தாலும், வெளியே அவனை ஒரு ஏளன பார்வையுடன் எதிர் நோக்கியவன் கையில் சில பைகளுடன் உள்ளே நுழைந்தான். ஆர்யாவையும், அவன் கையில் இருக்கும் பைகளையும், தனுவையும், மாறி மாறி பார்த்த தன்விக் அமைதியாக அவன் அறைக்குள் நுழைந்தான். ஆர்யா தனுவுடன் சமையலறையில் நுழைந்தவன், "எப்படி மன்ச்கின், அவன் சமைக்க மாட்டான்னு இவ்ளோ கரெக்டா கெஸ் பண்ணிருக்க" என கேட்டான். உடனே அவளும் "அவன பத்தி எனக்கு தெரியாதா என்ன? எல்லாத்துக்கும் காரணம் எங்களுக்குள்ள இருக்க டீப் அன்டர்ஸ்டான்டிங் தான், வேற ஒன்னும் இல்லை" என பெருமையோடு கூறியவளுக்கு தெரிய வாய்ப்பில்லை இன்னும் சில தினங்களுக்குள் அந்த நட்புக்குள் வரப்போகும் விரிசலைபற்றி......

அதை கேட்டவன் முகத்தில் வெள்ளக்கட்டியின் மற்றொரு நட்பை நினைத்து பொறாமையின் சாயல் வந்ததோ என்னவோ.... அமைதியான குரலில் "ஓகே பாய் மன்ச்சு, நான் கௌம்புறேன். கொஞ்சம் வேலை இருக்கு இன்னும் ரிஷியும் சாப்பிட்டிருக்க மாட்டா" என்றான். அதற்கு அவளோ "டேய் மைதா, ஈவினிங் இருந்தே செம டென்ஷன்ல இருக்கன். இந்த அன்பு பய வீட்லவேற எந்த க்ளுவும் கிடைக்கலன்னு. நீயும்

என் டென்ஷனை அதிகப்படுத்தாம, அமைதியா வந்து பிளேட்டை காலி பண்ணிட்டு கிளம்பு. இல்லன்னா மவனே என்னோட கைல நீ சட்னி தான்" என்றாள் வாங்கி வந்த உணவை ஒரு பிளேட்டில் அடுக்கிக்கொண்டே. அதற்கு அவனோ "நான் நாளைக்கு வரேன், இப்போ நான் போனா தான் என்னோட உடன் பிறப்பு சாப்பிடுவா இல்லன்னா அப்படியே தூங்கிடுவா, அப்புறம்என் பாடு அவ்வளவுதான், ஸோ நான் கிளம்புறேன் மார்னிங் பார்க்கலாம்" என்று அவன் ஒரே ஓட்டமாக சமையலறையில் இருந்து வெளியே வந்தவனின் கால்கள் நின்ற இடம் தன்விக்கின் அறை வாசல்.

உள்ளே போலாமா? வேணாமா? என ஒரு செகண்ட் யோசித்தவன், 'நமக்கு இல்லாத உரிமையா?' என சட்டை காலரை தூக்கி விட்டுக் கொண்டே உள்ளே நுழைந்தான். அங்கே அவன் கண்டது இரு கைகளையும் கன்னத்தை தாங்க அமர்ந்திருக்கும் அவனின் நட்பை தான். அளவுக்கு அதிகமான கோபத்தில் இருக்கும் போது கன்னத்தில் இரு கைகளையும் வைத்து அமர்ந்துவிடுவது தன்விக்கின் நடத்தை. உள்ளே ஜெர்க் ஆனாலும், வெளியே எந்த வித பயத்தையும் காட்டாமல் நேராக அவன் முன் இரு கைகளையும் கட்டிக்கொண்டு நின்றான். அதோடு அமைதியாக போயிருந்தால் அவன் ஆர்யா இல்லையே.... "என்ன மிஸ்டர் இவ்வளவு சோகமா இருக்க, வாட் ஹேப்பன்? நீ வாங்கிவிட்ட டைட்டானிக் ஷிப், இன்டியன் ஓஷன்ல மூழ்கிடுச்சா என்ன?" என்றவனின் குரலில் இருந்த நக்கல் அப்பட்டமாக தெரிந்தது.

உயிர் தோழிக்கு ஏதாவது பிரச்சனையாக இருக்குமோ என படபடப்புடன் இருந்த அவனது மனம் அவளை பார்த்தவுடன் கோபமாக மாறியது. அவளை பற்றிய அவனின் சிந்தனையை கலைத்தது அவனது பேபிமாவின் குரல். அவனது குரலை கேட்டவுடன் உள்ளே இருந்த கோபத்தின் விளைவாக, அடுத்த நொடி தன்விக்கின் கைகள் ஆர்யாவின் கன்னத்தை பதம் பார்த்தது. அடி வாங்கியவனோ கன்னத்தில் கையை வைத்துக் கொண்டு அவனை நோக்கி பாகமாக ஒரு பார்வை பார்க்க..... அடி கொடுத்தவனோ காலில் சலங்கை கட்டாமலே ஆட தொடங்கினான். ஆர்யாவின் சட்டையை பிடித்த தன்விக், "ஏன்டா நாயே உன்கிட்ட எத்தன தடவ படிச்சு படிச்சு சொன்னன், அவ சும்மாவே ஏதாவது பிரச்சனையா இழுத்து விடுவா, இதுல நீ அவ கூட கூட்டு சேர்ந்துட்டு, ரெண்டு பேரும் என்னடா வேலை பார்த்துட்டு

இருக்கீங்க? போனோமா, வேலைய முடிச்சோமா, வீட்டுக்கு வந்தோமான்னு இல்லாம, தேவை இல்லாத இடத்துல, தேவையில்லாத வேலை எல்லாம் பண்ணிட்டு இருக்கீங்க போல? பின்னாடி ஏதாவது சிக்கல் வந்து ரெண்டு பேருல யாருக்காவது ஏதாவது பிரச்சனை ஆச்சு நான் மனுஷனாவே இருக்க மாட்டேன்" என்று மிக அழுத்தமான பார்வையுடன் கூறினான். இவனின் அறிவுரை எல்லாத்தையும் கேட்டால் அவன் நம் ஆர்யா இல்லேயே........

ஆர்யாவோ மனத்தினுள்ளே 'ஏன்டா நீ வேற இத்தன வார்னிங் விடுற. சும்மா உட்கார்ந்து இருந்த என்ன அவதான் அன்பு பய வீட்டுக்கு கூட்டிட்டு போனது. அவன் வீட்டுல எந்த க்ளூவும் சிக்காம போக, வர்ற வழியில எல்லாம் அந்த டென்ஷனை என்மேல கொட்டுறா. இங்க வந்தா நான்தான் அவளை எல்லா இடத்துக்கும் கூட்டிட்டு போற மாதிரி எனக்கு வார்னிங் மேல வார்னிங்க நீ வைக்கிற, இதெல்லாம் உனக்கே நியாயமா இருக்கா?' என் மனதின் உள்ளே புலம்பியவன், வெளியே அவனை அழுத்தமாக ஒருமுறை பார்த்தவன், அவன் கைகளை சட்டையில் இருந்து எடுத்தான். "என்கிட்ட சொன்ன எல்லாத்தையும் அவ கிட்ட சொல்ற தைரியம் உனக்கு இருக்கா?" என்ற ஒரு கேள்வியோடு அறையை விட்டு வெளியேறியவனின் சிந்தனை தனுவை பற்றிதான் இருந்தது வீடு வந்து சேரும் வரை........

இங்கோ வாங்கி வந்த சாப்பாட்டை எல்லாம் தட்டில் வைத்துக்கொண்டு தன்விக்கின் அறையினுள் நுழைந்தாள் தனு. அவளது மனது வழக்கத்திற்கு மாறாக திக் திக் என்று அடித்துக் கொண்டது. "ஏன் லேட்?" என்று கேட்டாலாவது அவனுக்கு ஏதாவது விளக்கம் தரலாம், ஆனால் ஒரே ஒரு வெற்றுப் பார்வை பார்த்துவிட்டு பிறகு அவனது அறைக்குள் நுழைந்து விட்டானே...... இதுவரை இவளுக்கு இதுபோல் ஒரு சூழ்நிலை வந்ததே இல்லை, எதுவாக இருந்தாலும் இவனிடம் சொல்லி விட்டுதான் மற்றதை செய்வாள். இவனிடம் சொல்லாமல் மறைத்து ஒரு விஷயத்தை செய்வது இதுவே முதல் முறை. 'க்ரைம் பீட்டிற்கு'மாற வேண்டும் என்ற ஒரே காரணத்திற்காக தான் இதை எல்லாம் இவள் செய்ய வேண்டியதாக இருக்கிறது. வேறு எந்த வேலையாக இருந்தாலும் இவள் கேட்பதற்குள் செய்து முடிப்பவன் தான், இருந்தாலும் இந்த விஷயத்தில் தலைகீழாக நின்றாலும் இவன் ஒரு உதவியும் செய்யப்போவது இல்லை என்று நன்றாக அறிந்து வைத்துள்ளாள். அதி-

லும் அன்பு விஷயம் மற்றும் கன்சைன்மெண்ட் பற்றி எல்லாம் தெரிந்தால் பிறகு அமைதியாக ஊருக்கு அனுப்பி விடுவான்....... என்பது அவளுக்கு தெரியாதா என்ன? அதனால் தானே ஆர்யாவின் உதவியை கேட்டாள். உணவை எடுத்துக் கொண்டு உள்ளே நுழைந்தவளின் கண்களில் தன்விக் தென்படவே இல்லை. இவன் எங்கே போயிருப்பான் என ஒரு கணம் சிந்தனை செய்தவள் துருத்து மாடம் பக்கம் சென்று பார்த்தாள். அங்கேயோ அவன் மேசையில் அமர்ந்து வானத்தை வெறித்திருந்தான்........

****

10

ஸ்கை வே அப்பார்ட்மெண்ட்,

தன்விக்கிற்கு துருத்துமாடம் மிகவும் பிடித்த இடம். மனதிற்கு வருத்தமாக இருந்தாலும் சரி மகிழ்ச்சியாக இருந்தாலும் சரி அங்கே அமர்ந்து வானத்தை பார்ப்பது வழக்கம். இன்றும் அதே போல் தான் அமர்ந்திருந்தான். அவனே பார்த்து பார்த்து வடிவமைத்த இடம் இது. ஒருபுறம் அழகுச் செடிகள் இருக்க, மறுபுறம் இரண்டு இருக்கைகளும் மற்றோரு புறம் சிறிய மேசையும் இருந்தது. தனு கொண்டுவந்த உணவுதட்டை டீபாயில் வைத்தாள். விக்கியின் அருகில் இருந்த மற்றொரு இருக்கையில் அமர்ந்தவள், அவனுக்கு உணவை ஊட்ட செல்ல.... "வேண்டாம், நானே சாப்பிடுறேன்" என கூறி அவளின் கையில் இருந்து வாங்கினான்.

மற்றவர்களை எப்போதும் சார்ந்து இருக்க கூடாது என்ற நினைவில் இருப்பவன் தன்விக். மிக சிறிய வயதிலே தாயை இழந்த பிறகு சிறு சிறு தேவைகளுக்கும் மற்றவர்களை எதிர்பார்க்க வேண்டிய சூழ்நிலை வந்தது. ஆனால் சிறுவயதில் அவனுடைய எதிர்பார்ப்புகள் எதுவும் பூர்த்தியாகவில்லை. அவனுடைய சித்தியோ மிகவும் அன்பானவர் தான் ஆனால் அது மற்றவர்களுக்கு மட்டும்தான், ஏனோ அவனது சித்தி முகம்கொடுத்து கூட இவனிடம் பேசியது கிடையாது. இதில் அவனின் தேவைகளை பூர்த்தி செய்ய சொன்னால்........ அவர் எப்படி செய்வார்???

இதையே ஒரு பாடமாக எடுத்துக்கொண்டவன் பிறகு யாரிடமும் எதற்காகவும் சார்ந்து இருக்கக் கூடாது என்ற முடிவை எடுத்து, அதை இன்றளவும் கடைப்பிடித்து வருகிறான். தனுவின் கையில் இருந்த ப்ளேட்டை வாங்கியவன் அவளுக்கு முதலில் ஒரு வாய் ஊட்டினான்.

"எத்தன தடவ உன்கிட்ட சொல்றது இஷா நைட்டைம்ல நான்வெஜ் சாப்பிட வேணாம்னு, சொல்ற பேச்சை கேட்கவே கூடாதுன்னு முடிவு பண்ணிட்டியா என்ன?" என வினவியவறே அவனும் ஒரு வாயை உண்டவாறே, மனதினுள்ளே பேபிமாவை வருத்தெடுத்தான். ஏனென்றால் தனுவும் ஆர்யாவும் எதில் ஒத்துப் போகிறார்களோ இல்லையோ, ஆனால் உணவு வகையில் இருவரும் ஒரே அணியினர் தான், என நன்றாக தெரிந்து வைத்துள்ளான் ஆர்யா. அதிலும் தனு கூட உணவு விடயத்தில் இவரது பேச்சை கேட்டு விடுவாள், ஆனால் ஆர்யாவோ சட்டைகூட செய்வதில்லை. இதையெல்லாம் சிந்தித்துக் கொண்டிருந்த அவனின் செவிகளில் வந்து விழுந்தது ஒரு வார்த்தை "ஸாரி டா விக்கி" அதை அவன் காதுகளாலே நம்ப முடியவில்லை....... காரணம், தனுவின் வாயில் இருந்து சாரி என்ற வார்த்தை....... ஆச்சரியம் தாங்கவில்லை ஏனெனில் தனுவின் வாயில் இருந்து "மன்னிப்பு" என்ற வார்த்தைக வருவது மிகவும் கடினம். அவள் மீது தவறு இருந்தாலும், முழுமனதுடன் செய்த தவறை ஒப்புக்கொண்டால் மட்டுமே.... 'சாரி' என்ற சொல்லை உதிர்ப்பாள். இதையெல்லாம் நினைத்து பார்த்தவனுக்கு ஒன்று மட்டும் புரிந்தது, இவள் பெரிய பிரச்சனையை இழுத்துவிடப்போகிறாள் என..... அதை நினைத்தவனுக்கு ஒரு புறம் கோபமும் மறுபுறம் வருத்தமும் ஒரு சேர வந்தது.....

இவ்வளவு தூரம் சொல்லியும் தான் விளக்கும் ஒரு வார்த்தையைக் கூட அவள் கேட்கவில்லையே என்ற கோபமும்..... அவளுக்கு ஏதாவது ஆகிவிட்டாள் இவன் பிறகு என்ன செய்வான் என்ற பயமும் ஒருசேர வந்தது..... அவனுடைய அம்மாவிற்கு பிறகு அவனிடம் எதிர்பார்ப்பு இல்லாமல் அன்பு செலுத்தும் ஒரே ஜீவன் என்றால் அது தானு மட்டும்தான். அவளுக்கு ஏதாவது பிரச்சனை வந்துவிடுமோ என்ற பயம் அவன் மனதில் இருந்துகொண்டே இருந்தது. என்ன தான் தன்விக் அவளின் மீது அக்கறை காட்டுவது போல் இருந்தாலும், உண்மையில் அவனின் மேல் தனு அன்பை கொடுக்கவில்லை எனில் அவன் இவ்வளவு உயிர்ப்புடன் இருப்பானா? என்பதற்கு பதில் என்னவோ 'இல்லை' என்பதுதான்.

அமைதியாக உணவை ஊட்ட அதை உண்டு கொண்டே அவனை பார்த்தாள் தனு. அவள் 'ஸாரி' சொன்னதில் இருந்து அவளிடம் ஒரு வார்த்தை கூட அவனின் ஆருயிர் தோழன் பேசவே இல்லை. ஏதோ

தீவிர சிந்தனையிலேயே இருக்கிறான் என் அவனது முகத்தில் இருக்கும் சிந்தனை ரேகைகள் கூறியது. விக்கியின் மனதை எவ்வளவு புண்படுத்துகிறோம் என்பது தனுவிற்கு மிக நன்றாக தெரிந்தது, இருந்தாலும் அவளுக்கு என்று சில லட்சியங்கள் உள்ளது..... அதை அடைய வேண்டும் என்ற சிந்தனை அவளுள் கொழுந்துவிட்டு எரிகிறது.... அதை யாருக்காகவும் மாற்றிக் கொள்ளக்கூடாது என்ற தீவிர சிந்தனையில் இருக்கிறாள். அவளை பொறுத்தவரை உறவினர்கள், ஒரு பெண்ணை அன்பு மற்றும் பாசம் என்ற இரண்டு ஆயுதங்களை கொண்டு தாக்குவதால் அவர்களால் எந்த விதமான கனவுகளையும், லட்சியத்தையும் வைத்துக்கொள்ள முடிவதில்லை என்ற எண்ணம் உள்ளது. இதே உறவினர்கள் இதே ஆயுதங்களை ஆண் பிள்ளைகளிடம் உபயோகம் செய்யும்போது பலன் என்னவோ பூஜ்ஜியம் தான் என்ற தீவிர நம்பிக்கையும் அவளிடம் உள்ளது. அதற்கு அவள் கடந்த காலங்களில் பார்த்த காட்சிகளே சாட்சி........

அவள் உணவை உண்டுகொண்டே கவனித்தாள் அவன் சாப்பிடாமல் இவளுக்கே ஊட்டிக்கொண்டிருப்பதை "டேய் எருமை எனக்கே ஊட்டிவிட்டா, நீ எப்டி சாப்டாம அப்படியே தூங்குகிறதா ஐடியால இருக்கியோ? ஒழுங்கா ப்ளேட்ட காலி பன்னுடா" என்று அருகில் இருந்த தண்ணீரை எடுத்து குடித்து முடித்தவள், அவன் சாப்பிடும் வரை அமைதியாக அமர்ந்திருந்தாள். அவன் உண்டு முடித்தவுடன் "டேய் விக்கி, இது

ஏற்கனவே கேட்ட கேள்விதான் இருந்தாலும் மறுபடியும் கேட்கிறேன், நீ என்கிட்ட இருந்து எதையாவது மறைக்கிறியா?" என சந்தேக கண்ணுடன் அவனிடம் வினாவினாள். அதற்கு அவனும் "உன்ன விட பெருசா ஒன்னும் மறைக்கல இஷாமா" என்று கூறியவாறே உணவு உண்ட தட்டுக்களை, எடுத்துக்கொண்டு வெளியே வந்தவன் முன்பு வந்து நின்ற தனு, அவனின் காதை திருகிக்கொண்டே "தடியா உனக்கும் அந்த மைதாவுக்கும் ஏதோ கனெக்சன் இருக்கு போல அது என்னதுடா பக்கிபயலே..... அத சொல்ல சொன்னா சொல்ல மாட்ற, உன் மனசுல என்ன டான்னு நினைப்போ? மவனே அடிச்சு இங்கேயே படுக்க வைச்சிடுவன்" என்று அவனை சரமாரியாக திட்டத் தொடங்கினாள்.

"அடியே இஷா நீ நினைக்கிற மாதிரி பெரிய கதை எல்லாம் இல்ல எங்களுக்குள்ள ஒரு சின்ன மிஸ்அண்டர்ஸ்டான்டிங் தான்" என்றான்.

இதை கேட்ட தனுவோ "ஒ கதை அப்டி போகுதோ, எத்தன நாளைக்கு நீங்க இந்த டிராமாவை கன்டினியூ பண்ணுறேன்னு பாக்குறேன், அந்த மைதாமாவுக்கு தனியா இருக்கு" என நினைத்தவள் "சரி சரி நீ அந்த பிளேட் எல்லாத்தையும் வாஷ் பண்ணிடு நான் போய் தூங்குறேன் குட் நைட்", என இரு கண்களையும் சிமிட்டு விட்டு தப்பித்தோம் பிழைத்தோம் என இடத்தை காலிசெய்தவள் உறங்க சென்றாள்.

****

தனுவை பற்றிய தீவிர சிந்தனையில் இருந்த ஆர்யா வீடு வந்ததும் வண்டியை பார்க் செய்தான். 'இந்த மன்ச்க்கினை பத்தி நினைச்சு, என்னோட பேபிய மறந்துட்டேனே.... இப்போ வேற என்ன மைண்ட் செட்ல இருக்கான்னு தெரியலையே' என புலம்பியவாறே அவனிடம் இருந்த மற்றொரு சாவியை கொண்டு கதவை திறந்தவன் கண்கள் ஆச்சர்யத்தில் விரிந்தது!!! காரணம் அவனின் உடன்பிறப்பு தன்னந்தனியாக உட்கார்ந்து படம் பார்த்துக் கொண்டிருந்தது. அவள் அருகில் காலி செய்யப்பட்ட உணவு போட்டலங்கள் பல கிடந்தது, அதை பார்த்தவுடனே ஆர்யாவுக்கு தெரிந்துவிட்டது இது தன்விக்கின் வேலைதான் என..... "டேய் கருவாயா இவ்வளவு நேரம் எங்க போயி ஊர் சுத்தின? வா வந்து படத்தை பாரு வேற லெவல்ல இருக்கு" என கூறியவாறே அவனை இழுத்து அருகில் அமர வைத்தாள்.

அருகில் அமர்ந்த ஆர்யாவும் "என்ன பாப்பு கவர்ல என்ன இருக்கு, உன்னோட ஆதி அண்ணா ஏதாவது வாங்கிட்டு வந்தாரா, என்ன?" என வினவினான். அதற்கு அவளோ "யாரு ஆதிண்ணா? அதுவும் எனக்கு? ஏன்டா நீ வேற காமெடி பண்ணுற அக்காவோட பிரண்ட் தன்விக்தான் வர்ற வழியில பானிபூரி வாங்கி தந்தாங்க" என சோகமாக ஆரம்பித்து கண்கள் மின்ன கூறினாள். அதை கேட்ட ஆர்யாவும் "அதெல்லாம் இருக்கட்டும், அது என்ன மன்ச்கின்ன மட்டும் அக்கான்னு சொல்லுற தன்விக் உன்ன விட பெரியவன், அவனை பேர் சொல்லி கூப்பிடுற?", என்றான் யோசனையான முகபாவத்துடன். "அது வந்துடா, உன்ன விட வயசுல பெரியவன்ற காரணத்தால் அண்ணாலாம் வேணான்னு சொல்லிட்டாரு டா" என்றாள் பாவமான முகத்துடன். அதைக் கேட்ட ஆர்யாவும் மனதினுள்ளே 'இந்த எருமை என்ன மா என் பேபிய கரெக்ட் பண்ண ட்ரை பண்ணுறான்.அவளுக்கு பிடிச்ச பானிபூரி அப்புறம் ரெஸ்பெக்ட் வேணான்னு டயலாக் வேற, பயபுள்-

ளைய ஒன்னும் சொல்ல கூடாது நல்லாத்தான் பெர்பார்ம் பண்ணுறான், ஹ்ம்ம்ம் நம்ம இன்னும் எத்தனை நாளைக்குத்தான் இப்படியே சிங்கிளா இருக்கப்போறோமோ' பெருமூச்சை விட்டவன்,

"அப்புறம் பாப்பா......",

"டேய் கருவாயா அமைதியா படத்த பாரு"

என டிவியை பார்த்துக்கொண்டே அவள் கையில் இருந்த ரிமோட்டை, அவனை நோக்கி எறிந்தாள்.

அதையும் கேட்ச் பிடித்தவன், "அவன் இத்தனை செஞ்சும் ஒன்னும் புரியாம நீ உட்கார்ந்துட்டு இருக்கேயே பேபி, உன்ன கரை சேர்த்துற-துக்குள்ள உன் ஆர்யா அண்ணன் பாடு போராட்டம் தான் போல..... இருக்காதா பின்ன, நீ என்னைய மாதிரி யோசிப்பன்னு பார்த்தா உங்க அண்ணா ஆதி, மாதிரி இல்ல யோசிக்கிற, அப்படி இருக்கும்-போது உன்னை சொல்லி தப்பு இல்லை.... அவன தான் சொல்ல-ணும்', என தீவிர சிந்தனையில் இருந்தவன் அலறியடித்துக் கொண்டு எழுந்தான். கையை தேய்த்துக்கொண்டே அவனின் பேபியை கண்கள் சுருங்க முறைத்தான், "எதுக்குடி இப்போ என் கையை கடிச்ச, கண்-டிப்பா இன்ஜெக்ஷன் போடனும், ஆமா பாப்பு, வெறிநாய் கடிக்கு ரேபீஸ் தடுப்பூசி தான போடுவாங்க, ஓகே நீ பாத்துபத்திரமா இரு, நான் போய் அந்த இன்ஜக்ஷன்ன போட்டுட்டு வர்றன்" என்றவன் வெளியே செல்ல முயல, அவன் பின்னே வந்த ரிஷித்தாவோ அவனின் சட்-டையை இழுக்க முடியாமல் இழுத்து, சோபாவில் தள்ளினாள். "ஏண்டா அண்ணா உனக்கெல்லாம் மரியாதையே இல்லடா, இன்னைக்கு இங்க ஒரு கொலை நடக்கப் போறது கன்ஃபார்ம்" என கூறிக் கொண்டே அவனை அடிப்பதற்கு இரு கைகளையும் முறுக்கிக்கொண்டு அவனின் கிட்டே வந்தாள். சோபாவில் கிடந்த ஆர்யாவோ "காப்பாத்துங்க, கொலை.....கொலை....." கத்தத் தொடங்கினான்.

அதே சமயத்தில் கதிரிடம் இருந்து அவனுக்கு அழைப்பு வந்தது. பேசி முடித்து அழைப்பை துண்டித்தவன் எழுந்து அமர்ந்தான். "எதுக்கு பாப்பு என்ன கடிச்ச, இன்னும் வலிக்குது" என அவள் கடித்த இடத்தை தேய்த்துக்கொண்டே கூறினான். அதற்கு அவளோ "மூன்னு மணி நேரம் படம் பார்த்துகூட எனக்கு டையர்ட் ஆகலடா அண்ணா, ஆனா கடைசி நேரத்துல படம் முடிஞ்சுருச்சு வாடா போலாம்ன்னு கூப்பிட்டா நீ என்னவோ டீப் திங்கிங்ல இருக்க, ஸோ என்னோட வெப்பன்ஸ

யூஸ் பன்னேன்!!!!, எப்படி இருக்கு" என இல்லாத காலரை தூக்கி விட்டுக் கொண்டாள். அதை கேட்ட அவனோ "ரொம்ப கஷ்டம்" என்றான் எங்கேயோ பார்த்தபடி. அவளும் அவனின் கையை பிடித்து குலுக்கிக்கொண்டே, "என்ன கஷ்டம்டா அண்ணா உனக்கு" என்றாள். அதற்கு அவனும் மனதினுள்ளே 'எனக்கு என்ன கஷ்டம், நான் ஹாப்பி தான். ஆனா நம்ம வெல்லக்கட்டிபய நிலைமையை நினைச்சாதான் வேதனையா இருக்கு' என நினைத்தவன், வெளியே அதை காட்டாமல், "வா பாப்பு சாப்பிடலாம்" என கூட்டி சென்று அவளுக்கு ஊட்டிவிட்டு கொண்டே அவனும் உண்டான்.

பின் கார்டனில் சென்று இருவரும் அமர்ந்தனர். அந்த விசாலமான கார்டனில் இருவரின் கைவண்ணத்தால், பல செடிகள் உருவாகியிருந்-தது. அங்கே அமர்ந்த ஆர்யா, ரிஷியின் மடியில் படுத்தான். "டேய் அண்ணா வாட் ஹேப்பன்? ஆர் யூ ஓகே? ஏதாச்சும் பிரச்சனையா? இந்த கம்பெனியில உனக்கு ஏதாவது ப்ராப்ளமா? நீ நம்ம கம்பெ-னியிலேயே வொர்க் பண்ணலாம் இல்ல? ஏன்டா சோகமா இருக்க?" என அவள் அடுக்கிக்கொண்டே போக.... "கொஞ்சம் மூச்சுவிடு பாப்பு உன்கிட்ட ஒரு இம்ப்பார்ட்டன்ட் திங்க் சொல்லணும், நம்ம அண்ணா டில்லி போயிருக்கார். வரதுக்கு எப்படியும் ஒன் அன்ட் ஹால்ப் வீக் ஆகும்" என்றான். அதைக் கேட்டவுடன் அவள் முகத்தில் இருந்த குழப்ப ரேகைகள் இன்னும் அதிகமானது. உடன்பிறப்புகளிடம் சொல்-லாமல் செல்லும் அளவுக்கு என்ன அவசரம் என்ற கவலைதான் இரு-வரின் மனதிலும் நின்றது

****

ஒன்றரை வாரம் கடந்த நிலையில்,

ஸ்பெக்ட்ரம் மீட்டில் செலக்டான நிறுவனங்களில் ஆதியின் நிறு-வனமும் ஒன்று. அனைத்து வேலைகளையும் முடித்துவிட்டு ஒன்றரை வாரத்திற்கு பிறகு வீட்டிற்கு வருகிறான் ஆதி ரிஷி. ஆர்யா செய்து-வைத்த பூரியை உண்டுமுடித்தவன், ஹாலில் வந்து அமர, ஆர்யாவோ "அண்ணா ஒரு முக்கியமான விஷயம்" என்றான் இரு கைகளையும் பேண்ட் பாக்கெட்டில் வைத்துக்கொண்டே. அவனை நிமிர்ந்து ஒரு பார்வை பார்க்கவும் "எனக்கும் என்னோட ப்ரண்ட் மன்ச்.... ஸ்ஸ்ஸ் சாரி தன்விகாஷாக்கும் கம்மிங் வீக் மேரேஜ் நடக்கப்போகுது நீங்க ப்ரீ தானே" என கேட்டான். அதற்கு ஆதியும் "வை நாட்? ஐம் கம்மிங்

பார் யுவர் மேரேஜ்" என்றதோடு முடித்துக்கொண்டான்.

****

11

இரண்டு வாரங்கள் கடந்த நிலையில் "டேய் விக்கி காலங்காத்தால எதுக்கு லைட் ஆன் பன்னுனடா, பக்கிபயலே போடா போய் லைட் ஆப் பன்னு" என கண்களை பாதி திறந்த நிலையில் கைகால்களை நீட்டி நெளித்துக்கொண்டே கூறியவள் மறுபடியும் போர்வையை போர்த்தி உறங்க தொடங்கினாள். இரண்டு நொடிகள் கடந்த நிலையில் திடீரென கண்களை திறந்தவள் வாரிசுருட்டிக்கொண்டு எழுந்தவள் கண்டது, அவள் எதிரில் இரு கைகளையும் கட்டிக்கொண்டு நிற்கும் ஆதியைத்-தான். அப்போதுதான் உடற்பயிற்சி செய்துவிட்டு வேர்வையில் நனைந்து வந்தவன், அவளது குரலைக் கேட்டவுடன் அப்படியே நின்றுவிட்டான். போர்வையை வாரி சுருட்டிக்கொண்டு எழுந்து தனு கண்டது இந்த கட்-சியை தான். முதலில் அவனை பார்த்து சிறிது அதிர்ந்தாள், அதெல்-லாம் ஒரு கணம்தான் மறுகணமே அவனை முறைத்துக்கொண்டே "காலங்காத்தால எதுக்கு இப்படி லைட்ட ஆன் பண்ணனும், டு யூ நோ மேனர்ஸ்?" என்றாள் எரிச்சலாக. அதை கேட்ட ஆதியோ, அவளை ஒரு பார்வையுடன் கடந்தவன் குளியலறைக்குள் நுழைந்தான்.

ஆனால் தனுவோ செல்லும் அவனையே கொலைவெறியுடன் முறைத்தவள், "டேய் நெட்டகொக்கு உன்ன ஒரு நாள் இல்லன்னா ஒருநாள் வச்சுசெய்யனும்டா ஐம் வெய்ட்டிங் பார் தட் டே" என மனதிற்குள்ளே ஆதியை வறுத்தெடுத்தவள் துருத்துமாடம் பக்கம் சென்-றாள். இப்போதுதான் முதல் முறையாக இந்த பக்கம் அவள் வருகிறாள். மேலே இருந்து கீழே தோட்டத்தை பார்பதற்க்கு அந்த இடமே ரம்மிய-மாக இருந்தது. அழகான செடிகள் ஒருபுறமும், பூத்துக் குலுங்கும் பூக்-கள் ஒருபுறம் என மிக அழகாக பராமரிக்கப்பட்டு இருந்தது. அதை பார்த்து ரசித்தவளின் முகத்தில் திடீரென சோகம் படர்ந்தது. ஏனோ

அந்த இடத்தை பார்க்கும் போது அவளுக்கு தன்விக்கின் நினைவு வந்தது.

இன்றோடு அவன் இவளிடம் பேசி முழுதாக மூன்று நாட்கள் முடியப்போகிறது. இதுவரை இவள் அவனுக்கு ஏகப்பட்ட அழைப்பு விடுத்து விட்டாள்..... அலுவலகத்திலும் அவன்முன் இவள் சென்று நின்றாலே உடனடியாக அவன் இடத்தை காலி செய்கிறான்..... இவள் மட்டும் என்ன செய்வாள், ஒருபுறம் லட்சியம்... மறுபுறமோ உயிருக்கு உயிரான நட்பு... இறுதியில் இலட்சியத்தின் பாதையை தேர்ந்தெடுத்தாள், அதனால் அவளின் நட்பு வெகு தொலைவுக்கு பிரியும் என அவள் அன்று நினைக்கவில்லை.... முகத்தில் சோகத்தின் சாயலோடு மலர்களை ரசித்தவளின் (???) கண்களில் தென்பட்டார்கள் ஆர்யாவும் ரிஷித்தாவும். அன்று ஞாயிற்றுக்கிழமை என்பதால் இருவரும் தோட்டத்தில் செடிகளை பராமரித்துக் கொண்டிருந்தனர்.

அங்கேயும் அவர்கள் அமைதியாக இருந்தால் அது உலக அதிசயம் அல்லவா?? எப்போதும் போல் தான் டாம் மற்றும் ஜெர்ரியாகவே இருந்தனர். ஆர்யாவை பார்த்த தனுவிற்கு கோபம் கண்மண் தெரியாமல் வந்தது, காரணம் இவன் தானே அனைத்திற்கும் ஆரம்பப் புள்ளியாக இருந்தான். அதனால் தானே தற்போது இந்த வீட்டில் இவள் தங்கியிருக்கிறாள், என்ற கோபம் தான்..... அவன் கனவை அடைய வேறு பல வழிகள் இருந்தாலும் மிஸஸ்.தன்விகாஷா ஆதி ரிஷி என்ற பாதையில் பயணிக்கத் தொடங்கிவிட்டாள், அவளது கனவை அடைவதற்காக..... அவளுக்கு அப்போது தெரியவில்லை இது ஒருவழிப்பாதை என.... அப்போதுதான் தனுவின் மண்டைக்குள் ஒரு ஐடியா உதித்தது. இவ்வளவு நேரம் ஆதி இவளை வெறுப்பேற்றியதை நினைத்தவள், தற்போது அவனை வெறுப்பேற்றுவதற்காக பால்கனியில் இருந்து அறைக்குள் நுழைந்தாள்.

அவன் அடுக்கி வைத்திருந்த கப்போர்டை கலைத்தவள், அதோடுவிடாமல் உடை மாற்றும் மேசையின் மீதிருந்த ஆதியின் அணைத்து பொருட்களையும் கலைத்த பின் நல்ல பிள்ளையாக குளியலறையின் முன் நின்றாள். ஆதி குளியலறையில் இருந்து வெளியில் வந்ததும் வேகமாக உள்ளே நுழைந்து கதவை அடைத்துக்கொண்டாள். கதவை திறந்து வெளியே நுழைந்தவனும் அவளை ஒரு சந்தேகப் பார்வை பார்த்துவிட்டு அறையை நோட்டம் விட்டவனுக்கு, வந்த கோபத்திற்கு

அளவில்லாமல் இருந்தது. காரணம் எப்போதும் எல்லாமே நேர்த்தியாக இருக்க வேண்டும் என நினைப்பவன். இப்படி அனைத்துப் பொருட்க-ளும் கலைந்து இருப்பதை பார்த்த உடனே இவை அனைத்திற்கும் கார-ணம் அந்த 'ஆட்டிட்டியூட் கேர்ள்' என்பதை யோசிக்காமலே தெரிந்து-கொண்டான். காரணம் ரிஷித்தாவே அவனிடம் பேசவே பயப்படுவாள் ஆனால் ஆர்யா அண்ணனிடமும் சிறிதளவு சேட்டை செய்பவன் தான், அதற்காக இவ்வளவு செய்யமாட்டான்.

இதிலிருந்தே ஆதிக்கு தெரிந்துவிட்டது இங்கு நடந்த அனைத்-திற்கும் காரணம் தனு என்று. கலைந்திருந்த பொருட்களை ஒரு முறை பார்த்தவன் பின் வேறு எதுவும் பேசாமல் கீழே வந்து ஹாலில் அமர்ந்து, லேப்டாப்பில் வேலை செய்துகொண்டே கதிருக்கு தொலை-பேசியில் அழைத்து அலுவல்கள் பற்றி பேசிக்கொண்டிருந்தான். இங்கோ ப்ளெய்ட் சர்ட் மற்றும் ஜீன்ஸ் அணிந்து முடிக்கற்றைகளை போனிடெய்-லாக போட்டவள், கைப்பையை எடுத்துக்கொண்டு மாடியில் இருந்து இறங்கினாள்.

இங்கோ சமையலறையில், "சன்டே மார்னிங் உனக்கு உப்புமா தான் கிடைச்சதா? இந்த மட்டன், சிக்கன், பிஷ் எல்லாம் எதுக்கு கடை-யில வச்சிருக்காங்க? சொல்லுடா" என அவன் கேசத்திற்குள் கையை நுழைக்க முயற்சித்தாள். "அடியே இவ்வளவு நேரம் கார்டன்ல வொர்க் பண்ணிட்டு இப்போதான வந்தோம். மன்ச்கின்னும், அண்ணனும் ஆபீஸ் போகணும் சோ இப்போ அட்ஜஸ்ட் பன்னிக்கோ ஆப்டர்நூன் கறிவி-ருந்தே ரெடி பண்ணலாம்" என சொல்லியவாறு அவள் கையில் சிக்-காதவாறு பின்நோக்கி நகர்ந்தான். கறிவிருந்து கிடைத்த மகிழ்ச்சியில் ஒரே ஓட்டமாக ஓடியவள், ஆதி டைனிங் டேபிளில் அமர்ந்து இருப்-பதை பார்த்ததும் மெதுவாக நடந்துவந்து இருக்கையில் உட்கார்ந்தாள். பின்னாடியே ஆர்யாவும் அவன் செய்துவைத்த உப்புமாவை எடுத்து வந்து இருவருக்கும் பரிமாறினான். அலைபேசியை பார்த்துக்கொண்டி-ருந்த ஆதி, உப்புமாவை பார்த்தபின்..... ஆர்யாவை ஒரு பார்வை பார்த்தான். அவனும் அண்ணனின் பார்வையை பார்த்தும் பார்க்காமலும் பரிமாறி முடித்தவன், அமர்ந்து உண்ண தொடங்கினான்.

எப்படியோ மூவரும் ஒரு வழியாக காலை உணவை முடித்தனர். அப்போது தான் மாடியில் இருந்து சட்டைகையை மடித்துவிட்டபடி இறங்கி வந்தாள் தன்விகாஷா. அவளை பார்த்தவுடன் "ஹாய்

அண்ணி" என அவளை ஓடிவந்து அணைத்துக் கொண்டாள் ரிஷித்தா. உடனே தானுவும் சிரிப்புடன், "ஹாய் பாப்ஸ், என்ன ரொம்ப ஹாப்பி போல?" என்றாள் அவளின் புன்னகையான முகம் கண்டு. அதற்கு அவளும் தலையை மேலும் கீழும் ஆட்டி "ஆமா அண்ணி, இன்னைக்கு ஆர்யா எனக்கு கரிவிருந்து ப்ரிப்பேர் பன்னுறன்னு சொல்லிருக்கான், இவன் ஆப்டர் லாங் டேஸ் என்கூட புல் சன்டே ஸ்பென்ட் பண்ணுறான்" என மகிழ்ச்சியாக சொன்னவளின் முகத்தில் இருந்த சோகத்தின் சாயலை தனுவும் கண்டுகொண்டாள். அவளும் இங்கு வந்ததிலிருந்து, ரிஷித்தாவின் ஏக்கப்பார்வையையும் அதை கண்டுகொள்ளாத ஆதியும் கவனித்துக் கொண்டேதான் இருக்கிறாள்.

இதனால் தனுவிற்க்கு எளிதில் புரிந்து விட்டது, ரிஷித்தாவின் சோகத்திற்கான காரணம். அதே சமயத்தில் ஆதி, தனுவை ஒரு பார்வை பார்த்துவிட்டு அலுவலகத்திற்கு கிளம்பினான். அப்போதுதான் அவள் ஆதியை பார்த்தாள், 'பாக்குறத பாரு நெட்டகொக்கு' என மனதிற்குள்ளே அவனின் மண்டையில் நாலு கொட்டு வைத்தவள், பிறகுதான் ஆர்யாவை கவனித்தாள். அவனோ அவளிடம் "இப்போ எங்க போற, மன்ச்கின்? சன்டே லீவ் தானே, என்னமோ நீ தான் ஆபிஸ கட்டிகாக்குர மாதிரி இல்ல அலப்பறை பண்ணிட்டு கிளம்புற" என்றான். அதற்கு அவளோ "டாக்குமெண்ட்ரி வொர்க் இன்னும் ஸ்டார்ட் பண்ணவே இல்ல, சோ நான் கிளம்புறேன். கண்டெண்ட் ரெடி பன்னனும்" என கிளம்பினாள். அவனுக்கும் இது தெரியும், என்ன தான் இவனுக்கு இரண்டு வருட அனுபவம் இருந்தாலும் தனு நின்று நடத்தும் ஆவணப்படம் பெரிதாக பேசப்படுவதால், அவளையே அதற்கு தேர்வு செய்தனர். கன்டென்ட் எழுதும் பொறுப்பை அவர்கள் இருவரிடமும் ஒப்படைத்தார் மேலதிகாரி. இவள் எப்படியும் அன்புவின் போதைப்பொருள் திட்டத்தை முழுமையாக அறிந்து..... அதன் பின்னணியில் யார் யாரெல்லாம் இருக்கிறார்கள் என்பதையும் தெரிந்து கொண்டு..... பின் அதையே அவள் தொகுத்து வழங்குவாள் என்பதை அவனுக்கு யாரும் விளக்கத் தேவையில்லை.

இருந்தாலும் தற்போது அவனது சேவை இரு ஜீவன்களுக்கு தேவையாக உள்ளது. அது வேறு யாரும் ரிஷித்தாவும், தன்விக்கும். ரிஷித்தா வளர்ந்த குழந்தை என்றால், தன்விக்கும் அதே போல் ஒரு நிலையில்தான் தற்போது உள்ளான், காரணம் இவன் மீது அக்கறை வைக்கும்

ஒரே ஒரு உறவு தனு மட்டும்தான், அவனே இவளை வேண்டாமென்று விட்டு விட்டானே என்ற எண்ணம்தான்,தன்விக்கின் மனதில் இருக்கும், இதையெல்லாம் யோசித்த ஆர்யா, கறிவிருந்து கிடைக்கப் போகும் மகிழ்ச்சியில் கனவு கண்டு கொண்டிருந்த ரிஷித்தாவை, தலையில் தட்டி வேகவேகமாக வெளியே இழுத்து சென்றான். அவளை மறைவான இடத்தில் நிற்க வைத்து பின் அவனும் நின்றான். "டேய் கருவாயா, எதுக்கு இப்படி சொந்த வீட்டிலேயே திருட வந்த கூட்டம் மாறி நிக்-கணும்?" என்றாள் யோசனையான முகபாவத்துடன். அதற்கு அவனும் "கொஞ்சநேரம் இங்க நடக்கறத மட்டும் பாரு" என்று அவனும் தனு சென்றதிசையை பார்த்தான்.

அங்கோ தனுவின் வண்டி ஸ்டார்ட் ஆகாமல் மக்கர் செய்தது. அவளுக்கு அருகிலேயே ஆதி அவனது மகிழுந்தை நிறுத்தி ஒலிப்-பானை அடித்தான். ‘என்ன இந்த நெட்ட கொக்கு ஹாரன் அடிக்கி-றான், அப்போ இவன் இன்னும் ஆபீஸ் போகலையா? இப்போ இவன் கார்ல போலாமா? வேணாமா?’ என சிந்தித்தவள், பிறகு அலுவலகத்-திற்கு தாமதமாவதால் வேகமாக ஓடி அவன் காரில் ஏறினாள். இங்கே ரிஷித்தாவோ, "அண்ணா எனக்கு நெஞ்சு வலி வரமாதிரி இருக்கு, அப்படியே கை தாங்களா கூட்டிட்டு போய் உட்கார வை டா" என நெஞ்சில் ஒரு கையை வைத்துக்கொண்டு, மறு கையை ஆர்யாவின் தோளில் போட்டாள். அவனும் அவளை தாங்கிப் பிடித்துக் கொண்டே "அப்படின்னா உனக்கு இனி தினமும் நெஞ்சுவலி தான் வரும் போல" என்றான் வேறு எங்கோ பார்த்து சிரித்தபடி.

உடனே ஆரியாவின் தோளிலில் இருந்து கையை எடுத்தவள், அவன் சட்டை காலரை பற்றி "அப்படின்னா இது உன்னோட பிளான்னா" என்றால் அதிர்ச்சியாக. அதற்கு அவனும் "யாஹ்" என்று ஒற்றை வார்த்தையில் பதிலை கூறியவாறு அவள் பிடித்திருந்த கையை சட்டையில் இருந்து எடுத்து விட்டான். "எப்படிடா!! ஆதி அண்ணா இது வரைக்கும், ஒரு டைம் கூட என்ன எங்கேயும் கூட்டிட்டு போனதே இல்ல. ஆனா அண்ணி மட்டும் வந்த ரெண்டே நாள்ல, அதுவும் அண்ணாவே காரை நிறுத்தி கூட்டிட்டு போறாங்க. ஹவ் இஸ் இட் பாஸிபிள்?" என்றாள் சோகமாக. உடனே அவனும் "அடி மக்கு அது என்னோட பிளான். நைட்டே உன் அண்ணியோட வண்டியில இருந்த பெட்ரோல் எல்லாத்தையும் எடுத்தாச்சு. தனுவுக்கு டைமிங் ரொம்ப முக்-

கியம் ஸோ, அண்ணா கூட ஆபிஸ் கிளம்பிட்டா" என்றான். "அண்ணா இது மாதிரி பிளான் எல்லாம் உன்னால மட்டும் தான் பண்ண முடியும்" என்றாள் சிரிப்போடு. அவனும் சட்டையில் இருந்த காலரை தூக்கிவிட்டுக்கொண்டே "இதெல்லாம் ஐயாவோட ராஜதந்திரம்" என்றான். அதற்கு அவளோ உதட்டை சுளித்துக்கொண்டே "இதெல்லாம் ராஜதந்திரம் இல்லடா கருவாயா, நரித்தந்திரம்" என அவனை வாரினாள். இவ்வாறு இருவரும் ஒருவரை மாற்றி ஒருவர் வாரி விட்டுக்கொண்டே மதியசமையல் செய்யத் தொடங்கினர்.

*****

அங்கோ மகிழுந்தில் வந்த தனுவும் ஆதியும் ஒருவர் முகத்தை ஒருவர் பார்க்கவே இல்லை. இறுக்கமான முகத்துடன் மகிழுந்தை ஓட்டிக்கோண்டே வந்தான் ஆதி. அதைப் பார்த்த தனுவோ "ஆளையும் மண்டையையும் பாருங்கடா, எப்ப பார்த்தாலும் மூஞ்சிய உர்றுன்னேவெச்சுட்டு" என அவனை நன்றாக அர்ச்சித்து வந்தவளின் கவனம் அவன் செல்லும் பாதையை பார்த்து அப்படியே நின்றது. "நீ வேற வழியில போற மாதிரி இருக்கே" என்றாள். அதற்கு அவனும் "நான் போறது கரெக்டான ரூட் தான்" என்றான் ஏளன புன்னகையுடன். அப்போது தான் அவளுக்கு புரிந்தது இது அவனது "பழிவாங்கும் படலம்" என.....

12

தனு நினைத்தது போலவே ஆதியின் மகிழுந்து சென்று நின்ற இடம் அவனது நிறுவனம். அவளை ஒரு பார்வை பார்த்தவன் பின் குளிர் கண்ணாடியை அணிந்துகொண்டு இறங்கினான். அவனிடம் கத்தவேண்டும் என்று துடித்த மனதை, அலுவலகத்திற்கு தாமதமாகும் காரணத்தினால் கடிவாளமிட்டு அடக்கியவள் வெளியே வந்து ஒரு வாடகை வண்டியை பிடித்து அலுவலகம் வந்து சேர்ந்தாள். தனுவிற்கு நேர மேலாண்மை மிகவும் முக்கியம், அதிலும் அலுவலகத்திற்கு தாமதமாக்கூடாது என நினைப்பவள். ஆதியை அர்ச்சித்துக்கொண்டே அலுவலகத்தினுள், வந்தவளின் கால்கள் நேராக சென்று நின்ற இடம் தன்விக்கின் அறை. கதவை திறந்து உள்ளே சென்றவளின் கண்கள் தேடியது தன்விக்கை தான், ஆனால் அவன் தான் அந்த அறையிலே இல்லையே. அவளுக்கு மிகத் தாமதமாகவே மண்டையில் உரைத்தது, இன்று ஞாயிற்றுக்கிழமை என...... அதை விட தாமதமாகவே காலை உணவு உண்ணவில்லை என்பது உரைத்தது..... இருந்தும் உணவு உண்ண வேண்டும் என்ற எண்ணம் கூட இல்லை, அவளது எண்ணம் முழுவதையும் அவளது நட்பே ஆக்கிரமித்து இருந்தான்.

இன்று மாலை கட்டாயம் தன்விக்கை சென்று பார்த்து பேசவேண்டும் என்ற எண்ணத்தில் இருந்தாள். இந்த இரண்டு வாரங்களில் அன்புவை பற்றிய தகவல்கள் சிலவற்றையும் தெரிந்துகொண்டாள். அது என்னவென்றால் அன்புதான் போதைப் பொருட்கள் சப்ளை செய்வதில் பெரும்பங்குவகித்தவன் என்றும்.... வெளிநாட்டில் இருந்து வரும் போதைமருந்துகள், தமிழ்நாட்டிற்குள் வருவதற்கு முக்கியகாரணமாக அவன் தான் இருந்தான் என்பதையும்..... தெரிந்து கொண்டாள். கடந்த மூன்று தினங்களாக தன்விக்கை பற்றியே இவள் சிந்தித்துக் கொண்டி-

ருந்ததால், இதில் எந்தவிதமான முன்னேற்றத்தையும் இவளால் பார்க்க முடியவில்லை.

தனு அவளது அறையில் வந்து அமர்ந்தவள் போதைமருந்துகள் குறித்தும், அதில் சிக்கியுள்ள முக்கிய குற்றவாளிகள் குறித்தும், தீவிரமாக இணையத்தில் தேடி தகவல்களை சேகரித்துக் கொண்டிருந்தாள். பல பல சிந்தனைகளில் சிக்கித்தவித்தவளின் மனதில் திடீரென, ஒரு மின்னல் வெட்டியது. அன்பு அன்று தொலைபேசியில் அவனது மேலதிகாரியோடு பேசியது நினைவுக்கு வந்தது. அவன் 'ஒரு தேதியில் கன்சைன்மெண்ட் வருகிறது' என கூறினானே, என்று தேதியை யோசித்தாள். அவன் குறிப்பிட்ட தேதிக்கு இன்னும் இரண்டு நாட்கள் இருப்பதை அறிந்து கொண்டவள், அன்று துறைமுகத்திற்கு போனால் இந்த ஆதியின் தொழிலதிபர் வேடத்தை கலைத்துவிடலாம் என்ற தீவிர எண்ணத்தில் இருந்தாள். அன்றைய தினம் முழுவதும் துறைமுகம் பற்றிய தேடலில் மூழ்கியிருந்தவளின் மனதை கலைத்தது அறைக்கதவை குமாஸ்தா திறந்து வரும் சப்தம். அதுவரை இன்டர்நெட்டில் மூழ்கியிருந்தவள் மணியை பார்த்தாள்.

அது ஒன்பது எனக்காட்டியது. உடனே அவளுக்கு தூக்கி வாரி போட்டது. தனியாக செல்ல வேண்டும் என்ற பயத்தால் அல்ல...... தன்விக்கிற்க்கு தெரிந்தால், மேலும் ஒருவாரம் அவனிடம் கெஞ்ச வேண்டும் என்ற பீதியில் தான்.... அலுவலகத்தில் இருந்து நடையை கட்டினாள் பேருந்து நிறுத்தத்திற்கு. இவர்கள் அலுவலகத்தில் இருந்து பேருந்து நிறுத்தம் சிறிது தூரம் என்பதால் நடந்துவந்து கொண்டிருந்தவளுக்கு பயம் என்று எதுவும் இல்லை. "இந்த விக்கி பயலே போய் பார்க்கலாம்னு பாத்தா, இவ்ளோ டைம் ஆகிடுச்சு. இதுக்குமேல அப்பார்ட்மெண்ட் போனோம்னா அடிக்காம விடமாட்டான்" என்று நினைத்தவள், சீக்கிரம் நிறுத்தத்திற்கு செல்ல வேண்டும் என்ற எண்ணத்தில், ஆள் அரவமற்ற தெருவிற்குள் நுழைந்தாள். அலைபேசியை பார்த்துக்கொண்டே ஏதோ ஒரு பாடலை முணுமுணுத்துக் கொண்டு வந்தாள் தனு.

அப்போது திடீரென அந்தப் பகுதியில் இருந்த விளக்குகள் அனைத்தும் அணைந்தது, முனுமுனுப்பு அப்படியே அடங்கியது தனுவிற்கு....... நடந்து கொண்டிருந்த அவளது இரு கால்களும் நடுங்கியது, இருந்தும் அந்த இடத்தை விரைவாக கடந்து விட வேண்டும் என்ற

எண்ணத்தில் நடக்கத் தொடங்கினாள்...... அவள் பின்னே இருந்து ஒரு வண்டி அவளுக்கு அருகில் வந்து கொண்டிருப்பதை, முன்னாள் தெரியும் வெளிச்சம் மூலம் உணர்ந்தாள்..... ஆனால் அவளுக்கோ அந்த வண்டியின் சத்தம் வெகு தொலைவில் கேட்பதுபோல் இருந்தது...... திடீரென்று கண்கள் இருட்டிக்கொண்டு வர அப்படியே கீழே விழ சென்றவளை...... தாங்கியது ஒரு கரம். கண்களைத் திறக்காமலே யாரெனத் தெரிந்து கொண்டவளின் உதட்டின் ஓரம் சிறு புன்முறுவல் வந்தது. அதை கண்டவனின் உதடு மெதுவாக உச்சரித்தது "இஷாமா" என....

ரோஸ் வில்லோ,

அதிகாலை சமயத்தில், அந்த பங்களாவின் இரண்டாவது மாடியில் உள்ள ஒரு அறையின் வெறும் தரையில் கை கால்களை சுருட்டிக் கொண்டு படுத்திருந்தான் அவன். அப்போது ஐ-போனின் இயல்புநிலை ரிங்டோன் அடிக்க உறக்க கலக்கத்தில் அங்கும் இங்கும் தேடியவன், ஒரு வழியாக கைபேசியை கண்டுபிடித்தான். அதை சொடுக்கி காதில் வைத்தவன், "என்ன ஏ.கே சொன்ன வேலையை முடிச்சாச்சா? இல்ல இப்பவும் சொதப்பலா?" என இறுக்கமான குரலில் வினாவினான். அதற்க்கு எதிர்முனையில் "பாஸ்" என்றான் மிக தயக்கமான குரலில்...... "ஹோலி ஷிட், ஸ்கெட்ச் போட்டு ஒரு பொண்ண தூக்க சொன்னா நீங்க எல்லாம் என்ன வேலை பண்ணறீங்க? இப்போ சார் கிட்ட என்ன பதில் சொல்லட்டும்" என்றான் எரிச்சலான குரலில். "இதைவிட பெரிய சம்பவம் எல்லாம் அசால்டா பண்ணிட்டோம் பாஸ், ஆனா இந்தப் பொண்ணு கைக்கே சிக்க மாட்றா, கரெக்டா நாங்க அவகிட்ட போகும்போதெல்லாம் எவனாவது ஒருத்தன் குறுக்க வந்து ப்ளான கெடுத்துவிட்டறானுங்க" என்றான் கெஞ்சலான மொழியில்.

ஆனால் அதைகேட்டவனோ மனம் இரங்காமல் "இன்னும் உங்களுக்கு டூ டேய்ஸ் தான் டைம் அதுக்குள்ள அந்த பொண்ண கொலை பண்ணனும்" என உறுமியவன் அழைப்பை துண்டித்தான். கீழே வந்து ஹாலில் இருந்த சோபாவில் அமர்ந்தவன், முன்பு வைத்திருந்த தாடியை தற்போது எடுத்து விட்டான். அதனால் கைகள் தாடையை தடவியது. அப்படியே அமர்ந்து யோசிக்க தொடங்கியவன் அரைமணி நேரம் கழித்து மொபைலை எடுத்து ஒருவனுக்கு அழைப்பு விடுத்தான். அந்தப் பக்கம் அழைப்பு ஏற்பட்டதும் "ஹலோ மேடிசார்" என்றான். அதற்கு அந்தப்பக்கமோ "சொல்லு அகி மார்னிங்கே கால் பண்ணிருக்க" என

எதிர் முனையில் படபடப்புடன் வினாவியது ஒரு குரல். அதற்கு இவனும் "மேடிசார் நத்திங்கொ சீரியஸ், அந்த பொண்ண கொலைபண்ண சொல்லி அனுப்புன ரெண்டு அட்டம்ட்-லயும் அவ எஸ்கேப் ஆகிட்டா" என அவன் கூற வருவதற்குள், "அகி, இட்ஸ எ சீரியஸ் மேட்டர டொரை டு கில் ஹெர், ஆர் எல்ஸ் ஷீ டெஸ்ட்ராய் அவர் ஹோல் பீஸ்னஸ் எம்பிரர்" என்று படபடப்புடன் கூறியது அந்த குரல்.

அதை கேட்டவனோ "சியூர் சார், அன்ட் ஒன் மோர் திங்க், நாளைக்கு வர்ற கன்சைன்மெண்ட்ட சேஃபா கைக்குகிடைக்க புது ஆள் ஒருத்தன பிக்ஸ் பன்னிருக்கன் சார், இதுல பிராப்ளம் வர சான்ஸே இல்ல சார்" என்றான் நெற்றியைத் தேய்த்துக் கொண்டே. "அந்த ரிப்-போர்ட்டர் பொண்ண சீக்கிரம் கொன்னுடுங்க" என்று கட்டளையிட்ட அந்தக் குரல் அலைபேசியை துண்டித்தது. இந்த பக்கமும் பால்கனியில் அமர்ந்து அதிகாலை வானத்தை வெறித்துவனின் மனதிலோ வெறுமை குடிகொண்டது. அவனின் மனமோ இன்னும் எத்தனை நாட்கள் இந்த இயந்திரத்தனமான வாழ்க்கையில் சிக்கித் தவிப்பது என பலமுறை சிந்-தித்து. அவன் அகி.... அகிலன். அவனின் மனதிலோ அதற்கான பதில் என்னவோ இல்லை என்பதுதான். ஆனால் அவனுக்கு அப்போது தெரி-யவில்லை அந்த பதில் வெகுவிரைவில் அவனுக்கு கிடைக்கப்போகிறது எனவும், அவன் எதிர்பாராத நபரிடம் இருந்து அது கிடைக்கும் எனவும், செய்த தவறுகள் அனைத்தும் அவன் கண்முன்னே நின்று அவனை கொல்லாமல் கொல்லப்போகிறது எனவும்......

****

கண்கள் இரண்டையும் திறக்க இமைகள் தடையாக இருந்தது. இருந்தும் அந்த தடையை தாண்டி கண்களை திறந்தவளின் முன்பே, அமர்ந்திருந்தான் தன்விக். அவனை பார்த்தவுடனேயே தாயை தேடிய சேயாக அவனிடம் தஞ்சம் அடைந்தாள் தனு. சிறிதுநேரம் சென்ற பிறகே உணர்ந்தாள் விக்கி அவனை அணைக்கவில்லை என. அவனின் செயலை வைத்தே அவனுடைய கோபத்தை புரிந்துகொண்டவள் அவனிடம் இருந்து விலகி மெத்தையில் அமர்ந்தவள், பின்பே உணர்ந்-தால் அது அவர்களின் அடுக்குமாடி குடியிருப்பு என. அதைப்பார்த்த-வளுக்கோ மகிழ்ச்சி தாங்கவில்லை, முழுதாக மூன்று நாட்கள் கழித்து இப்போதுதான் இங்கு வருகிறாள். ஆனால் துருத்துமாடி பக்கம் திரும்-பியவளின் மகிழ்ச்சி சட்டென வடிந்து விட்டது.....

அங்கு கால்மேல் கால் போட்டு, அவர்களின் மௌனப்போராட்டத்தை கண்களில் ரசனையோடு பார்த்தவாறு அமர்ந்திருந்தான் ஆதி ரிஷி. "எத்தன நாளா சாப்பிடாம இருக்க?" என அவளிடம் கடுமையாக வினாவினான் தன்விக். அதற்கு அவளோ திருதிருவென விழித்துக் கொண்டு மூன்று விரல்களை காட்டினாள். அதை கண்ட தன்விக்கோ ஆதியை முறைத்துப் பார்த்தான். ஆதியோ முறைத்தவனை ஒரு பார்வை பார்த்தவன் பின் ஒரு ஏளன சிரிப்புடன் கைப்பேசியை எடுத்து பார்க்க ஆரம்பித்தான். தோழியை பார்க்காமல் எழுந்து வெளியே செல்வதற்கு கதவைத் திறந்தவனுக்கு முன் ஆர்யா கையில் உணவோடு நின்றான். அவனை ஒரு வெற்றுப் பார்வை பார்த்தவன், வெளியே சென்றுவிட்டான். உள்ளே நுழைந்த ஆர்யாவும் தனுவிற்கு முன் அணைத்து உணவுகளையும் எடுத்து அடுக்கினான். அவன் அடுக்கும் உணவுகளை பார்த்தாள், அணைத்தும் அவளுக்கு பிடித்த வகையாகவே இருந்தது. ஆனால் உண்ணும் எண்ணம் தான் அவளிடம் இல்லையே. அவளை "மன்ச்கின் இப்போவாவது சாப்டலாம் இல்ல அது தான் செல்ல..... ப்ச் தன்விக் பேசிட்டான் தென் வை யூ யெட் நாட் ஈட்?"என வினவ அவளோ எதுவும் பேசவில்லை.

தனு மயங்கி தன்விக்கின் கையில் விழுகவும் ஆதி வரவும் சரியாக இருந்தது. பதட்டத்தில் இருந்த தன்விக், ஆதியை பார்க்க அவனோ தன்விக்கின் கைகளில் இருந்து தனுவை வாங்கியவன் அவனின் மகிழுந்தின் பின் இருக்கையில் படுக்கவைத்தபின் முன்னே அமர்ந்து காரை ஸ்டார்ட் செய்து ஒலிப்பானை அடித்தான். மனதிற்கு நெருக்கமான ஒன்றை யாரோ இதயத்திடம் இருந்து பிடுங்குவதை போல் உணர்ந்த தன்விக் ஹாரன் சத்தத்தில் சுயம் வந்தவன் சென்று காரில் அமர்ந்தான். இது போன்ற சாதாரண மயக்கம் அடிக்கடி வரும் என்பதால் தன்விக் அப்பார்ட்மென்டிற்கு வழி சொல்ல ஆதி காரை செலுத்தினான். பின் மருத்துவருக்கு ஆதி அழைப்புவிடுக்க அவரும் வநது தனுவின் உடல்நிலையை கவனித்தவர் சரியாக உணவு உண்ணாததால் ஏற்பட்ட மயக்கமே என கூறியவர் சில அறிவுரைகளைக் கூறிவிட்டு கிளம்பினார். அவர் சென்ற சிறிது நேரத்தில் கண் விழித்தால் தனு.

இவற்றை எல்லாம் நினைத்து பார்த்துக்கொண்டிருந்தான் தன்விக். அறையை விட்டு வெளியே வந்த ஆர்யா தன்விக்கை தேடினான். அவனோ வெளியே இருக்கும் மலர்களை பார்த்திருந்தான். அவனிடம்

நெருங்கிய ஆர்யா அவனின் தோள் தொட்டு "டேய் வெல்லக்கட்டி, வா வந்து சாப்பிடு" என அழைத்தான். அவனின் "வெல்லக்கட்டி" என்ற வார்த்தையை பல வருடங்கள் கழித்து கேட்ட தன்விக் அவனை இறுக்கமாக அணைத்துக்கொண்டான். எத்தனை நாள் அவன் கேட்க வேண்டும் என்று நினைத்த வார்த்தை...... இவ்வளவு நேரமும் அவன் துன்பத்தை யாரிடமும் கூறுவது என புரியாமல் தவித்த அவனுக்கு சரியான நேரம் பார்த்து கை கொடுத்தது அவனது நட்பு.

****

13

இவ்வளவு நாட்கள் யாரிடம் தன் மனக்குமுறலை கூறுவது, என தெரியாது இருந்தவனுக்கு உற்ற நேரத்தில் துணையாக வந்து தோள்-கொடுத்தது அவனது நட்பு. "பேபிமா, மூனுநாளா அவ சாப்பிடவே இல்-லையாம்டா. எனக்கு தெரியும்டா நான் இல்லாம அவ சாப்பிடமாட்டா, ஏன்டா இப்படி டார்ச்சர் பண்ணுறா? உங்க அண்ணன் கூட மேரேஜ் ஆன அப்ப அவள என்னோட வர சொன்னதுக்கு, இது என் லைப் நான்தான் டெஸிஸன் எடுக்கணும்னு சொல்லிட்டு, கிளம்பிட்டா. அப்-புறம் ஏன் இப்ப இப்படி இருக்கா? எனக்கு ஒண்ணுமே புரியல" என அவனை அணைத்துக் கொண்டு புலம்பியவனின் கண்களிலிருந்து ஒரு துளி கண்ணீர் எட்டிப்பார்த்தது.

யார் சொன்னார் பெண் பிள்ளைகளுக்கு மட்டுமே கண்ணீர் உரியது என்று....... அவனை அணைத்து தேற்றிய ஆர்யா, அறைக்குள் அழைத்துச் சென்றான். ஆர்யா சமைத்த உணவை அவனிடம் கொடுக்க அவனும் அமைதியாக அதை அவளுக்கு ஊட்டிவிட்டான். அங்கு நடந்த பாசமலர் படத்தை இலகுவாக பார்த்து கொண்டிருந்த ஆதிக்கு, அலைபேசியில் அழைப்பு வரவும் அதை காதில் வைத்தவன் முகம் இருக்கம் அடைந்தது.

****

கதிரின் வீடு,

அன்புவின் வீட்டிலிருந்து எடுத்து வந்த லேப்டாப்பை எவ்வளவு முயன்றும் கதிரால் அதிலுள்ள தகவல்களை திரும்ப பெறமுடியவில்லை. வேறு வழியில்லாமல் அந்த விரலி நினைவகத்தை அவனின் மடிக்கணி-னியில் இனைத்து பார்க்க, அதில் ஒரு ஒலிக்கோப்பும், ஒளிக்கோப்பும் இருந்தது. முதலில் ஒலிக்கோப்பை கேட்டவனின் மனதிலோ இப்படி-

யும் ஒரு மனிதன் இருப்பானா என்ற எண்ணம் தான் வந்தது. காரணம் அதில் அன்பு உயிருக்காக ஒருவனிடம் கெஞ்சுகிறான் என்பது நன்றாக தெரிகிறது, ஆனால் இவனின் கெஞ்சல்கள் எதையும் கேட்காமல், "நம்ம செய்ற வேலைக்கு எப்பவும் பதுங்கிதான் இருக்கணும் ஆனா நீ ரொம்ப பெரியதப்பு பண்ணிட்ட. நீ பேசுன எல்லாத்தையும் ஒரு ரிப்போர்ட்டர் பொண்ணு கேட்டுட்டா, ஸோ வீ டோன்ட் ஹேவ் எனி அதர் ஆப்ஷன்" என்று புதியவன் கூறவும் அந்த ஒலிக்கோப்பு முடிவடைந்துவிட்டது.

இதையெல்லாம் கேட்டவனுக்கோ தற்போது தொழிலை விட இந்த விடயத்தில் அதிக கவனத்தை செலுத்த வேண்டும் என்று தோன்றியது. டெல்லியில் நடந்த கூட்டத்திற்கு சென்றுவிட்டு வந்தவன் பின் அது தொடர்பான வேலைகளை பார்ப்பதில் மும்மரமானான். தற்போது முதல் இதில் தன் முழு கவனத்தை செலுத்த வேண்டும் என எண்ணினான். பிறகு அந்த ஒளிக்கோப்பையும் பார்த்தான். அதிலோ அவன் செய்த தவறுகளை பற்றியும், அடுத்து சென்னைக்கு கன்சைன்மென்ட் வரும் தேதியை பற்றியும் குறிப்பிட்டிருந்தான் அன்பு.

உடனே நாட்காட்டியை பார்த்தவனுக்கு அது நாளை என தெரிந்தது. இவை அனைத்தையும் யோசித்தவாறே அலுவலகத்திற்கு கிளம்பிய-வனின் வாகனம் சென்று நின்ற இடம் லிட்டில் ப்ளவர் ரெஸ்ட்டாரன்ட், . இங்கு தினமும் காப்பி குடித்து செல்வது அவனது வழக்கம். அன்-றும் அதே போல் சென்று அமர்ந்தவன், ஆர்டர் செய்த காபி வரவும் அதை எடுத்து உதட்டின் அருகில் கொண்டு செல்லும்போது சரியாக ஒரு தோட்டா அவனது நெற்றியைக் குறிபார்த்து வந்தது. அதே சமயம் ஒருவன் கதிரின் சட்டையை பிடித்து இழுக்க, அந்த புல்லட் கதிருக்கு பின்டேபிளில் இருந்த கண்ணாடியில் பட்டு அந்த கண்ணாடி தெரித்தது. அவனை கொல்ல வேண்டிய புல்லட்......

திரும்பி ஒரு முறை அந்த கிளாசை பார்த்தவன் பின் அவனை பிடித்து இழுத்தவன் மீதே மயங்கி சரிந்தான் கதிர். ஆனால் நின்றிருந்-தவனோ உடனே போனை எடுத்து ஒருவனுக்கு அழைப்பு விடுத்தான் "ஹலோ சார் நான் கதிரோடு பாடிகாட் பேசுறேன், யாரோ இவரை ஷீட் பண்ண ட்ரைபண்ணாங்க. அவரை ஸேப் பன்னிட்டோம், ஆனா இப்போ பயத்துல மயங்கி விழுந்துட்டார், அதனால ஹாஸ்பிடலுக்கு கூட்டிட்டு போறோம்" என்று மருத்துவமனையின் விலாசத்தை கூறிய-வன், அழைப்பை துண்டித்தான். இந்த செய்தியை கேட்ட ஆதியின்

முகம் தான் இறுக்கமானது. அவனது உதவியாளனிடமே கைவைக்கும் தைரியம் யாரிடம் உள்ளது, என்ற எண்ணத்தில்தான். கதிருக்கும் ஆதி பாதுகாவலர்களை வைத்திருந்தான். ஆனால் அது கதிருக்கே தெரியாது.

வேகவேகமாக கதவை திறந்து வெளியில் செல்ல நினைத்த ஆதி, பின் இரண்டு அடிகள் பின்னோக்கி வந்து உணவு ஊட்டிக் கொண்டிருக்கும் தன்விக்கை ஒரே கணம் பார்த்தவனின் பார்வை சென்று நின்றஇடம் அவனின் மனைவி. "நீ என்ன பண்ணுவியோ, நாலு மணிக்கு நீ நம்ம வீட்ல இருக்கணும்" அதில் நம்ம என்ற சொல்லை அழுத்தி கூறியவன் கிளம்பிவிட்டான். இதை பார்த்துக்கொண்டு இருந்த ஆர்யாவோ, 'இவனுக்கு என்ன ஆச்சு இவ்வளவு நாள் நல்லாதான இருந்தான், இப்போ வர்ற வர்ற இவன் கிட்ட ரொம்ப சேன்ஜஸ் தெரியுதே, ஒருவேளை காதல் படுத்தும் பாடோ...?' கடைசிவரியை சொன்ன அவனின் மனசாட்சியை அவனே காரித்துப்பிகொண்டான். 'இவனுக்கு ஆதுவும் லவ்வா..? நோ சான்ஸ், ஆனா டைமிங் எல்லாம் சொல்றான். இந்த மன்ச்கின் என்ன பன்ன காத்துகிடக்குறாளோ" , என்றவனின் சிந்தனை மறுபடியும் அவனின் அண்ணனை வலம் வந்தது.

'அண்ணனுக்கு என்ன ஆச்சு' என மனதினுள்ளே அவனின் அண்ணனை வறுத்தெடுத்தவனுக்கு தெரியவில்லை, அவன் காதல் வலையில் விழுந்து ஐந்து நாட்கள் ஆகிறது என......இங்கே தனுவோ ஆதி சொல்லிச் சென்ற சொல்லை நினைத்திருந்தாள். 'இவனுக்கு என்ன ஆச்சு? இப்படி பேசிட்டு போறானே? நாளைக்கு ஊருக்கு போகணும்னா இந்த விக்கி பையன் கிட்ட இருந்து தப்பிக்கனும். அதுக்கு இந்த ஆதி வீட்டுக்குத்தான் போகனும் ஆனா இந்த விக்கி என்ன சொல்லுவான்னு தெரிலயே? எப்படியும் நாளைக்குதான் கிளம்பசொல்லுவான்' என சிந்தித்தவள, அதன் பிறகே உணர்ந்தாள், தன்விக் உணவைகையில் வைத்துக்கொண்டு தீவிர சிந்தனையில் இருப்பதை.

அதை பார்த்த தனுவோ அவனின் கையை பிடித்து உணவை வாயில்வாங்கிக் கொண்டாள். இவள் கையைபிடித்த பிறகு சுயநினைவுக்கு வந்தவன், "ஓகே தனு, நீ உன்னோட வீட்டுக்கு இப்பவே கிளம்பினாலும் ஓகே, ஸ்டே பண்ணிட்டு மார்னிங் கிளம்பினாலும் ஓகே, நான் இப்போ ஆபிஸ் போகணும்" எனக்கூறியவன் அவள் உண்டு முடித்ததும் தட்டை எடுத்துக்கொண்டு சென்றான். ஆர்யா அவள் அருகில் அமர்ந்து அவள் கைகளை பிடித்துக்கொள்ள, இவளோ அவனின்

தோளில் சாய்ந்து கொண்டாள். அவனோ அவளின் கைகளை இறுக்கமாக பிடிக்க அவன் தோளில் சாய்ந்திருந்தவறே இரண்டு வாரங்களுக்கு முன்பிருந்து நடந்த நிகழ்வுகளை நினைத்துப்பார்க்க தொடங்கினாள்.

****

இரண்டு வாரங்களுக்கு முன்பு,

(சரியாக ஆதி டில்லிக்கு சென்ற இரவு)

அன்புவின் வீட்டிற்கு சென்று வந்த அன்று இரவே முடிவுசெய்துவிட்டாள் மறுபடியும் அவன் வீட்டிற்கு சென்று ஏதாவது கிடைக்கிறதா என பார்க்கவேண்டும் என. மறுநாளே அதற்கான வாய்ப்பும் அவளுக்கு அமைந்தது. மாலை நேரத்தில் ஆர்யாவுடன் இவளும் வெளியேவர, சிறிது நேரத்தில் அவனுக்கு, அவனின் தங்கையான ரிஷித்தாவின் தோழி ருத்திக்காவிடம் இருந்து அழைப்பு வந்தது. ருத்திகாவிற்கு உடல்நிலை சரியில்லை என்ற செய்தி வர, அதைக்கேட்டவனும், இவளை பாதியிலேயே இறக்கிவிட்டுவிட்டு கிளம்பினான். இந்த நேரத்தை சரியாக பயன்படுத்திக் கொண்ட தனு நேரே சென்று நின்ற இடம், அன்புவின் வீடு. உள்ளே சென்றவள் ஒரு முறை நன்றாக ஒவ்வொரு இடத்தையும் அலசி ஆராய்ந்தாள். சமையலறையை பார்க்க அந்த இடமே காலியாக இருந்தது.

சமையல் செய்ததற்கான எந்தவித அடையாளமும், அங்கு இல்லை. மேலும் உள்ளே சென்று பார்க்க நீர் சேமிக்கும் தொட்டியை மூடுவது போன்ற ஒரு அமைப்பு இருந்தது. அதைத் திறந்துபார்க்க உள்ளே ஒரு அறை போன்ற அமைப்பு இருந்தது. அதன் உள்ளே நுழைந்தவளுக்கு அதிர்ச்சிக்கு மேல் அதிர்ச்சியாக பல விடயங்கள் கிடைத்தது. இதையெல்லாம் நினைத்து பார்த்தவளுக்கு ஒரு கணம் உடல் அதிர்ந்தது. 'அடுத்து என்ன செய்வது?' என எந்த விதமான ஐடியாவும் இல்லாமல், அந்த வீட்டின் முன்நுழைவு வாயில் வழியாக வெளியே வந்தாள். இந்த கேஸை பற்றியே நினைத்துக் கொண்டிருந்தவளோ அவளின் பேக்கிலிருந்து விழுந்த அந்த பொருளை கவனிக்க தவறி விட்டாள் பின்னாட்களில் அவள் படப்போகும் துன்பத்தைப் பற்றி அப்போது அறியாமல். அவள் வேளியே நுழைந்த நேரத்தில், "எதுக்கு இப்போ ஏ.கே இங்க வந்து காவல்காக்க சொல்றாரு" என்றான் ஒருவன். அதற்கு மற்றொருவனோ "எனக்கும் தெரியல, ஆளே இல்லாத கடையில யாருக்காக டீ ஆத்தனும்" என கேலியாக பேசி வந்தவர்களோ அப்படியே பேய்

அடித்தார் போல் நின்றார்கள்.

காரணம் தனுவின் பையில் இருந்து விழுந்தபொருள் அப்படி. உடனே அந்த ஏ.கே-வும் "இத நீங்க எடுத்து வைங்கடா, அந்த அன்பு உள்ள இன்னும் என்னென்ன தடயத்தை வச்சிருக்கானோ" என கூறியவாரே முன்னே சென்றுகொண்டிருந்த தனுவின் அருகில், இவன் சென்றான். அப்போதுதான் தனுவிற்க்கு எதிரில் ஒரு சிறுவன் அவளை நோக்கி வந்துகொண்டிருந்தான். அவளை நோக்கி வந்த சிறு-வனும் அவள் கையை பிடித்து இழுத்து அதில் ஒரு பேனாவையும் வைத்துவிட்டு, அவளை பார்த்து புன்முறுவல் செய்தான். இவையேதும் அவளின் கவனத்தில் இல்லை, காரணம் அவளின் சிந்தனை முழுவதும் சற்றுமுன் அவள் பார்த்த விடயங்களே நிரம்பியிருந்தது.

தனுவை கண்டுசிரித்த அந்த சிறுவனின் கண்களோ உடனே மரண-பயத்தை காட்ட ஆரம்பித்தது, அவளுக்குப் பின்னேவரும் ஏ.கே-வை கண்டவுடன். எப்படி குற்றவாளியை கண்டறிவது? இவற்றுக்குப் பின் யாரோ ஒரு பெரிய ஆள் தான் இருக்க வேண்டும்? அது கண்டிப்-பாக அந்த ஆதியாக தான் இருக்கும்? அவனை எப்படி ஆதாரத்தோடு பிடிப்பது? என பலப்பல சிந்தனையில் நடந்து கொண்டிருந்தவள், இன்-னும் ஒரு சிறுவன் வந்து ஒரு பேனாவை கொடுத்து செல்ல அதை இவள் கைப்பைக்குள் வைத்துக்கொண்டாள். அப்போதே கண்டிருந்தால் அவன் உயிரை காப்பாற்றியிருப்பாளோ என்னவோ?

****

கிரீன்வைல் ரெஸிடென்ஸி,

"மிஸ்டர்.ஆர்யா உங்க சிஸ்டர் ரொம்ப வீக்கா இருக்காங்க, மாத்-திரை மருந்த மட்டும் எடுத்து சரிபண்ற விஷயம் இல்ல இது, கொஞ்சம் கேர் எடுத்துக்கோங்க, அட் தி சேம் டைம் ஸ நல்லா சாப்பிட வைங்க" என்றார் ரிஷித்தவை பார்க்க வந்த மருத்துவர். அதன் பிறகு சிறிது நேரம் ஹாலில் சோபாவில் அமர்ந்தவனின் மனதிலோ வெறுமையே நிறைந்திருந்தது. அவளிடம் நன்றாகவே பழகுகிறான், அவளுக்கு தேவையான அனைத்து விடயங்களையும் கண்ணும் கருத்-துமாக பார்த்துக்கொள்கிறான், அவள் மன அழுத்தத்திற்கு செல்வதற்-கான காரணம் ஆதி மட்டுமே. இதையெல்லாம் யோசனை செய்தவனின் மூளையில் சிந்தனை ஒன்று வந்தது, அதைப்பற்றி மனதிடம் கலந்தா-லோசிக்கும் முன் ரிஷித்தாவின் அறைக்கு சென்றான்.

அவளோ உறங்கிக் கொண்டிருந்தாள். அவளின் அருகே சென்றவன் அவளின் தோளை தட்டிக் கொடுத்தான், மனதோ 'இன்னும் ரெண்டு வாரம் வெய்ட் பண்ணு பாப்பு அப்புறம் பாரு, இந்த ஆர்யா யாருன்னு, அந்த ஆதிக்கு காமிக்கிறேன்' என மனதினுள்ளே பேசி கொண்டவன், இன்னும் சிறிது நேரம் இருந்தால் அவள் முழித்துவிடுவாள் என எண்ணி வெளியே வந்தான். சமயலறைக்கு சென்று கஞ்சியை தயார் செய்துகொண்டு அவள் அறைக்கு வந்தான். அப்போதுதான் குளியலறையிலிருந்து வெளியே வந்தாள். அவனைப் பார்த்துவிட்டு அமைதியாக வந்து கட்டிலில் அமர்ந்தாள். அவனும் இவளிடம் எதுவும் பேசவில்லை, இவனும் அவளது முகத்தை பார்க்காமல் தலையை குனிந்தவாறே அமர்ந்திருந்தாள்.

****

14

1

இவ்வளவு நாட்கள் யாரிடம் தன் மனக்குமுறலை கூறுவது, என தெரியாது இருந்தவனுக்கு உற்ற நேரத்தில் துணையாக வந்து தோள்-கொடுத்தது அவனது நட்பு. "பேபிமா, மூனுநாளா அவ சாப்பிடவே இல்-லையாம்டா. எனக்கு தெரியும்டா நான் இல்லாம அவ சாப்பிடமாட்டா, ஏன்டா இப்படி டார்ச்சர் பண்ணுறா? உங்க அண்ணன் கூட மேரேஜ் ஆன அப்ப அவள என்னோட வர சொன்னதுக்கு, இது என் லைப் நான்தான் டெஸிஸன் எடுக்கணும்னு சொல்லிட்டு, கிளம்பிட்டா. அப்-புறம் ஏன் இப்ப இப்படி இருக்கா? எனக்கு ஒண்ணுமே புரியல" என அவனை அணைத்துக் கொண்டு புலம்பியவனின் கண்களிலிருந்து ஒரு துளி கண்ணீர் எட்டிப்பார்த்தது.

யார் சொன்னார் பெண் பிள்ளைகளுக்கு மட்டுமே கண்ணீர் உரியது என்று....... அவனை அணைத்து தேற்றிய ஆர்யா, அறைக்குள் அழைத்துச் சென்றான். ஆர்யா சமைத்த உணவை அவனிடம் கொடுக்க அவனும் அமைதியாக அதை அவளுக்கு ஊட்டிவிட்டான். அங்கு நடந்த பாசமலர் படத்தை இலகுவாக பார்த்து கொண்டிருந்த ஆதிக்கு, அலைபேசியில் அழைப்பு வரவும் அதை காதில் வைத்தவன் முகம் இருக்கம் அடைந்தது.

****

கதிரின் வீடு,

அன்புவின் வீட்டிலிருந்து எடுத்து வந்த லேப்டாப்பை எவ்வளவு முயன்றும் கதிரால் அதிலுள்ள தகவல்களை திரும்ப பெறமுடியவில்லை. வேறு வழியில்லாமல் அந்த விரலி நினைவகத்தை அவனின் மடிக்கணி-னியில் இனைத்து பார்க்க, அதில் ஒரு ஒலிக்கோப்பும், ஒளிக்கோப்பும்

இருந்தது. முதலில் ஒலிக்கோப்பை கேட்டவனின் மனதிலோ இப்படி-யும் ஒரு மனிதன் இருப்பானா என்ற எண்ணம் தான் வந்தது. காரணம் அதில் அன்பு உயிருக்காக ஒருவனிடம் கெஞ்சுகிறான் என்பது நன்றாக தெரிகிறது, ஆனால் இவனின் கெஞ்சல்கள் எதையும் கேட்காமல், "நம்ம செய்ற வேலைக்கு எப்பவும் பதுங்கிதான் இருக்கணும் ஆனா நீ ரொம்ப பெரியதப்பு பண்ணிட்ட. நீ பேசுன எல்லாத்தையும் ஒரு ரிப்போர்ட்டர் பொண்ணு கேட்டுட்டா, ஸோ வீ டோன்ட் ஹேவ் எனி அதர் ஆப்ஷன்" என்று புதியவன் கூறவும் அந்த ஒலிக்கோப்பு முடிவடைந்துவிட்டது.

இதையெல்லாம் கேட்டவனுக்கோ தற்போது தொழிலை விட இந்த விடயத்தில் அதிக கவனத்தை செலுத்த வேண்டும் என்று தோன்றியது. டெல்லியில் நடந்த கூட்டத்திற்கு சென்றுவிட்டு வந்தவன் பின் அது தொடர்பான வேலைகளை பார்ப்பதில் மும்மரமானான். தற்போது முதல் இதில் தன் முழு கவனத்தை செலுத்த வேண்டும் என எண்ணினான். பிறகு அந்த ஒளிக்கோப்பையும் பார்த்தான். அதிலோ அவன் செய்த தவறுகளை பற்றியும், அடுத்து சென்னைக்கு கன்சைன்மென்ட் வரும் தேதியை பற்றியும் குறிப்பிட்டிருந்தான் அன்பு.

உடனே நாட்காட்டியை பார்த்தவனுக்கு அது நாளை என தெரிந்தது. இவை அனைத்தையும் யோசித்தவாறே அலுவலகத்திற்கு கிளம்பிய-வனின் வாகனம் சென்று நின்ற இடம் லிட்டில் ப்ளவர் ரெஸ்ட்டாரன்ட், . இங்கு தினமும் காப்பி குடித்து செல்வது அவனது வழக்கம். அன்-றும் அதே போல் சென்று அமர்ந்தவன், ஆர்டர் செய்த காபி வரவும் அதை எடுத்து உதட்டின் அருகில் கொண்டு செல்லும்போது சரியாக ஒரு தோட்டா அவனது நெற்றியைக் குறிபார்த்து வந்தது. அதே சமயம் ஒருவன் கதிரின் சட்டையை பிடித்து இழுக்க, அந்த புல்லட் கதிருக்கு பின்டேபிளில் இருந்த கண்ணாடியில் பட்டு அந்த கண்ணாடி தெரித்தது. அவனை கொல்ல வேண்டிய புல்லட்......

திரும்பி ஒரு முறை அந்த கிளாசை பார்த்தவன் பின் அவனை பிடித்து இழுத்தவன் மீதே மயங்கி சரிந்தான் கதிர். ஆனால் நின்றிருந்-தவனோ உடனே போனை எடுத்து ஒருவனுக்கு அழைப்பு விடுத்தான் "ஹலோ சார் நான் கதிரோடு பாடிகாட் பேசுறேன், யாரோ இவரை ஷீட் பண்ண ட்ரைபண்ணாங்க. அவரை ஸேப் பன்னிட்டோம், ஆனா இப்போ பயத்துல மயங்கி விழுந்துட்டார், அதனால ஹாஸ்பிடலுக்கு கூட்டிட்டு போறோம்" என்று மருத்துவமனையின் விலாசத்தை கூறிய-

வன், அழைப்பை துண்டித்தான். இந்த செய்தியை கேட்ட ஆதியின் முகம் தான் இறுக்கமானது. அவனது உதவியாளனிடமே கைவைக்கும் தைரியம் யாரிடம் உள்ளது, என்ற எண்ணத்தில்தான். கதிருக்கும் ஆதி பாதுகாவலர்களை வைத்திருந்தான். ஆனால் அது கதிருக்கே தெரியாது.

வேகவேகமாக கதவை திறந்து வெளியில் செல்ல நினைத்த ஆதி, பின் இரண்டு அடிகள் பின்னோக்கி வந்து உணவு ஊட்டிக் கொண்டிருக்கும் தன்விக்கை ஒரே கணம் பார்த்தவனின் பார்வை சென்று நின்றஇடம் அவனின் மனைவி. "நீ என்ன பண்ணுவியோ, நாலு மணிக்கு நீ நம்ம வீட்ல இருக்கணும்" அதில் நம்ம என்ற சொல்லை அழுத்தி கூறியவன் கிளம்பிவிட்டான். இதை பார்த்துக்கொண்டு இருந்த ஆர்யாவோ, 'இவனுக்கு என்ன ஆச்சு இவ்வளவு நாள் நல்லாதான இருந்தான், இப்போ வர்ற வர்ற இவன் கிட்ட ரொம்ப சேன்ஜஸ் தெரியுதே, ஒருவேளை காதல் படுத்தும் பாடோ...?' கடைசிவரியை சொன்ன அவனின் மனசாட்சியை அவனே காரித்துப்பிகொண்டான். 'இவனுக்கு ஆதுவும் லவ்வா..? நோ சான்ஸ், ஆனா டைமிங் எல்லாம் சொல்றான். இந்த மன்ச்கின் என்ன பன்ன காத்துகிடக்குறாளோ" , என்றவனின் சிந்தனை மறுபடியும் அவனின் அண்ணனை வலம் வந்தது.

'அண்ணனுக்கு என்ன ஆச்சு' என மனதினுள்ளே அவனின் அண்ணனை வறுத்தெடுத்தவனுக்கு தெரியவில்லை, அவன் காதல் வலையில் விழுந்து ஐந்து நாட்கள் ஆகிறது என......இங்கே தனுவோ ஆதி சொல்லிச் சென்ற சொல்லை நினைத்திருந்தாள். 'இவனுக்கு என்ன ஆச்சு? இப்படி பேசிட்டு போறானே? நாளைக்கு ஊருக்கு போகணும்னா இந்த விக்கி பையன் கிட்ட இருந்து தப்பிக்கனும். அதுக்கு இந்த ஆதி வீட்டுக்குத்தான் போகனும் ஆனா இந்த விக்கி என்ன சொல்லுவான்னு தெரிலயே? எப்படியும் நாளைக்குதான் கிளம்பசொல்லுவான்' என சிந்தித்தவள, அதன் பிறகே உணர்ந்தாள், தன்விக் உணவைகையில் வைத்துக்கொண்டு தீவிர சிந்தனையில் இருப்பதை.

அதை பார்த்த தனுவோ அவனின் கையை பிடித்து உணவை வாயில்வாங்கிக் கொண்டாள். இவள் கையைபிடித்த பிறகு சுயநினைவுக்கு வந்தவன், "ஓகே தனு, நீ உன்னோட வீட்டுக்கு இப்பவே கிளம்பினாலும் ஓகே, ஸ்டே பண்ணிட்டு மார்னிங் கிளம்பினாலும் ஓகே, நான் இப்போ ஆபிஸ் போகணும்" எனக்கூறியவன் அவள் உண்டு முடித்ததும் தட்டை எடுத்துக்கொண்டு சென்றான். ஆர்யா அவள் அரு-

கில் அமர்ந்து அவள் கைகளை பிடித்துக்கொள்ள, இவளோ அவனின் தோளில் சாய்ந்து கொண்டாள். அவனோ அவளின் கைகளை இறுக்கமாக பிடிக்க அவன் தோளில் சாய்ந்திருந்தவறே இரண்டு வாரங்களுக்கு முன்பிருந்து நடந்த நிகழ்வுகளை நினைத்துப்பார்க்க தொடங்கினாள்.

****

இரண்டு வாரங்களுக்கு முன்பு,

(சரியாக ஆதி டில்லிக்கு சென்ற இரவு)

அன்புவின் வீட்டிற்கு சென்று வந்த அன்று இரவே முடிவுசெய்துவிட்டாள் மறுபடியும் அவன் வீட்டிற்கு சென்று ஏதாவது கிடைக்கிறதா என பார்க்கவேண்டும் என. மறுநாளே அதற்கான வாய்ப்பும் அவளுக்கு அமைந்தது. மாலை நேரத்தில் ஆர்யாவுடன் இவளும் வெளியேவர, சிறிது நேரத்தில் அவனுக்கு, அவனின் தங்கையான ரிஷித்தாவின் தோழி ருத்திக்காவிடம் இருந்து அழைப்பு வந்தது. ருத்திகாவிற்கு உடல்நிலை சரியில்லை என்ற செய்தி வர, அதைக்கேட்டவனும், இவளை பாதியிலேயே இறக்கிவிட்டுவிட்டு கிளம்பினான். இந்த நேரத்தை சரியாக பயன்படுத்திக் கொண்ட தனு நேரே சென்று நின்ற இடம், அன்புவின் வீடு. உள்ளே சென்றவள் ஒரு முறை நன்றாக ஒவ்வொரு இடத்தையும் அலசி ஆராய்ந்தாள். சமையலறையை பார்க்க அந்த இடமே காலியாக இருந்தது.

சமையல் செய்ததற்கான எந்தவித அடையாளமும், அங்கு இல்லை. மேலும் உள்ளே சென்று பார்க்க நீர் சேமிக்கும் தொட்டியை மூடுவது போன்ற ஒரு அமைப்பு இருந்தது. அதைத் திறந்துபார்க்க உள்ளே ஒரு அறை போன்ற அமைப்பு இருந்தது. அதன் உள்ளே நுழைந்தவளுக்கு அதிர்ச்சிக்கு மேல் அதிர்ச்சியாக பல விடயங்கள் கிடைத்தது. இதையெல்லாம் நினைத்து பார்த்தவளுக்கு ஒரு கணம் உடல் அதிர்ந்தது. 'அடுத்து என்ன செய்வது?' என எந்த விதமான ஐடியாவும் இல்லாமல், அந்த வீட்டின் முன்நுழைவு வாயில் வழியாக வெளியே வந்தாள். இந்த கேஸை பற்றியே நினைத்துக் கொண்டிருந்தவளோ அவளின் பேக்கிலிருந்து விழுந்த அந்த பொருளை கவனிக்க தவறி விட்டாள் பின்னாட்களில் அவள் படப்போகும் துன்பத்தைப் பற்றி அப்போது அறியாமல். அவள் வேளியே நுழைந்த நேரத்தில், "எதுக்கு இப்போ ஏ.கே இங்க வந்து காவல்காக்க சொல்றாரு" என்றான் ஒருவன். அதற்கு மற்றொருவனோ "எனக்கும் தெரியல, ஆளே இல்லாத கடையில யாருக்காக

டீ ஆத்தனும்" என கேலியாக பேசி வந்தவர்களோ அப்படியே பேய் அடித்தார் போல் நின்றார்கள்.

காரணம் தனுவின் பையில் இருந்து விழுந்தபொருள் அப்படி. உடனே அந்த ஏ.கே-வும் "இத நீங்க எடுத்து வைங்கடா, அந்த அன்பு உள்ள இன்னும் என்னென்ன தடயத்தை வச்சிருக்கானோ" என கூறியவாரே முன்னே சென்றுகொண்டிருந்த தனுவின் அருகில், இவன் சென்றான். அப்போதுதான் தனுவிற்க்கு எதிரில் ஒரு சிறுவன் அவளை நோக்கி வந்துகொண்டிருந்தான். அவளை நோக்கி வந்த சிறுவனும் அவள் கையை பிடித்து இழுத்து அதில் ஒரு பேனாவையும் வைத்துவிட்டு, அவளை பார்த்து புன்முறுவல் செய்தான். இவையேதும் அவளின் கவனத்தில் இல்லை, காரணம் அவளின் சிந்தனை முழுவதும் சற்றுமுன் அவள் பார்த்த விடயங்களே நிரம்பியிருந்தது.

தனுவை கண்டுசிரித்த அந்த சிறுவனின் கண்களோ உடனே மரணபயத்தை காட்ட ஆரம்பித்தது, அவளுக்குப் பின்னேவரும் ஏ.கே-வை கண்டவுடன். எப்படி குற்றவாளியை கண்டறிவது? இவற்றுக்குப் பின் யாரோ ஒரு பெரிய ஆள் தான் இருக்க வேண்டும்? அது கண்டிப்பாக அந்த ஆதியாக தான் இருக்கும்? அவனை எப்படி ஆதாரத்தோடு பிடிப்பது? என பலப்பல சிந்தனையில் நடந்து கொண்டிருந்தவள், இன்னும் ஒரு சிறுவன் வந்து ஒரு பேனாவை கொடுத்து செல்ல அதை இவள் கைப்பைக்குள் வைத்துக்கொண்டாள். அப்போதே கண்டிருந்தால் அவன் உயிரை காப்பாற்றியிருப்பாளோ என்னவோ?

****

கிரீன்வைல் ரெஸிடென்ஸி,

"மிஸ்டர்.ஆர்யா உங்க சிஸ்டர் ரொம்ப வீக்கா இருக்காங்க, மாத்திரை மருந்த மட்டும் எடுத்து சரிபண்ற விஷயம் இல்ல இது, கொஞ்சம் கேர் எடுத்துக்கோங்க, அட் தி சேம் டைம் ஸ நல்லா சாப்பிட வைங்க" என்றார் ரிஷித்தவை பார்க்க வந்த மருத்துவர். அதன் பிறகு சிறிது நேரம் ஹாலில் சோபாவில் அமர்ந்தவனின் மனதிலோ வெறுமையே நிறைந்திருந்தது. அவளிடம் நன்றாகவே பழகுகிறான், அவளுக்கு தேவையான அனைத்து விடயங்களையும் கண்ணும் கருத்துமாக பார்த்துக்கொள்கிறான், அவள் மன அழுத்தத்திற்கு செல்வதற்கான காரணம் ஆதி மட்டுமே. இதையெல்லாம் யோசனை செய்தவனின் மூளையில் சிந்தனை ஒன்று வந்தது, அதைப்பற்றி மனதிடம் கலந்தா-

லோசிக்கும் முன் ரிஷித்தாவின் அறைக்கு சென்றான்.

அவளோ உறங்கிக் கொண்டிருந்தாள். அவளின் அருகே சென்றவன் அவளின் தோளை தட்டிக் கொடுத்தான், மனதோ 'இன்னும் ரெண்டு வாரம் வெய்ட் பண்ணு பாப்பு அப்புறம் பாரு, இந்த ஆர்யா யாருன்னு, அந்த ஆதிக்கு காமிக்கிறேன்' என மனதினுள்ளே பேசி கொண்டவன், இன்னும் சிறிது நேரம் இருந்தால் அவள் முழித்துவிடுவாள் என எண்ணி வெளியே வந்தான். சமயலறைக்கு சென்று கஞ்சியை தயார் செய்துகொண்டு அவள் அறைக்கு வந்தான். அப்போதுதான் குளியலறையிலிருந்து வெளியே வந்தாள். அவனைப் பார்த்துவிட்டு அமைதியாக வந்து கட்டிலில் அமர்ந்தாள். அவனும் இவளிடம் எதுவும் பேசவில்லை, இவனும் அவளது முகத்தை பார்க்காமல் தலையை குனிந்தவாறே அமர்ந்திருந்தாள்.

****

15

அந்த சிறுவனைப் பற்றியும் அவன் கொடுத்த விரலி நினைவகத்தில் உள்ள விடயங்களைப் பற்றியும் சிந்தித்து கொண்டிருந்த தனு, பின் அலைபேசியை எடுத்து ஆர்யாவிற்கு அழைத்தாள்.ஒரு முழு அழைப்பு சென்ற பிறகும் அந்தப் பக்கம் அழைப்பை ஏற்கவில்லை. மறுபடியும் அழைக்க முதல் ரிங்கிலேயே, அழைப்பு ஏற்கப்பட்டது. எடுத்தவுடனே "ம்ம்ம், நேத்து நைட் என்னடி, நான் போனை வைக்க சொன்ன, உடனே கட் பண்ணுவியா" என அவன் அந்தப் பக்கம் அரை தூக்கத்தில் யார் என தெரியாமல் உளறிக்கொண்டிருக்க, இந்த பக்கமோ "டேய் ஆர்யா" என்ற தனுவின் கத்தலில் முழு தூக்கம் தெளிந்து "ம்ம்ம் சொல்லு தன்வி... ம்ப்ச் தனு... ம்ப்ச் மன்ச்கின்" என தூக்கம் தெளிந்தபின்பும், உலர "அடேய் சீக்கிரம் வாடா, ஒரு இம்பார்ட்டென்ட் வேலை இருக்கு" என்றவள் அழைப்பை துண்டித்துவிட்டு 'அடேய் நீ வேற ஏன்டா தனியா ஒளறிட்டு இருக்க, இருடா உனக்கு தனியா இருக்கு, ஆளாளுக்கு இருக்குற டென்ஷன் தெரியாம சாவடிக்கிறாங்களே' என புலம்பியவாறு குளிக்கச் சென்றாள்.

குளித்து முடித்து வெளியே வந்தவள் "டேய் உன் ஃப்ரெண்டோட ஆபீஸ் கௌம்புறேன், ஈவ்னிங் வரதுக்கு லேட்டாகும்" என்று சொல்லியவாறே கிளம்ப அதற்கு அவனோ, அவளை ஒற்றை புருவம் தூக்கி முறைக்க, அவளும் "அடேய் அது தான் தெரியுதுல்ல, நான் புதுசா ஒரு கேச கையில் எடுக்கிறேன்னு, அப்புறம் எதுக்குடா ஒன் ஐ ப்ரோவ தூக்கியே டார்ச்சர் பண்ணுற" என கேட்க, அதற்கு அவனோ, எதுவும் கூறாமல் சென்றான். பாவம் அவளுக்கு அப்போது தெரியவில்லை இதற்கெல்லாம் சேர்த்து ஒரு நாள் ஆடிதீர்க்கப் போகிறான் என.... அவளும் ஒரு முறைக்குப் பலமுறை காலையில் அந்த விரலி நினைவ-

கத்தில் உள்ள செய்திகளை பற்றி சிந்தித்துப் பார்த்து விட்டாளே, 'எவ்வளவு பெரிய விஷயம் இது.

முதலில் வேறு துறைக்கு செல்ல வேண்டும், இவர் எப்படி என்னை மாற்றம் செய்யலாம், என்ற கடுப்பில் செய்தவளுக்கு தற்போது தான் அதனுடைய வீரியம் புரிந்தது. காலையில் அந்த பேனாவின் அடிப்பாகத்தை திறந்து பார்க்க, அதனுள்ளே ஒரு கடிதமும் இருந்தது..... அதை திறந்து படித்தவர்களுக்கு மேலும், மேலும், முகம் இருக்கம் கொண்டது. அத்தகைய கடினமான சூழ்நிலையிலும் அவள் மனது, ஆதியை குற்றம் சுமத்த தவறவில்லை. காரணம் அவன் தான் இதற்கெல்லாம் முழுமுதற் காரணமாக இருக்க வேண்டும், இல்லையெனில் எவ்வாறு இவ்வளவு விரைவாக, இழுத்து மூடும் நிலையில் இருந்த நிறுவனத்தை நல்ல இடத்திற்கு கொண்டு வந்ததோடு மட்டுமல்லாமல், அடுத்த நிலைக்கு எடுத்து செல்ல முடியும்' என்ற அதி தீவிர சிந்தனையில் அவன் மேல் குற்றத்தை அடுக்கடுக்காக சுமத்தியவள் ஒன்றை நினைவுபடுத்த மறந்து விட்டாள், அவன் போட்ட உழைப்பு கூட இதற்கெல்லாம் காரணமாக இருக்கலாம் என்பதை....

இதையெல்லாம் யோசித்துக்கொண்டே கீழே வந்தவள், தரிப்பிடத்தில் வண்டியோடு நின்றிருந்த ஆர்யாவின் "ஓய் மன்ச்கின்" என்றவனின் அழைப்பில், சுயம் வந்தவள் அவனை நோக்கி செல்ல, "என்ன இவ்ளோ மார்னிங்கே வர சொல்ற, வாட் ஹேப்பன்? எனித்தீங் இம்பார்ட்டென்ட்?" என அவன் சற்று யோசனையாக வினவ, அதற்கு அவளும் "ம்ம்ம் யாஹ்" என உணர்ச்சிகளை துடைத்த முகத்துடன் கூறியவள், பின் அவன் வண்டியில் அமர்ந்தாள். ஆர்யாவின் அனார்கலி, அப்பார்ட்மென்ட்டை விட்டு வெளியேறியது. "கோ டு தி மார்ச்சுரி" என்ற தனுவின் சொல்லை கேட்ட ஆர்யா வண்டியை சடன் பிரேக் போட்டுவிட்டு, அவள் புறம் திரும்பியவன் "வாட்?" என முகத்தை சுருக்கி கேட்க "நான் சொன்னது உனக்கு கேட்டாச்சு, ஸோ கோ அகெட்" என்று கூறியவள் இறுக்கமான முகத்துடன் காணப்பட்டாள்.

இவர்கள் இருவரும் அவ்விடத்திற்கு வர, அங்கு அப்போது தான் சரியாக அந்த சிறுவனின் உடலை வெளியே எடுத்து வந்தனர். 'ஏன்?' காரணம் கேட்டதற்கோ 'அவனுக்கு என்று உறவினர்கள் யாரும் இல்லை, யாரும் உடலை வாங்கி செல்ல முன்வராததால் தற்போது உடலை எரியூட்ட எடுத்து செல்லப்படுகிறது' என்ற செய்தி வந்தது.

ஆனால் அவளோ சிறிதும் கலங்காமல் ஆர்யாவிடம் வந்தவள், "ஷால் வி மூவ்" என வினவ, அவனும் அவளை ஒரு பார்வை பார்த்தவன் பின் வேறு எதுவும் கூறாமல் பைக்கின் அருகே செல்ல, அதற்கு முன்பே தனு அவ்விடத்தை நெருங்கி இருந்தாள். திடீரென தனுவின் கையை பிடித்து இழுத்தான் ஆர்யா. புறியாத பார்வையுடன் அவனை பார்க்க, அடுத்த நொடி அவர்களுக்கு பின்னே இருந்த பூந்தொட்டி வெடித்து சிதறியது.

ஆனால் அதைப் பார்த்த தனுவின் கண்களில் பயம் என்பது துளி-யும் இல்லை. வெறும் குழப்பம் மட்டுமே இருந்தது. அதற்குள் போலீ-சிற்கு மற்றவர்கள் தகவல் தர அவர்களின் அருகில் செல்ல முயன்றாள் தனு, ஆனால் அவளது கையைப் பிடித்து இழுத்துக்கொண்டு அவ்வி-டத்தை விட்டு அழைத்து வந்தான் ஆர்யா. வரும் வழி எங்கும் ஆர்-யாவுக்கு 'என்ன பெண் இவள்?அருகிலேயே இவ்வளவு பெரிய நிகழ்வு நடந்திருக்கிறது? அவளது கருவிழிகள் கூட அசையவில்லையே? என்ன தைரியம் ? ஒருவேளை நான் மட்டும் அவங்கள பாக்கல அப்படின்னா, அந்த புல்லட் இவ மேல தான் பட்ருக்கும். கொஞ்சம் கூட அவ மேல அவளுக்கே அக்கறை இல்லயே, இதுல அந்த நாய் வேற இவள பத்தி-ரமா பாத்துக்க சொல்றான். ம்ம்ம் எப்டி பாத்தாலும் நம்ம அண்ணனுக்கு ஏத்த காரிகை தான்" என பல வழிகளில் அவனின் வருங்கால அண்-ணியை பற்றி சிந்தித்துக் கொண்டிருந்தவனின் வாகனம் சென்று நின்ற இடம் அவர்கள் அடிக்கடி வரும் லிட்டில் பிளவர் ரெஸ்டாரண்ட்.

இப்போதெல்லாம் அடிக்கடி இங்கு வருவது இவர்களுக்கு வாடிக்-கையாகிவிட்டது. உள்ளே சென்றவர்கள் காலை உணவை முடித்துவிட்டு வெளியே வர, அங்கும் ஆர்யா சற்று நேரத்திற்கு முன்பு பார்த்தவர்-களை இங்கேயும் பார்த்தான். இவர்கள் ஏன் இங்கு வந்தார்கள் என்ற கேள்வி இவனிடம் எழுந்தது. பார்ப்பதற்கும் ரவுடிகள் போல் எல்லாம் இல்லை, நார்மல் உடையில் நின்று இவர்களை பார்த்து கொண்டி-ருந்தனர். இப்போது ஆர்யாவுக்கு சிறு சந்தேகம் வந்தது இவர்கள் குறிவைப்பது தன்னையா அல்லது தனுவையா என்ற கேள்வி தான். துப்பாக்கி வைத்து யாரை தாக்கும் முயற்சி இது என்பதை பற்றியும் அந்த சிறுவனை பற்றியும் தீவிர யோசனையுடன் வந்த தனுவின் சிந்-தனை கலைந்தது, ஆர்யாவின் "ஓய் மன்ச்கின்" என்ற அழைப்பில்.... அவளோ "வாட்?" என வினவினாள். அவனும் "ஐ வான்ட் சாக்லெட்"

என அவர்கள் வெளியே வந்த கடையை கைகாட்டினான். மற்ற நாட்களாக இருந்தால் அவளை பஸ்பமாக்கி இருப்பாள். ஆனால் இன்று காலையிலிருந்து முன்புபோல அவனது பேச்சில் ஒட்டுதல் இல்லை என்பதை உணர்ந்தவள், அமைதியாக கடைக்குள் சென்று அவன் கேட்பதை வாங்கிக்கொண்டு வந்து அவனிடம் கொடுத்தாள்.

அதை வாங்கி கொண்டவனும், அவளை அழைத்துக் கொண்டு அலுவலகம் செல்லும் வழியில் சென்றான். வரும் வழி எங்கும் ஆர்யாவும் அவளிடம் பேசவில்லை, அவளும் ஆர்யாவிடம் எதுவும் கூறவில்லை. இருவரும் அலுவலகம் வந்து சேர அப்போதுதான், தன்விக்கும் அவ்விடம் வந்தடைந்தான். அவனும் இருவரையும் சலனமில்லாமல் ஒருமுறை பார்த்தவன், பின் இருவரிடமும் வேறு எதுவும் கூறாமல் உள்ளே நுழைந்தான். இவர்கள் இருவரும் ஏற்கனவே வேறு வேறு பிரச்சினையில் இருந்ததால், அமைதியாக அவரவர் இடத்தில் சென்று அமர்ந்து வேலையை பார்க்க தொடங்கினர். இடைவேளையில் தன்விக்கை பார்க்க சென்ற தனுவின் கையை பிடித்து இழுத்துக்கொண்டு கேன்டீனுக்கு சென்றான் ஆர்யா. "டேய் மைதா, வாட்ஸ் யுவர் ப்ராப்ளம்" என அவள் வினவ, அவளை ஒரு சேரில் அமர சொன்னவன் அவளுக்கு அருகில் அமர்ந்தான். "நான் விக்கிய பாக்க போகணும்" என கூறிக்கொண்டே அவள் கையை அவனிடமிருந்து உருவ முயல அவளால் முடியவில்லை.

காரணம் ஆர்யா பிடித்த பிடி அப்படி. "நான் கேட்கிற கேள்விக்கு மட்டும் பதில் சொல்லு தனு, நேத்து ஈவ்னிங் எங்க போன" என வினவ அதற்கு இவளோ அவனை குழப்பத்துடன் ஒரு பார்வை பார்த்துவிட்டு 'இவனுக்கு எப்படி இது தெரியும், எதையாவது சொல்லி சமாளிக்க வேண்டியது தான்' என மீண்டும் அவனை பார்க்க 'நீ பொய் கூறினாலும் உண்மையை நான் அறிவேன்' என்பது போல் இருந்தது அவனின் பார்வை. ஏனோ அவனின் பார்வையை எதிர்கொள்ள முடியாமல் "அன்புவோட வீட்டுக்கு போய்ட்டு வந்தேன்" என்றாள் உள்ளே சென்ற குரலில். அதை கேட்டவனும் பெரிதாக அலட்டிக் கொள்ளாமல், அவளை ஒரு பார்வை பார்த்துவிட்டு அவளின் கையை விட்டுவிட்டு சென்றான்.

இவளுக்கோ அவனின் அமைதிக்கான காரணம் புரியவில்லை. ஆர்யா அவளை திட்டவில்லை என்ற மகிழ்ச்சியில், தன்விக்கை காண

சென்றாள். ஆனால் அவளுக்கு அப்போது தெரியவில்லை அவனின் அமைதிக்குப் பின் இருக்கும் காரணம். இப்படியே மாலைப் பொழுதும் வந்தது. எப்போதும் போல் மூவரும் ஒன்றாக பார்க்கிங் ஏரியா வர "ஓகே மைதா பாய், நாளைக்கு பாக்கலாம்" என அவனிடம் சொல்லிவிட்டு தன்விக்கின் பின் செல்ல பார்த்தவளின் கரத்தை பிடித்தான் ஆர்யா. அவளும் திரும்பி "கைய விடு டா" என கூற "நான் உன்ன ட்ராப் பண்ணுறேன், வா மன்ச்கின்" என அழைத்தான். இதை கேட்டவளுக்கு என்ன செய்வது என்றே தெரியவில்லை. மற்ற நாட்களாக இருந்தால் 'நீ என்ன சொல்வது?' என அவனை எள்ளளவும் சட்டை செய்யாமல் சென்றிருப்பாள். ஆனால் இன்று காலையில் இருந்து அவளிடம் முகம் கொடுத்துகூட பேசவில்லை, அதுவும் உணவகத்தில் அவன் இவளிடம் விசாரித்த பிறகு திரும்பி கூட அவன் இவளை பார்க்கவில்லை.

ஆனால் தறபோது அவனே இவளை அழைக்கிறானே...... இவளே தான் அவனிடம் டீல் வைத்துக்கொண்டாள் இவ்விடயத்தில் எந்த ஒளிவு மறைவும் இருக்கக்கூடாது என..... ஆனால் அதை இவளே உடைத்தும் விட்டாள். இந்த வருத்தத்தில் இருந்தவள், அவன் பிடித்திருந்த கையை எடுத்து விட்டு தன்விக்கிடம் சென்று ஆர்யாவுடன் செல்வதாகக் கூற, அவளை ஒரு பார்வை பார்த்தவன் 'ஏன்?' ஒன்றின் பின் ஒன்றாக பல கேள்விகளை வினவ, அவன் கேட்டகேள்வி அனைத்துக்கும் விடைய-ளிக்க, முடிவில் ஆர்யாவை முறைத்தான் தன்விக். என்னதான் ஆர்யா-வின் முறைப்பை தாண்டி அவனிடம் விளையாடினாலும், தனு விடை-யத்தில், விளையாட்டு என்று எதுவும் இல்லை அவனுக்கு. ஆர்யாவோ 'பரம எதிரி' என அவனே தன்விக்கை சித்தரித்து கொண்டான்.

பரம எதிரி முறைப்பதை பார்த்த ஆர்யாவும் அவனை சலனமில்-லாமல் முறைக்க இவர்கள் இருவருக்கும் இடையில் சிக்கிக் கொண்ட தனுவோ 'ஹ்ம்ம் அவங்க ரெண்டு பேருக்கும் வேணா மனசுக்குள்ள பாக்குறதுக்கு ஆன்டி-ஹீரொக்கு டப் கொடுக்கிற ரேஞ்சுக்கு இருக்கும், ஆனா பார்க்க நமக்கு தான் தெரியும் இதுங்க ரெண்டும் டாம் அன் ஜெர்ரி சண்டைக்கு கூட தேறாது" என மனதினுள் என்கவுண்டர் கொடுத்தவள் ஆர்யாவை பிடித்து இழுத்துக் கொண்டு சென்றால் தன்-விக்கிடம் சொல்லிவிட்டு.

16

தன்விக்கோ, செல்லும் ஆர்யாவை பார்த்துவிட்டு 'என்னோட பேபிமா முகமே சரியில்ல, பாவம் எவ்ளோ பிரச்சனையதான், பேஸ் பன்னுவான், ஒரு பக்கம் தங்கச்சி.... இன்னொரு பக்கம் அவன் அண்ணன்.... இதுல இவள வேற ட்ராப் பண்ணுறான்', என அவனின் பேபிமா-வை பற்றி பரிதாபப்பட்டவனுக்கு தெரியவில்லை இன்னும் இரண்டு வாரங்களில் இவன் பரிதாபமான நிலைக்கு வர போகிறான் என. இங்கோ, அவளை அப்பார்ட்மெண்ட் அழைத்து வந்த ஆர்யா, வீடுவரை சென்று விட்டுவிட்டு கீழே இறங்கி வந்தவன் எதிரில், வந்தான் தன்விக்.

ஆர்யாவோ அவனைப் பார்த்து முறைக்க, ஆனால் தன்விக்கோ, இவனைப் பார்த்து புன்முறுவல் செய்துகொண்டே "டேய் பேபிமா என்ன விட, என்னோட தனுவ அருமையா பாத்துக்கிற" என கூற அதற்கு ஆர்யாவிடமோ வெறும் முறைப்பு மட்டுமே வந்தது. ஆனால் மனதின் உள்ளோ "அவளை எப்படி ஹாண்டில் பண்ணுறதுன்னே தெரியல இதுல இங்க வந்து வெறும் வாய் வேற' என கவுன்டர் கொடுத்தவனின் முகமோ கடந்து செல்லும் தன்விக்கை பார்த்து புன்முறுவல் பூத்தது..... இருந்தும் அதனை உதட்டின்னுள்ளே, மறைத்தவன் அவன் ஆனார்கலியில் வீட்டை அடைந்தான். மாற்று சாவி கொண்டுவராத முட்டாள்தனத்தை என்னி தன்னையே நொந்தவன், அழைப்பு மணியை அடித்துவிட்டு போனை பார்க்கத் தொடங்கினான்.

உடனே கதவு திறக்கும் ஓசை கேட்டது..... போனை பார்த்துக்கொண்டிருந்த ஆர்யாவிர்கோ ஆச்சரியம், காரணம் எப்போதும் ரிஷித்தா தாமதமாகவே வந்து கதவை திறப்பாள். அதனால்தான் இவன் போனை எடுத்து நோண்டு ஆரம்பித்துவிட்டான். அவசரமாக நிமிர்ந்து

பார்த்தவனின் கண்கள் ஆச்சரியத்தில் மேலும் விரிந்தது.... காரணம் அங்கே நின்றிருந்தாள், அவனின் ஆறுயிர் காதலி 'ருத்திக்கா'. அவளை எதிர்பார்க்காதவன் தாவி சென்று அவனை அணைத்தான். "ஒய் பேபிமா நீ எப்படி இங்க? ஐ அன்எக்ஸ்பேக்ட்டட்!!" என மகிழ்ச்சி-யோடு கூற, அதற்கு அவளும் "உன் சிஸ்ட்டர்க்கு பிவெர்னு சொன்னா ஸோ மார்னிங்ல இருந்து அவகூட தான் இருந்தேன், அதான் நீ வந்-துட்டல்ல, ஒகே பை நான் கிளம்புறேன்" என அவன் கையை எடுத்து விட முயல, ஆனால் அவன் பிடித்த பிடியில் அவளால் அவன் கையை அசைக்க கூட முடியவில்லை.

"வா அம்மு உள்ள போலாம்" என்று கையை பிடித்து இழுத்துக்-கொண்டு உள்ளே வந்தவன், "என் தங்கச்சி என்ன பண்ணுறா" என வினவ அதற்கு அவளோ, "அவ தூங்குகிறாடா, நான் கிளம்பலாம்னு பார்த்தா நீ விடவே மாட்டற" என்றாள் எங்கோ பார்த்தபடி. "ஏய் ஏன்டி, இப்படி பேசுற? இங்க என்ன பாரு" என இவன் சற்று அமைதியான குரலில் சொல்ல உடனே, அவளது அலைபேசியை எடுத்த ருத்திக்கா, அவனுக்கு அழைப்பு விடுக்க அவனது போன் அலறியது. அவளை பார்த்துக்கொண்டே பேன்ட் பாக்கெட்டில் கையை விட்டு மொபைலை எடுத்தவன் கரங்களில் இருந்து அதைதட்டிப் பறித்துக் கொண்டாள். "ஏய் ருத்திமா என்ன பன்றடி?" என இவன் வினாவ, அவளோ போனை காண்பித்து, "ஏண்டா என் நெம்பர சேவ் பண்ணாம வச்சி-ருக்க?" என கோபத்தோடு கேட்க, அதற்கு அவனும் சற்று பொறு-மையாக "அடியே, அது தான் நேத்து நைட்டே சொன்னேன் இல்ல, பாப்பா......." "ப்ளீஸ் ஸ்டாப் தி ஸ்டுப்பிட் கான்வர்ஸேஸன், எப்ப பாத்-தாலும் பாப்பா பாப்பா தானா, உன்னையே சுத்தி சுத்தி வர நான் எல்லாம் உன் கண்ணுக்கு தெரியவே மாட்டேனா, உன் ஆபீஸ் வந்த முதல் நாளிலிருந்து உன்கிட்ட பேச எத்தன டைம் ட்ரை பண்ணி-ருப்பேன்.... ஆனால் நீ என்னை திரும்பி கூட பாக்கல, அப்படியே பார்த்தாலும் உன் பாப்பாவ ஒரு பார்வை பார்த்துட்டு கீழ குனிஞ்சு இருப்பதான...... ஒருநாள் ஒரே ஒரு நாள் எங்கயாவது அவுட்டிங் போயிருப்போமா.... அது கூட வேணாம், ஒரு ஒன் ஹவர் எங்கேயாவது உட்கார்ந்து பொறுமையா பேசி இருப்போமா சொல்லுடா......" அவனின் சட்டையை பிடித்து உலுக்கினாள் ருத்திக்கா.

இவள் கூறுவதும் உண்மைதானே, இவன் மட்டும் என்ன செய்வான், உயிருக்குயிரான தங்கை ஒருபுறம்....... மறுபுறமோ அவனையே உயி-ராய் நினைக்கும் காதல்..... இரண்டில் எதற்கு முக்கியத்துவம் கொடுக்க முடியும்...... அவளின் கையை, இவனின் சட்டையிலிருந்து எடுத்-துவிட்டவன், "வா வந்து உட்காரு பொறுமையா பேசலாம்" என்று உணர்வுகளை துடைத்த முகத்துடன் கூறினான். அவன் முகத்தை கண்டவளுக்கோ, கோபம் சிறிது குறைந்தது..... இருந்தும் முற்றிலும் மட்-டும்படவில்லை...... அவள் கையை பிடித்து இவன் இழுத்து செல்ல, அவளும் இவன் இழுத்த இழுப்பிற்கு எல்லாம் சென்றாள். டைனிங் டேபிளில் அமர வைத்தவன், ஒரு தட்டை எடுத்து வந்து அவள் முன் வைத்தான்.

தலையை குனிந்து அமர்ந்து வெறும் தரையைப் பார்த்துக் கொண்-டிருந்தவள், அவன் வந்த சப்தம் கேட்டு நிமிர, ஒரு சேரை, அவளுக்கு அருகில் இழுத்துப் போட்டு அமர்ந்தவன் தட்டை அவளை நோக்கி தள்ளிவைத்தான். அதில் இருந்த உணவு கரண்டியை எடுத்து வெளியே வைத்தவள், பின் உணவை கைகளால் பிணைந்து அவளுக்கு ஊட்டி விட தொடங்கினாள். அவள் ஊட்ட ஊட்ட வேறு எதுவும் கூறாமல் வாங்கிக்கொண்டவன், அவன் உண்டு முடித்தவுடன் தட்டை எடுத்-துசென்று கிச்சனில் வைத்துவிட்டு வெளியே வந்தவளை, ஹாலுக்கு அழைத்து சென்று சோபாவில் அமர வைத்தவன், பின் வேறு எதுவும் கூறாமல் அவள் மடியில் தலைவைத்து கண்ணை மூடி படுத்திருந்தான்.

இவன் எப்போதும் இப்படி செய்ய மாட்டான், ஏதோ மன உளைச்ச-லில் இருக்கிறான், என்பதை உணர்ந்தவள், மெல்ல அவனது கேசத்தை கோதி விட்டாள். அவனது கருவிழிகளே கூறியது அவன் உறங்க-வில்லை.... ஏதோ சிந்தனையில் இருக்கிறான்..... என்பதை. கேசத்தை கோதி கொண்டிருந்தவளின் கைகளை பிடித்து அவன் கன்னத்தில் வைத்துக் கொண்டவன், "எனக்கு ஒரு பதினஞ்சு வயசு இருக்கும் அப்போ என் பாப்பாவுக்கு வெறும் பதினோரு வயசு தான்.... என் அப்பாவும் அம்மாவும் ஒரு முக்கியமான விஷயமா வெளிய போக-ணும்னு சொல்லிட்டு கிளம்பினாங்க..... ஆனால் திரும்பி வரும்போது அப்பா அம்மா உடம்பில் உயிர் இல்லை...... அண்ணனும் அப்போது-தான் ஸ்கூல் படிச்சிட்டு இருந்தான்.... அப்பா அம்மா இறந்த சோகத்-தையும், வெறுப்பையும், அவன் படிப்பு மேல காட்ட ஆரம்பிச்சான்.

அதே சமயம் ரொம்ப மாறிட்டான். முன்னாடில்லாம் நான் ரிஷிய கண்டுக்கவே மாட்டேன்... ஆனா அப்பா அம்மா இழப்ப அவனால ஏத்துக்க முடியல அதோட விளைவு எங்ககூட அதிகமா எதுவும் பேச மாட்டான்...... இது ரிஷிய மெண்டலி ரோம்ப அபெக்ட் பன்னிடுச்சு, நான் ஒரு பக்கம் பயங்கர சோகத்தில் இருந்தேன். ரெண்டு பேரும் எங்க சோகத்துல பாப்பாவ மறந்துட்டோம். திடீர்னு ஒருநாள் மயங்கி விழுந்துட்டா, எங்க சொந்தகாரங்க எல்லாரும் எங்க வீட்டிலதான் இருந்தாங்க, ஆனா யாரும் நல்ல மனசோட உதவி பண்ணவரல டி....... டாக்டர்கிட்ட போய் பார்த்தா இந்த சின்ன வயசுல அளவுக்கு அதிகமான டென்ஷன் தான், ரீஸன்னு காரணம்னு சொன்னார்" என கூறியவனின் முகம் இன்னும் எந்த உணர்வையும் பிரதிபலிக்கவில்லை.

மற்றொரு கரத்தைக்கொண்டு அவனது கேசத்தை கோத, மேலும் சொல்ல தொடங்கினான். "அப்போ முடிவு பண்ணுனேன் அவளுக்கு அப்பா.. அம்மா.. இன்னொரு அண்ணனோட.. பாசத்தையும் நானே தரணும்னு. நானும் அவகிட்ட அக்கறையா பழக ஆரம்பிச்சேன். அப்போதிலிருந்து அவளும் என்னோட நல்லா பழக ஆரம்பிச்சா. எப்பவுமே நைட் நேர சாப்பாடு நான்தான் அவளுக்கு ஊட்டி விடுவேன். ஒரு சின்ன விஷயமா இருந்தா கூட அவ சொல்ற முதல் வார்த்தை 'ஆர்யா' இந்த அளவு என் கூட க்ளோஸா இருக்க அவகிட்ட போய், இவள தான் நான் லவ் பண்றேன்னு சொன்னா அவளுக்கு எப்படி வலிக்கும். எனக்கு நீங்க ரெண்டு பேரும் முக்கியம் அன்ட் ஒன் மோர் திங்க், நீ எனக்கு ரெண்டாவது அம்மா டி, இதுவரைக்கும் யாருமே எனக்கு ஊட்டிவிட்டது இல்ல என்னோட அம்மாவை தவிர..... இன்னைக்கு பல வருஷம் கழிச்சு அம்மா கையில சாப்பிடுற பீல் வருதுடி" என கூறியவனின் முகமே சொன்னது அவன் வருத்தப்படும் அளவை இருந்தாலும் மனக்குமுறல்களை, இவளிடம் கொட்டிதீர்த்துவிட்டதால் தற்போது சிறிது தெளிவாக இருந்தான்.

"டேய் ஆருமா" என இவள் அழைக்க கண்ணைமூடிக்கொண்டே "ம்ம்ம் சொல்லுடி" என்றான் நார்மலான குரலில். இவளோ சற்று அமைதியான குரலில், "ஆருமா" என ஒவ்வொரு சொல்லையும் அழுத்தி சொன்னவனின் குரலில் சோகம் இழையோடுவதை கண்டவன், அவள் மடியில் இருந்து எழுந்தமர்ந்து அவளின் ஒரு கையை பிடித்துக்கொண்டு "ஒய் ருத்திமா இங்க பாரு, இது சாதாரண விஷயம்.... இதுக்கு போய்

பீல் பண்ணலாமா, நீ கேள்வி கேட்ட, நான் என்னோட சிச்சுவேஷனை சொன்னேன் அவ்ளோதான் டி. அன்ட் ஒன் மோர் திங்க், இதையெல்லாம், போய் பாப்பா கிட்ட சொல்லாத டி" என்றவன் அவளின் முன் நெற்றியில் இதழ்பதித்தான்.

சிறிது நேரம் அப்படியே அமர்ந்திருந்தவள், இவன் உலுக்கிய உலுக்களில் எழுந்தவள், "நான் வீட்டுக்கு கிளம்புறேன் டைம் ஆச்சு" என கூறியவள் வேறு எதுவும் கூறவில்லை. ஆர்யாவிற்கு அவளை விட மனசே இல்லை, இந்த வீட்டையும் அவர்கள் இருவரும் வாழப்போகும் அறையையும் சுற்றிக் காண்பிக்க வேண்டும் என்ற எண்ணத்தில் தான் இருந்தான்..... ஆனால் அதற்குள் அவள் தங்கை எழுந்துவிட்டால் என்றால்...... அதன் பிறகு இவன் பாடு கஷ்டம். "ஓய் ருத்திமா, எல்லாரையும் மாதிரி, அவுட்டிங் போகணும், ஒன்னா உட்காந்து, மணிக்கணக்குக்கு பேசணும், அதான் அப்படி பண்ணா தான் லவ் இருக்குன்னு அர்த்ததம் இல்லடி, அது ஒரு ஃபீல்...... நீ அதை உணர்ந்தால் போதும்...... நம்ம இடையில தூரம்ன்னு ஒன்று கிடையாது டி, அப்படியும் உன்கூட டைம் ஸ்பென்ட் பண்ணனும்னாலும் ஐம் ரெடி" என இவன் கூற அதற்கு அவளோ "சாரி டா நான் தான் புரிஞ்சுக்காம அப்படி பண்ணிட்டேன்" என பாவமாக அவள் முகத்தை வைத்துக்கொண்டு கூற.....

அதற்கு இவனும் "உன்னோட சாரி கேட்கிற படலம் முடிஞ்சிடுச்சா அப்போ நீ கிளம்பலாம்" என கூற அதற்கு அவளோ இவனை ஒருமுறை திரும்பி முறைத்தவள் பின் சைகையாலே விரலை நீட்டி மிரட்டிவிட்டு சென்றாள். கேட்டை விட்டு செல்லும் வரை புன்முறுவலுடன் பார்த்தவள் பின் மீண்டும் உள்ளே நுழைந்தான்.

ரிஷித்தாவும் உடல்நிலை தற்போது நன்றாகவே தேறியிருந்தாள். சிறிது நேரம் அவளுடன் அமர்ந்திருந்தவன் அவள், உறங்கியதும் கதவை சத்தம் வராமல் சாத்திவிட்டு அவன் அறைக்குள் நுழைந்தான். உருண்டு புரண்டு படுத்தவனுக்கு எவ்வளவு முயன்றும் உறக்கம் வரவில்லை. காரணம் அவன் தோழி இழுத்துக் கொண்டு வந்துள்ள வம்பு அப்படி. இந்த கேசை பற்றிய விடயம் என்றாள், முதல் ஆளாக இவன்தான் அவளின் முன் சென்று நிற்பவன். முதலில் ஆதியின் கம்பெனியில் அவன் பார்த்த போதை மருந்துகள் தான் இவனின் பயத்திற்கு காரணம். ஏற்கனவே இவள் தேவையில்லாத இடங்களில் எல்லாம்

பின்விளைவுகளை அறியாது பல சிக்கலில் இறங்குபவள்.

இதில் தற்போது அவளைப் பற்றி சொல்லவே தேவையில்லை. இது-வரை இவள் பார்த்த பல விடயங்கள் மிகவும் சிறியது..... அரசியல்வா-திகளை பற்றி விவாதிப்பது, விமர்சனங்களை பதிவிடுவது, மட்டுமே....... ஆனால் இந்த போதை மருந்து விவகாரத்தில் எதிரிகள் எங்கிருந்து தாக்குவார்கள் என்பது யாருக்கும் தெரியாது...... இவன் அவளை கடைக்கு சென்று சாக்லேட் வாங்கி வரச் சொன்னது கூட இருவரில் யாரை பின் தொடர்கிறார்கள் என்பதை பார்க்கத்தான்..... அவர்களின் கண்களோ இவள் மீதே கவனமாய் இருந்தது. அப்போதே இவனுக்கு தெரிந்து விட்டது இவள் தனியாக ஏதோ ஒரு வேலை செய்திருக்கிறாள் என...... காரணம் அன்புவின் வீட்டிற்கு முதன்முதலில் செல்லும்போது இவனின் தலைக்கவசத்தை அவளையே அணியச் சொன்னான்.

திரும்ப வரும்போதும் அவளே அணிந்தாள், ஹேர்ஸ்டைல் கலந்-துவிடகூடாது என்ற நல்ல எண்ணத்தில்.... அப்படி அன்றே அவர்கள் இவர்கள் இருவரையும் பார்த்திருந்தாலும் இவனையும், பாலோ செய்தி-ருப்பார்கள்.... மாலை வீட்டிற்கு கூட இவனே இவளை அழைத்து வர காரணம், அவர்கள் மறுபடியும் பின்தொடர்கிறார்கள் என கண்டறியத்-தான்.... அவளை பின் தொடர்கிறார்கள் என்பதை தெரிந்துகொண்ட-வனுக்கோ ஒரு புறம் பயமும் சேர்ந்துகொண்டது. காரணம் இவர்கள் இவளை கொலை செய்ய முயற்ச்சி செய்கிறார்கள் என்பதை மார்ச்சுரி-யில் நடந்த நிகழ்வை வைத்தே கண்டுபிடித்துவிட்டான்.

தற்போது இவனின் எண்ணம்மெல்லாம் அவளுக்கு எதுவும் ஆகாமல் காப்பாற்றவேண்டும், அதே சமயம் இது தன்விக்கிற்கு தெரியக்கூடாது என நினைத்தான். அப்படி அவனுக்கு தெரிந்தாள் அதுவே தோழி சென்னையில் இருக்கும் கடைசி நாள், என்பதை நன்கு அறிவான். பிறகு இவன் எப்படி மன்ச்கினை, காரிகையாக இவனின் வீட்டிற்கு கூட்டி வருவது.... இவற்றையெல்லாம் நினைத்து பார்த்தவனுக்கு, மற்-றொருபுறம் ரிஷித்தாவை நினைத்துபார்த்தான்.... வர வர ஆதியின் மீதான அவளது ஏக்கம் அதிகரித்து கொண்டிருப்பதையும், இவன்தான் பார்க்கிறானே.... என்ன செய்வது...? ஏது செய்வது...? என விடிய விடிய சிந்தித்தவன் பின் உறுதியான ஒரு முடிவோடு உறங்க சென்றான்.

இப்படியே நாட்கள் நகர்ந்தது ஆனால் இதில் ஒன்று மட்டும் மாற-வில்லை.... ஆர்யா தனுவை முறைப்பதும்...., தன்விக் ஆர்யாவை

முறைப்பதும்....., தனு இருவரையும் முறைப்பதும்...., காரணம் காலை-யும் மாலையும் அவனே, அவளை அலுவலகத்திற்கு அழைத்து சென்று-கொண்டிருந்தான். தன்விக்கை வெறுப்பேற்ற தான் இவ்வாறு செய்கிறான் என நினைத்து, பெரிதாக அதைகண்டு கொள்ளாமல் விட்டுவிட்டான். ஆனால் தனுவிற்கு அதற்கான காரணம் உணவகத்தில் அவன் விசா-ரித்த விதத்தை வைத்தே தெரிந்துவிட்டது. இருந்தும் இவள் ஏதும் கூறவில்லை... அவள் எதுவும் சொல்லாமல் இவன் கூட வருவதை வைத்தே, ஆர்யாவும் கண்டுபிடித்துவிட்டான், 'இவள் செய்த தவறு எனக்கு தெரியும் என்பது அவளுக்கு தெரியும்' என்பதை..... இவ்வாறே நாட்கள் செல்ல ஆதி இந்தியா வருவதற்கான நாளும் வந்தது....

*********"

17

டெல்லியில் நடந்த ஐந்தாம் தலைமுறை அலைக்கற்றை கூட்டத்தில் தி ஜெய்ன்ட் ரிலே, நிறுவனத்தை தேர்வு செய்துவிட்டார்கள். அதன்மூலம் இவர்களால் இனி இத்திட்டத்தை இந்தியாவில் விரைவாக கொண்டு வரமுடியும், அது மட்டுமில்லாமல் ஏற்கனவே வெளிநாட்டு நிறுவனத்துடன் இவர்கள் மலிவான விலையில், ஐந்தாம் தலைமுறை அலைபேசியை தயாரிக்க ஒப்பந்தம் செய்து வைத்துள்ளதால், விரைவில் வெகுவான மக்களை ஈர்க்கும். எனவே மற்ற தொலைதொடர்பு கம்பெனிகளை விட இவர்களால் எளிதில் அதிக வாடிக்கையாளர்களை ஈர்க்க முடியும். இவ்வாறு ஒருபுறம் ஆதி அவனுடைய சாம்ராஜ்யத்தை மேலும் வலுவாக கட்டமைக்க...... மறுபுறமோ அவனை வேரோடு சாய்க்கும் பல திட்டங்கள் தீட்டப்பட்டது...... மாலை எப்போதும் போல் தனுவை அவளது அடுக்குமாடி குடியிருப்பில் விட்டு விட்டு அவனது வீட்டை அடைந்தான் ஆர்யா.

"டேய் அண்ணா" என ரிஷித்தா ஒவ்வொரு வார்த்தையையும் அழுத்தி கூற அவன் சட்டென, "என்னடி வேணும்" என்றான் சற்று கோபமாக. அதற்கு அவளோ ஒன்றும் கூறாமல் சென்று சோபாவில் அமர்ந்துகொண்டாள். "ஒய் பாப்பு கோவிச்சுகிட்டியா, எங்க அண்ணன பாரு" என இவன் அவளை கொஞ்ச இவளோ உதட்டை சுழித்து விட்டு வேறு பக்கம் திரும்பி அமர்ந்தாள். அவள் திரும்பி அமர்ந்த பக்கம் சென்றவன், மீண்டும் "அம்மு" என பாவமாக முகத்தை வைத்துக் கொண்டு அவளை அழைக்க, சிரிப்பை அடக்கமுடியாதவளாக பக்கென நகைத்துவிட்டாள்.

"ஏன்டா ஒன்னுமே பன்னாம இப்டி உன் தங்கச்சி கெஞ்ச விடுறேனே, அது உனக்கு தெரிஞ்சும் நீ கொஞ்சுற பாறேன் யு ஆர்

ஸோ ஸ்வீட் டா" என்றவள் அவன் முடிக்கற்றைகளுக்கு இடையில் கையை விட்டவள், பின் எல்லா திசைகளிலும் சுற்ற ஆரம்பித்து விட்டாள். "அடியே என்னோட ஹேர்ஸ்டைல், மார்னிங் தான் காஸ்ட்லியான நியூ ஜெல் வாங்கி அப்ளை பன்னுனேன்....... பாவம் சோகமா இருக்கன்னு உன் கிட்ட வந்தா நீ ஏன்டி என் தலையில மாவாட்டுற......" என அவன் கதற தொடங்க, இவளும் "அப்புறம் ஏன்டா, ஈவ்னிங் வந்தா உர்றுன்னே வர" என இவள் மூச்சுவாங்க வினவ, அதற்கு அவனும் "அடியே நாம மார்னிங் போறதும் என்னோட ஆபிஸ்க்கு தான், ஈவ்னிங் திரும்ப வர்றதும் நம்ம வீட்டுக்கு தான், ஆனா நீ ஏண்டி உன் பிரென்ட்.... அந்த பொண்ணு பேரு என்ன.... ஆம் நியாபகம் வந்துடுச்சு ருத்திக்கா......... அவ ஸ்கூட்டில போற... எப்பவுமே என்கூட தான வருவ" என இவனும் மூச்சுவாங்க வினவ, அதற்கு அவளோ "போடா டேய், அவ கூட போனா எவ்ளோ ஸ்னாக்ஸ் தெரியுமா வாங்கிதருவா, நீ எல்லாம் அண்ணன்னு வெளிய சொல்லிட்டு திரியாத, ஒரு நாளைக்கு ஒரு செட் பானிபூரிதான் தான் வாங்கி தருவ..... ஆனா என்னோட ஃப்ரெண்ட் எனக்கு என்ன வேணுமோ எல்லாமே வாங்கிக்கோன்னு சொல்லிட்டா.... அப்போ யாரு கூட நான் வருவேன்" என கண்களை விரித்து கூறியவள், பிறகு அவன் முடிக்கற்றைகளை மேலும் கொத்தாக பிடித்துக்கொண்டு, இவன் கதரகதர அவனின் கத்தலையும், கதறலையும், கண்டுகொள்ளாமல் இன்னும் நன்றாக மாவாட்ட தொடங்கினாள்.

அவளுக்கே கைவலியேடுக்க, அவனின் முடிக்கற்றைகள் இருந்து கையை பிரித்தெடுத்தவள் இருக்கையில் சரிந்தாள். இவளுக்கே இப்படி என்றால், ஆர்யாவுக்கு சொல்லவா வேண்டும்.... அவள் கையை எடுத்தவுடன் அப்படியே தரையில் சரிந்தவன் "எப்பா சாமி என்னால இவகூட இனி குப்பைகொட்ட முடியாது, என்னடி தலையை ஆட்டியே, டையர்ட் ஆக்குற" என மூச்சுவாங்க கூறியவன், "டின்னருக்கு சப்பாத்தி வேணாம், பூரி பண்ணலாம்னு பார்த்தேன், இப்போவே என்னைய மட்டையாக்கிட்ட, ஸோ இன்னைக்கும் உனக்கு சப்பாத்தி தான்" என மேல்மூச்சு வாங்க அவன் பேச, அவன் 'பூரி' என்று அவன் சொன்னதும், இருக்கையிலிருந்து எழுந்தவள், படுத்திருந்த ஆர்யாவின் அருகே சென்று அமர்ந்து "அண்ணா, இதை முதலிலேயே சொல்ல வேண்டியதுதானே, ஏன்-ணா கீழ படுத்துருக்க, நா வேண்ணா, உன்ன மேல

சோபா மேல படுக்கவைக்கிறேன்" என இவள் பாவமான முகபாவத்துடன் கூற, 'அடியே இது உனக்கே கொஞ்சம் ஓவரா தெரியல' என மனதின் உள்ளே நினைத்தான், பின் வெளியே சொன்னால் அவளிடம் யார் வாங்கிக்கட்டி கொள்வது என்ற பயத்தில், வெளியே அவளை ஒரு நக்கல் பார்வை பார்த்தவிட்டு , "வேணாம் பாப்பு" என்றவன் அமைதியாக இருக்கையில் எழுந்து அமற, உள்ளே சென்றவள் அவனுக்கு நல்ல பிள்ளையாக தண்ணீர் கொண்டு வந்து கொடுத்தாள்.

அவளை ஏற இறங்க ஒரு பார்வை பார்த்தவன், பின் நீரை வாங்கி குடித்துவிட்டு மறுபடியும் இருக்கையில் சாய்ந்தான். சரியாக அதே சமயம் உள்ளே நுழைந்தான் ஆதி. அவன் அணிந்திருந்த பார்மல் சட்டையின் கழுத்துப் பட்டையை கீழிறக்கியவாறே வந்தவன், இவர்கள் இருவரையும் ஒரு பார்வை பார்த்தான். பின் வேறு எதுவும் கூறாமல் இருக்கையில் சோர்வுடன் அமர்ந்தான். அண்ணனை பார்த்த ஆர்யாவோ, பெரிதாக எந்த பாவனையையும் காட்டவில்லை, காரணம் ஏற்கனவே கதிர், ஆர்யாவிடம் சொல்லி இருப்பான் போல, அதனால் அமைதியாக எழுந்தவன் அவனது அறைக்கு சென்றான்.

இங்கே ரிஷித்தாவோ, இங்கிருந்து செல்வதா? அல்லது அண்ணனிடம் எதாவது பேசலாமா? என தீவிர சிந்தனையில் இருந்தவள், பிறகு தைரியத்தை வரவழைத்துக்கொண்டு, "அண்.... அண்ணா, வாட்டர் இந்.... இந்தாங்க ணா" என இவள் திக்கித்திணறி ஒருவழியாக அவனிடம் கூறி முடிக்க, சோபாவில் சாய்ந்து அமர்ந்திருந்தவன், நிமிர்ந்து இவளையும் அவள் பிடித்திருந்த, பாட்டிலையும் ஒரு பார்வை பார்த்தான். அவன் பார்த்த பார்வைக்கே வாட்டர் பாட்டிலைப் பிடித்திருந்தவளின் கை நடுங்க ஆரம்பித்தது. "நோ நீட்" என இவன் அடிக்குரலில் கூற, இவளும் "சரி.. சரிங்க அண்ணா" என்றுவிட்டு சோகம் ததும்பும் முகத்தோடு சமையல் அறைக்குள் நுழைந்தாள்.

இங்கோ புத்துணர்வு ஆகிவிட்டு அறையைவிட்டு வெளியே வந்த ஆர்யா நேராக சென்று நின்ற இடம் ரிஷியின் அறை. இவன் உள்ளே நுழைய, அவளோ சோகமே உருவாக அமர்ந்திருந்தாள். அவள் அருகில் சென்று அமர்ந்தவன், அவளின் கையைப் பிடிக்க, இவளோ சட்டென எந்த உணர்வையும் காட்டாது, அவன் தோளில் சாய்ந்தாள். ஒரு முறை அவளை தோளோடு அணைத்தவன் "பாப்பு நீ தூங்குடாமா", என்று அவளை படுக்க சொல்ல, அவளோ அவன் உடனே சமயலறை

வருவதாக, அவனை பார்த்து பாவமாக கூற, அவனும் அந்த சமயத்தில் ஒரு கணம் அவளை பாசம் பொங்கப் பார்த்தான். காரணம் முழு அக்கறையையும் அரவணைப்பையும் இவனே வழங்க, ஆனால் பேதையவளோ இவனை மறந்து, மற்றொரு சகோதர பாசத்தை தேடுவது போல் உணர்ந்தான், ஆனால் நீ தான் எனக்கு எப்போதும் முதலில் என்பதை அவள் சமையல் செயவதற்கு உதவுகிறேன் என்பதன் மூலம் சொல்லாமல் சொல்லிவிட்டாளே. சகோதரனின், ஒட்டாத பேச்சும், அதனால் மனமுடைந்த தங்கையையும், பார்த்துக் கொண்டுதானே இருந்தான்.

அதன் விளைவு, அவன் இதுநாள் வரை தீட்டிவைத்த திட்டம் அனைத்தையும் செயல்படுத்தத் தொடங்கினான். தங்கையை மிரட்டி படுக்க வைத்தவன் இவனே சென்று சமையலை முடித்து விட்டு பின் மீண்டும் அவளை எழுப்பி கீழே அழைத்து சென்றான். இவர்கள் இருவரும் உணவு மேசையில் அமர, அதே சமயம் ஆதியும் பிரஸ் ஆகிவிட்டு பார்மலில் இருந்து டி-சர்ட்க்கு மாறியவன் வந்தமர்ந்தான். அங்கே அமர்ந்த ரிஷித்தாவிற்கோ, ஆச்சரியத்தில் இரு கண்களும் குதித்து வெளியில் வந்து விடும் போல் இருந்தது. காரணம் ஆர்யா அவளுக்கு பிடித்த பூரியை சமைத்து இருந்தான். அவள் அவனை பார்த்து வாயெல்லாம் பல்லாக சப்தமில்லாமல் இளித்தவள், பிறகு அனைத்தையும் காலி செய்யத் தொடங்கினாள்.

முதலில் உணவுண்டு முடித்த ஆதி ஹாலில் அமர்ந்து மடிக்கணினியில் அலுவலக வேலைகளை கவனிக்க தொடங்கினான். இங்கோ ரிஷித்தா உண்டு முடித்ததும், அவள் அறையில் உறங்க வைத்துவிட்டு மறுபடியும் கீழே வந்தான் ஆர்யா. வந்தவன் நேராக அண்ணனின் முன் சென்று நின்றான். இவன் வந்தது தெரிந்தும் எதுவும் கூறாமல், மடிக்கணினியை பார்த்தபடி வேலை செய்து கொண்டிருந்தான் ஆதி. முழுதாக ஐந்து நிமிடம் அங்கேயே நின்றான் ஆர்யா, இவன் வந்துள்ளான் என தெரிந்து இருந்தும், மடிக்கணினியில் கவனத்தை செலுத்தினான் ஆதி. தான் வந்தது தெரிந்தும் நிமிர்ந்து பார்க்காமல் இருக்கும் தன் அண்ணனை, எந்தவித சலனமும் இல்லாமல் "அண்ணா" என அழைத்தான்.

அவனும் நிமிர்ந்து இவனை "என்ன" என்ற பார்வை பார்க்க, இவனோ "அண்ணா ஒரு முக்கியமான விஷயம்" என்றான். ஆதியும் இமைகளை ஒருமுறை மூடி திறந்து மேலும் சொல் என்பதை கண்ணசைவாக சொல்ல, "எனக்கும், என்னோட ப்ரண்ட் மன்ச்...மப்ச் சாரி

தனு...ம்ப்ச் தன்விகாஷாக்கும் கம்மிங் வீக்கென்ட் கல்யாணம், நீங்க அன்னைக்கு ப்ரீ தான" என கேட்க, அதற்கு ஆதியோ ஒற்றை புருவம் உயர்த்தி அவனைப் பார்த்தவன், பின் எந்தவித உணர்வையும் முகத்தில் காட்டாமல் "வை நாட்? ஐம் கம்மிங் பார் யுவர் மேரேஜ்" என்பதோடு முடித்துக் கொண்டான். வந்த வேளை முடிந்துவிட்டது என நிம்மதியாக உறங்கசென்றான்.

அடுத்த நாள் காலை ஆர்யா உறங்கிகொண்டிருக்க, அவனுக்கு முன்பு இரு கைகளையும் கன்னத்தில் வைத்தபடி அவனையே பார்த்துக்கொண்டு அமர்ந்திருந்தாள், ரிஷி. இவனும் மெதுவாக கண்களை திறந்து சுற்றும் முற்றும் பார்த்தவன், "அடியே அம்மு போய், உன்னோட ஆருமாவுக்கு, ஸ்ட்ராங்கா ஆவி பறக்க காபி போட்டு கொண்டு வா" என கூறியவன் பின் மீண்டும் கண்களை மூடினான். அவன் எழுந்தவுடன் அவனிடம் பேசலாம், என அவன் அருகில் ஒன்றரை மணி நேரமாக சோகமே உருவாக அமர்ந்திருந்தவளுக்கு, இவனின் பேச்சு பூகம்பத்தை ஏற்படுத்தியது என்னவோ உண்மை தான்.

இதுவரை இழுத்து பிடித்த பொறுமை எல்லாம் காற்றில் பறந்ததால், ஜக்கிலிருந்த, முழு தண்ணீரையும் அவன் மீது அபிஷேகம் செய்திருந்தாள், ஆர்யாவின் உடன்பிறப்பு. திடீரென தண்ணீர் கொட்டியதால், பதறியடித்துக் கொண்டு எழுந்தவன், அருகில் அமர்ந்திருந்த ரிஷித்தாவை, பார்த்தவுடன் "ஒரு மனுசன நிம்மதியா தூங்க விடுங்கடி, பகல் ஃபுல்லா அந்த தனு தொல்ல தாங்கல, மார்னிங் அன்ட் ஈவினிங், உன்னோட தொல்லைய தாங்கவே முடியல" என அழுத்துக்கொண்டே எழுந்து அமர்ந்தவனின் புலம்பல் "யாருடா அந்த ஆருமா" என்ற ரிஷியின் வார்த்தைகளில் நின்றது. 'அடேய் ஆர்யா, உனக்கு சனி வெளிய எங்கேயும் இல்லடா உன்னோட நாக்கு தான், இப்போ இவள எப்டி சமாளிக்க போறனோ', என மனதினுள்ளே புலம்பியவன், "அது ஒன்னும் இல்லடாமா, சும்மா ஒரு கெட்ட கனவு வந்தது. ஆமா நீ இங்க என்ன பன்ற, போ, போய் ஆபிஸ்க்கு ரெடியாகு, உன்னையெல்லாம் எதுக்குத்தான் இன்டர்ன்ஷிப் அது, இதுன்னு வெளியே அனுப்புகிறாங்களோ" என வாய் விட்டு புலம்பியவன், அடுத்த கணம் மெத்தையில் விழுந்துகிடக்க, அவனுக்கு மேலே, ரிஷித்தா அமர்ந்திருந்தாள்.

"ஏண்டா நான் இன்டர்ன்ஷிப் வந்தா, உனக்கு என்ன பிரச்சனை? சொல்லுடா பார்க்கலாம்" என அவன் கேசத்திற்குள், கையை விட்டு

வழக்கம்போல் மாவட்ட தொடங்கினாள். "அடியே உன் அண்ணா, மீ பாவம்டி, கையை எடுடி" என இவன் கதற, அவனின் தமக்கையோ, அதையெல்லாம் கண்டுகொள்ளாமல் அருகிலிருந்த பில்லோவை எடுத்து ஆர்யாவை புலந்துகட்டினாள். அதேசமயம் அறைக்கதவைத் திறந்து கொண்டு உள்ளே நுழைந்தான் ஆதி.

****

18

கதவை திறக்கும் சப்தத்தை கேட்ட ஆர்யாவோ "அடியே அண்ணா டி" என கூற....., அவனை வெளுத்து வாங்கிக் கொண்டிருந்த ரிஷித்தாவோ, அவனை அடிக்க ஓங்கிய தலையணையை கைகளில் தூக்கியபடி, திருதிருவென விழித்துக் கொண்டிருந்தாள். சரியாக அதே சமயம் சிடுசிடுவென்ற முகத்தோடு உள்ளே நுழைந்த ஆதியோ, கண்டது கீழே படுத்திருக்கும் ஆர்யாவையும், அவனுக்கு மேலே அமர்ந்து பில்லோவை தலைக்குமேல் தூக்கியபடி அமர்ந்திருந்த ரிஷித்தாவையும் தான்.... ஆதியோ ஒற்றை புருவத்தை உயர்த்தி, முதலில் ரிஷித்தவை பார்த்து முறைக்க, அவளோ விழுந்தடித்துக்கொண்டு ஆர்யாவிடம் இருந்து எழுந்தாள். அடுத்து அவன் ஆர்யாவை முறைக்க, அவனோ எந்தவித சலனமும் காட்டாமல், கட்டிலில் இருந்து எழுந்து நின்றான். "கொஞ்ச நேரம் உங்களால சைலன்டா இருக்க முடியாதா? எப்ப பாத்தாலும் நீங்க இருக்கிற இடம் ஃபுல்லா ஒரே நாய்ஸா தான் இருக்கு, புல் ஷிட்ஸ்" என்று இருவரையும் முறைத்தவன் கதவை அறைந்து சாத்திவிட்டு வெளியேறினான்.

ஆர்யாவோ, அண்ணன் திட்டும் வரை, வேறு எங்கோ பார்த்துக் கொண்டிருந்தவன், ஆதி வெளியேறியதும், சரியாக திரும்பி ரிஷித்தாவை பார்க்க அவளோ வெறும் தரையை பார்த்தவாறு குனிந்திருந்தாள். "விட்டா தரைக்கு உள்ளயே, போய்டுவ போல, வா" என்றவன், டவலை எடுத்துக் கொண்டு உடற்பயிற்சி அறைக்குள் நுழைந்தான். இங்கே ரிஷித்தாவும் அவன் பின்னே வர..... அதை முதலில் பார்க்காதவனாக டிரெட்மில்லில் ஓடிக்கொண்டிருந்தவன் அவளைப்பார்த்தவன், "என்ன பாப்பு, வாட் ஹேப்பன்? என்ன வேணும்?" என இவன் வினவ, அதற்கு அவளோ "நேத்து நைட் புல்லா ஆதி அண்ணா தூங்-

கவே இல்லடா, நடந்துகிட்டே இருந்தாங்க" என்று இவள் வருத்தத்துடன் கூற, அதற்கு அவனோ "போ பாப்பு..... போய், வேற ஏதாவது வேலை இருந்தா பாரு..... இப்போ தானே அவன் அந்த திட்டு திட்டுனான், அதை கண்டுக்காம இங்க வந்து, அவன் தூங்கலைன்னு பீல் பண்ணிட்டு இருக்க" என கூறியவன் ஓடிக்கொண்டே பாடலை கேட்க ஆரம்பித்தான்.

அவனிடம் சொல்லி எந்தவித பலனுமில்லை என்பதை உணர்ந்தவளாக அறையை விட்டு வெளியேறினாள். அவள் வெளியேறியதை உணர்ந்தவன் காதில் இருந்த ஹெட்செட்டை கழட்டிவிட்டு, ட்ரெட்மில்லில் இருந்து இறங்கி, அங்கிருந்த ஒரு மோடோவில் சென்று அமர்ந்தான். 'எப்பா சாமி இவங்கள கன்வின்ஸ் பண்றதுக்குள்ள, நான் நாய் படாதபாடு எல்லாம் பட வேண்டியதா இருக்கே' என புலம்பியவன், தண்ணீர் பாட்டில் இருந்த நீரை குடித்து விட்டு மீண்டும் வெறும் தரையில் மூச்சுவாங்க படுத்துவிட்டான்.

காரணம் இவனுக்கு இதுபோல் ட்ரேட்மில்லில் ஓடும் பழக்கம் எல்லாம் இல்லை, காலையில் எழும்போது தங்கையின் முகபாவத்தை வைத்தே ஏதோ பிரச்சனை என்பதை உணர்ந்தவன் அவளை சமாளிப்பதற்காகவே இவ்வாறு உடற்பயிற்ச்சி செய்வதை போல் பாவ்லா செய்து சமாளித்து வந்தான். சிறிது நேரத்தில் மூவரும் அவரவர் அலுவலகத்திற்கு சென்றனர்....

****

இப்படியே நாட்கள் செல்ல, ஒரு நாள் காலை ஆழ்ந்த உறக்கத்தில் இருந்த தனுவின் அலைபேசிக்கு அழைப்பு வந்தது. உறக்கத்திலேயே, மெத்தையில் அங்குமிங்கும் தேடியவளின் கைகளில் மொபைலும் சிக்க யார் என கூட பாராமல் எடுத்து காதில் வைத்தாள்.. அந்த பக்கம் "ஹலோ, மன்ச்கின்" என ஆர்யா அழைக்க அதற்கு, இவளோ "ம்ம்ம்" என்றாள் கொட்டாவி விட்டுக்கொண்டே, "நான் பேசுறது கேக்குதா, ஹலோ... ஹலோ..... ஹலோ......." என ஆர்யா காட்டுக்கத்தல் கத்திகொண்டிருக்க அந்த பக்கமோ "ம்ம், சொல்லுடா ஆர்யா" என்றாள் கூலாக. "அடியே இவ்ளோ நேரம், நான் கூப்பிட்டேனே, அப்போ நீ எங்க அமெரிக்கால இருந்தியா என்ன?" என அவன் கேட்க, "காலங்காத்தால சும்மா வளவளன்னு, பேசாம என்ன விஷயம்னு சொல்லு?" என்றாள் உறக்கம் கலைந்த கடுப்பில். ஆணவனோ "நீ சீக்கிரம் குளிச்-

சுட்டு ரெடியாகு டி, நம்ம இப்போ கோவிலுக்கு போலாம்" என்றான் சற்று அமைதியான குரலில், இதை கேட்ட பெண்ணவளுக்கோ வியப்பிலும் வியப்பாக இருந்தது.

இதுவரை அவன் அவளை, அலுவலகம் சம்பந்தப்பட்ட விடயங்கள் தவிர்த்து வேறு எங்கும் அழைத்துச் சென்றது கிடையாது. "ம்ம்ம் ஒகே டா" என்றவள், "ஆமா இது வரைக்கும் நீ எங்கேயுமே என்ன கூட்டிட்டுபோனதே கிடையாது, அப்புறம் எப்படி இப்ப மட்டும் வர சொல்ற" என்றாள் சற்று சந்தேகமான குறலில். உடனே அவனும் "சும்மா வெறும் வாய் பேசாம, நீ ரெடியாகு மன்ச்கின், நம்ம போலாம்" என கூறியவன் அழைப்பை துண்டித்து விட்டு, 'எப்டியோ ரிஷித்தாவையும் கோவிலுக்கு கூட்டிட்டு போறேன்னு சொல்லி ரெடியாக வச்சாச்சு, அதை அண்ணனும் பார்த்திருப்பான், சோ அவனுக்கு நம்ம மேல டவுட் வராது, ஆனா இந்த பாப்புகிட்ட சொல்லாமலே இடத்தை காலி பன்னனும்' என யோசித்தவன் குளிக்க சென்றான்.

இங்கு குளித்து முடித்து விட்டு வெளியே வந்த தனு நீல நிற ப்ளோரல் டாப்பை அணிந்தவள் கண்ணாடியில் ஒரு முறை அவளை பார்த்தாள், பிறகு என்ன நினைத்தாளோ மஞ்சள் நிற சால்வர் அணிந்துக்கொண்டு அறையை விட்டு வெளியேறியவள், உறங்கிகொண்டிருந்த தன்விக்கிடம் கூறிவிட்டு வெளியேறினாள். சற்றுநேரத்தில் அறையிலிருந்து வெளியே வந்த தன்விக்கின் கவனத்தை கலைத்தது தனுவின் அலைபேசி சப்தம்."போனை ஒழுங்கா எடுத்துக்கிட்டு தெரிலயே" என இவன் புலம்பிக்கொண்டே அட்டன் செய்து காதில் வைக்க, "ஏய் மன்ச்கின் எவ்ளோ நேரம் இங்கேயே நிற்கிறது, சீக்கிரம் வா நான் போடுற பேர்னஸ் கிரீம் எல்லாம் உன்ன பிக்கப் பண்றதுக்குள்ள, வெயில்ல நிற்கும்போதே போயிடும்போல" என இவன் கூற, அதற்கு அந்தப்பக்கமோ "டேய் பேபிமா தனு கீழ வந்து ஹால்ப் ஏன் அவர் இருக்கும்" என்றான் தீவிரமான குரலில். அதைக்கேட்ட ஆர்யாவோ பதட்டத்தில் சுற்றிலும், பார்க்க அந்த வளாகத்தில் அவளை காணவில்லை.

இவ்வளவு நாட்கள் எது நடக்கக்கூடாது என்று இவன் நினைத்தானோ அதுவே நடந்திருந்தது. ஒரு வேலை இவளை பின் தொடர்பவர்கள் இவளை கடத்தியிருப்பார்களோ என நினைத்தவனுக்கு படபடப்பில் வியர்க்க ஆரம்பித்தது. ஆடவனுக்கோ என்ன செய்வது என்றே தெரியவில்லை, அதே சமயத்தில் தன்விக்கும், கீழே வந்து சுற்றிலும்

முற்றிலும் தேட அவனது கண்களுக்கும் அவள் சிக்கவில்லை. "டேய் பேபிமா, உன்மைய சொல்லு, எதுக்காக சண்டே அவளை ரெடியாகி வர சொன்ன?" என அவன் கேட்க அதற்கு அவனோ "அது.... கோவி-லுக்கு போக..." என திக்கி திணறி கூறினான்.

அதை கேட்ட தன்விக்கோ அவனை நம்பிக்கையில்லாமல் உற்றுப்-பார்த்தான். எப்போதும் ப்ளெய்ட் சர்ட் அல்லது ப்ளோரல் டாப்-ல் வலம் வருபவள் இன்றோ சால்வர் அணிந்து சென்றுள்ளதால், சிறிது அந்த சந்தேகம் அவனுக்கு மட்டுப்பட்டது. அதே சமயத்தில் கை கால்கள் எல்லாம் நடுங்க யாரிடம் இதை கூறுவது எனத் தெரியாமல் நின்றி-ருந்தவன், உடனடியாக அண்ணனுக்கு அழைப்பு விடுத்தான். ஆனால் அவன் அண்ணனும் இவனின் அழைப்பை துண்டித்தான்.

அந்த நொடியில் தான் ஆர்யாவின் மண்டையில் ஒரு பொறி தட்டி-யது. படபடப்புடன் வண்டியில் அமர்ந்தவன் தன்விக்கை பார்க்க, அவன் பார்வையின் அர்த்தமே "அவள் சேபாக இருக்கிறாள்" என தன்-விக்கிற்கு சொல்லாமல் சொல்ல, "நான் முன்னாடி போறன், பாலோ மீ" என்றவன் முன்னே செல்ல, அறைக்கு சென்று சாவியை எடுத்து வந்தவனும் ஆர்யாவின் வண்டியை பின் தொடர்ந்தான். பத்து நிமிட பயணத்திற்கு பிறகு அவர்கள் வண்டி சென்று நின்ற இடம், கிரின்வைல் ரெசிடென்சி. தன்விக்கோ அவனை குழப்ப பார்வை பார்க்க, அவன் பார்வையை உணர்ந்தும் ஆர்யா அவனிடம் எதுவும் கூறாமல் அழைப்பு மணியை அழுத்தினான்.

அதே சமயத்தில் உள்ளிருந்து கதவை திறந்தாள் ரிஷித்தா. தாவணி-யில் அவளைப் பார்த்ததும், ஒரு கணம் தன்னை மறந்துவிட்டான் தன்-விக். "டேய் ஆர்யா எரும, எப்போ ரெடி ஆக சொன்ன.... உன்பேச்சை கேட்டுட்டு மேக்கப் எல்லாம் பன்னிட்டு ரெடி ஆனேன்" என அவனை பொறிந்துதள்ளியது எல்லாம் ஒரு கணம்தான் மறுகணமே அவள் கண்-கள் ஆச்சரியத்திலும் அதிர்ச்சியிலும் விரிவதை பார்த்தவன், அவள் கண்கள் நோக்கும் திசையைப் பார்க்க, அங்கு தனு வந்து கொண்டிருந்-தாள், அவளின் பின்னே காரை பார்க் செய்துவிட்டு ஆதியும் வந்தான்.

திரும்பி பார்த்த தன்விக்கிற்கு கோபத்தில் என்ன செய்வது என்றே தெரியவில்லை. நேராக சென்று ஆதியின் சட்டை காலரை கொத்தாக பிடித்தான். "எவ்ளோ தைரியம் இருந்த என் தனுகிட்ட இப்டி பன்னுன" என கண்களில் ரௌத்திரம் தெறிக்க அவன் வினவ அதற்கு ஆதியோ

எந்த வித உணர்வையும் பிரதிபலிக்காமல் அவன் கையை தட்டிவிட்டான். இதற்கெல்லாம் காரணம் தனுவின் தொங்கிக்கொண்டிருந்த மஞ்சள் கயிறு......

மறுபடியும் ஆதியின் சட்டை காலரை இவன் பிடிக்க "மிஸ்ட்டர் தன்விக் என் ஹஸ்பன்டோட சட்டையில் இருந்து கை எடுக்கலாம்" என தனு உணர்வுகளற்று கூற, ஒரு கணம் இது கனவா எனகூட அவன் நினைத்து பார்த்தான், ஆனால் அது பாதியிலேயே கலைந்து விடுமே..... இல்லை இது தற்போது நிஜத்தில் நடக்கிறது என்பதை மிக நன்றாக புரிந்து கொண்டவன், ஆதியின் சட்டையைவிட்டு விட்டு, நேராக தனுவின் முன்பு சென்று அவளை உணர்ச்சி துடைத்த முகத்துடன் பார்த்தான் "ஏன் இப்படி பன்ற இஷாமா, இங்க நாம நிக்கவே வேணாம், நம்ம வீட்டுக்கு போலாம்" என்றான் தழுதழுத்த குரலில் அதற்கு அவளோ "சாரி இப்போ என்னால அங்க வர முடியாது, அதே சமயம் அது உன் வீடு, இப்போ நாங்க லீகல்லி ஹஸ்பன்ட் அன்ட் வொய்ப்" என்று கூற, கலங்கிய கண்களை சட்டை காலரில் துடைத்துக்கொண்டவன், "இஷா.... இஷாமா......" என இவன் ஏதோ சொல்ல வருவதற்குள் "டோன்ட் கால் மீ லைக் தட்" என்றாள் எங்கேயோ பார்த்தபடி. "சாரி, சாரி த... த..... தனு, நீ என்கூடவே வந்திடு, நம்ம ஊருக்கு போய் அங்கயே நம்ம தாத்தா பாட்டி கூட இருக்கலாம், நான் இப்போ அவிங்களுக்கு என்ன பதில் சொல்லுவன்...." என நா தழுதழுக்க இவன் சொல்ல அதற்கு அவளோ, "மப்ச், இது என் வாழ்க்கை இதுல டேஸிஸன் எடுக்குற உரிமை எனக்கு மட்டும் தான் இருக்கு, அன்ட் ஒன்மோர் திங்க், டோன்ட் ஆஸ்க் லைக் திஸ் அகெய்ன்" என்றவள் எதுவும் கூறாமல் உள்ளே நுழைந்தாள்.

ஆதியோ அங்கே நின்றிருந்தவனை, ஒரு ஏளனப் பார்வை பார்த்தவன், பிறகு வேறு ஏதும் கூறாமல் உள்ளே நுழைந்தான். அந்த ஏளன பார்வைக்கும் அப்போது அவனுக்கு அர்த்தம் புரியவில்லை. தன் நட்பு நிற்கும் நிலையை பார்த்த ஆர்யா, அவனிடம் நோக்கி செல்ல, "ஆர்யா நீங்க உள்ள வந்தா, கொஞ்சம் நல்லா இருக்கும்" என உள்ளிருந்து குரல் வந்தது. அடுத்து அவனிற்கு ஊதப்போகும் சங்கு சப்தம் இப்போதே கேட்டது. இவனும் பதட்டத்தில் உள்ளே நுழைந்தான். ரிஷித்தா மட்டுமே வெளியிலே நின்றிருந்தாள். கிட்டத்தட்ட பதினெட்டு வருடமாக ஒன்றாக இருந்த நட்பு இப்போது கூறிய வார்த்தைகள் அனைத்தும்,

அவன் மனதின் ஆழத்தில் காயமாக உருமாறியிருந்தது.

இனி தனிமை மட்டுமே நமக்கு துணையா.....? இனி யாரிடம் பேசுவது.....? எவ்வாறு தனிமையில் நாட்களை தள்ளுவது......? ஒரு நாள் தனிமையில் தவிக்கவிடாமல் வைத்திருந்த நட்பு, இதோ இப்போது தவிக்க விட்டு விட்டு சென்றுவிட்டதே, அதுவும் நிரந்தரமாக..... எல்லாம் காதல் படுத்தும் பாடு போல..... என பல பல சிந்தனையில் இருந்தவன் அங்கிருந்து கிளம்பி எவ்வாறு வீடு வந்து சேர்ந்தான் என்பது அவனுக்கே வெளிச்சம். அதே சமயத்தில் உள்ளே வந்த ஆர்யாவை பார்வையாலே எரித்தாள் தன்விகாஷா. "என் ரூம் மேலதான் இருக்கு, எதுவா இருந்தாலும் நாம அங்க போய் பேசிக்கலாம்" என்றான் பதட்டமாக..... அவள் என்ன நினைத்தாளோ, அவன் பின்னே அவனின் அறைக்குள் நுழைந்தாள். அறைக்குள் நுழைந்த அடுத்த கணம், இடியென அவன் கன்னத்தில் இறங்கியது தனுவின் கைவிரல்கள்.

அவனின் சட்டை காலரை பிடித்தவள் "உனக்கு எவ்வளோ, தைரியம் இருந்தா நீ தான் அவன் தம்பின்னு, என்கிட்ட சொல்லாம இருப்ப?" என இவள் கொந்தளிக்க, இங்கே இவனுக்கோ, பைத்தியம் பிடித்துவிடுவது போல இருந்தது. காரணம் இவன் என்னை திருமணம், செய்வதற்கு முழுமுதற் காரணம் நீயே என குற்றம் சுமத்துவாள், என எதிர்பார்க்க, ஆனால் இவளின் இந்த கேள்வியோ, இவனை வியப்பிலும் வியப்பில் ஆழ்த்தியது. "அதுவா அது.... அது.... நீ அண்ணனையே அப்படி திட்டுன, நான் தான் அவன் தம்பி அப்படின்னு சொன்னா, இன்னமும் அவனோட என்னையும், சேத்து திட்டுவ, அப்புறம் என் கூட பேசவும் மாட்ட, அப்புறம் நம்ம ப்ரண்டஸிப்பும் இருக்காது, அதுனாலதான் நான் உன் கிட்ட சொல்லல" என்றான் வருத்தமான குரலில், அவள் அடித்த கன்னத்தின் மீது கையை வைத்துக் கொண்டே.....

அவனின் முகத்தை வைத்தே அவன் கூறுவது உண்மை என தெரிந்துகொண்டவள், இதைபற்றி பிறகு பேசிக்கொள்ளலாம் என்று நினைத்தவள்..... "ஒரே ஒரு, உதவி மட்டும் செய்வியா?" எனக் கேட்டாள். அதற்கு அவனும் "சொல்லு, உனக்கு இல்லாத உதவியா" என்றான், அவள் அடித்த கன்னத்தை தேய்த்துக்கொண்டே. "என்னோட திங்க்ஸ், அங்க இருக்கு. அத மட்டும் பேக் பண்ணி எடுத்துட்டு வரணும், ப்ளீஸ்" என்றாள் கெஞ்சலான குறலில். அவனும் சரி என்று கூறிவிட்டு "பக்கத்திலேயே அண்ணா ரூம் ஓகேவா, அப்புறம் ரிஷித்தா

ரூம் ரைட் சைடுல இருக்கு எதாவது ஹெல்ப் வேணும்னா அவகிட்ட கேளு" என கூரியவன், "நீ கொஞ்சம் ரெஸ்ட் எடு, நான் வந்ததுக்கு பிறகு சாப்பிடலாம்" எனக் கூறிவிட்டு அறையை விட்டு வெளியேறிய-வன், ரிஷித்தாவை பார்க்க அவளோ சோபாவில் அமர்ந்திருந்தாள்.

"இங்க என்ன பண்ற பாப்பு, நீ போய், உன் அண்ணிய பாரு, நான் அப்பார்ட்மெண்ட் போய்ட்டு வந்திடுறேன்" என கூறியவன் கிளம்ப எத்தனிக்க, "அண்ணா நானும் வரேன்" என்றாள். அவனும் திரும்பி அவளை பார்க்க முகத்தில் அப்பட்டமாக சோகம் அப்பிக்கிடந்தது. "சரி போய் டிரஸ் சேஞ்ச் பண்ணிட்டு வா" எனக்கூறியவனின் மனமோ அவனின் நண்பனை பற்றிய சிந்தனையில் இருந்தது........ கூடவே தற்போது தங்கையின் கவலைபடிந்த முகம் நினைவுக்கு வர, 'ம்ம்ம் இவளுக்கும் அவன் மேல பீலிங்க் இருக்கும் போல" என அந்த ரணக-ளத்திலும், குதூகலித்தான்.

அவள் வந்ததும் இருவரும் வீட்டைவிட்டு கிளம்பினர். இருவரும் ஸ்கைவே அப்பார்ட்மெண்ட்டில் தன்விக்கின் இருக்கும் இடத்தின் அழைப்புமணியை அழுத்த, சில நிமிடங்கள் கழித்து கதவை திறந்-தவனின் முகத்திலோ, சோர்வையும் மீறிய கவலை படிந்திருந்தது. அவனைத் தள்ளிக் கொண்டு உள்ளே நுழைந்தான் ஆர்யா. தன்னை தள்ளிவிட்டு விட்டு உள்ளே நுழையும் ஆர்யாவை, முறைத்தவன் பிற-குதான் வெளியேவே நிற்க்கும் ரிஷித்தவை பார்த்தான். "உள்ள வா ரிஷித்தா" என இவன் அழைக்க அவளும் "ம்ம்ம் வரேன்" என்ற சொல்லோடு உள்ளே நுழைந்தாள்.

சமீப காலங்களில் இருவருக்கும் இடையில் நல்ல நட்பு உருவாகி-யிருந்தது. அவளை சோபாவில் அமர சொன்னவன், "என்ன குடிக்க வேணும் காபி இல்லனா டீ" என்ன இவன் வினவ, பாவையவளோ முதல் வார்த்தையாக "சாப்டாச்சா" என வினவினாள். அதை கேட்டவு-டன் வந்த துயரச் சிரிப்பை உதட்டினுள்ளே அடக்க முயன்றும், அதை கவனித்துவிட்டாள் ரிஷி. "வா தன்விக் நான் இன்னும் சாப்பிடல, சேர்ந்தே சாப்பிடலாம்" என இவள் அழைக்க, மனம் கவர்ந்தவளின் அழைப்பை இவன் மட்டும் நிராகரித்து விடுவானா என்ன...... நேற்று இரவு சமைத்த உணவை எடுத்து வைத்து பரிமாறினான். ரிஷியோ அவனையும் அமரச் சொல்ல, பின் அவன் அமர்ந்து உணவை அளந்து கொண்டிருந்தான்.

அதை கவனித்தவளோ "சாப்பிடலையா?" என வினவ, தனுவை பற்றிய சிந்தனையில் இருந்து வெளிவந்தவன் அப்போதுதான் கவனித்-தான் அவளும் இன்னும் உணவை உண்ணவில்லை என்பதை... பிறகு பெயருக்கும் கொறிக்கத் தொடங்கினான். ஏதோ உணவாவது உண்கி-றானே என்ற சிந்தனையில், இவளும் சாப்பிட தொடங்கினாள். ஆர்யா தனுவிற்க்கு தேவையான பொருட்களை எடுத்துக்கொண்டுவர, அதே சமயம் இருவரும் உண்டு முடித்து ஹாலின் அமர்ந்திருந்தனர். "வா பாப்பு கிளம்பலாம்" என இவன் தங்கையவளை அழைக்க, அவளும் "ஓகே பாய் தன்விக், நாளைக்கு ஆபிஸ்ல மீட் பன்னலாம்" என்று கூறி விட்டு வெளியே செல்ல, இவனும் சிறு தலையசைவை அவளுக்கு பதி-லாய் தந்தான்.

ஆர்யாவை கவனிக்காதவனாய் தன்விக் நின்றிருக்க, "உன் இஷாமவ நான் ஸேப்பா பாத்துக்கிறன். உடனே என் கண்ணையே நான் உன்கிட்ட ஒப்படைக்கிறன்னு டைலாக் எல்லாம் வேணாம், நீ சாப்ட்ட பிறகு தூங்கு" எனக்குரியவன் வேறு ஏதும் கூறாமல் வெளியே சென்றான். செல்லும் அவனையே உணர்ச்சிகளை துடைத்தமுகத்துடன் பார்த்துக்கொண்டிருந்தான்....

ஆர்யாவின் தோளில் சாய்ந்திருந்த தன்விகாஷாவிற்கு இந்த நிகழ்-வுகள் அனைத்து கண்முன்னே நிழலாக வந்து சென்றது......

****

19

குடியிருப்பிலிருந்து இறங்கிய தனு, கிட்டத்தட்ட ஐந்து நிமிடங்களாக ஆர்யாவுக்காக காத்திருந்தாள். ஆனால், அவன் இன்னமும் வரவில்லை, அவனுக்கு அழைப்பு விடுக்கலாம், என்று அலைபேசியை தேடியவளுக்கு அப்போதுதான் நினைவு வந்தது, அது சார்ஜரில் போட்டுவிட்டு வந்தது. திரும்பவும் மேலே போக வேண்டுமே என்று சலித்துக்கொண்டே திரும்பியவளின் முன்பு வந்து நின்றான் கதிர். "மேடம் உங்களுக்காக வெளியே ஒருத்தர் வெயிட் பண்றார்" என இவன் கூற அவளும், "யார்?" என்ற ஒற்றை வார்த்தையில் வினவ, "நீங்களே வந்து பாருங்க மேம்" என கதிரும் கூற, 'அப்படி நம்மள பார்க்க, யாரு இருக்காங்க' என இவள் சிந்தித்துக்கொண்டே வெளியே கதிர் காட்டிய அந்த மகிழுந்தின் அருகில் சென்றாள்.அது வரை மட்டுமே தனுவிற்கு நினைவு இருந்தது.......

கண்களை மெல்ல மெல்ல திறந்து பார்த்த தனு, சுற்றும்முற்றும் பார்க்க, அது ஒரு பழைய குடோனாக இருந்தது. பக்கத்திலேயே பாதுகாவலர்கள் அனைவரும் நேராக நிற்க, கதிரும் ஒரு பக்கம் அமர்ந்து அவன் மடிக்கணினியில் தீவிரமாக வேலை பார்த்துக் கொண்டிருந்தான். அந்த இருக்கையை விட்டு எழுந்துவிடலாம் என தனு முயற்ச்சித்தாள், ஆனால் எழமுடியாமல் அவளின் கைகள் இரண்டும் அந்த இருக்கையின் பின்னே வைத்து கட்டப்பட்டிருந்தது. அவர்களையெல்லாம் பார்த்தவுடனே இவளுக்கு விளங்கிவிட்டது, இவள் போதைப்பொருள் பற்றி பல விடயங்களை தேடிக் கொண்டிருப்பதை உணர்ந்தபின்புதான் இவர்கள், இவளை கடத்தி வந்துள்ளார்கள் என..... அப்போது தான் அவள் மும்மரமாக வேலை செய்துகொண்டிருக்கும் கதிரை கவனித்து பார்த்தாள.

பார்த்தவளின் சிந்தனையிலோ காலையில் இவன் தானே அவளை காரின் அருகில் அழைத்து சென்றது......, பிறகு மயக்க மருந்தை பயன்படுத்தி கடத்தியுள்ளான் போலும், அதனால் தான் சற்றுமுன் நடந்த நிகழ்வுகள் எதுவும், நியாபகத்திற்கு வரவில்லை, என்பதை சிந்தித்தவளின் கவனத்திற்கு கதிர் மீண்டும் வந்தான். அவனை இதற்கு முன்பே எங்கேயோ பார்த்துள்ளோமே, என நினைத்துபார்த்தவள் அதில் வெற்றியும் கண்டாள். ஆம், இவன் அந்த நெட்டக்கொக்கு ஆதியின் கம்பெனியில் ஏதோ வேலை பார்க்கிறவன் தானே. 'அப்படியெனில், இவளை கடத்தியது, அந்த ஆதி தானா?, ம்ம்ம்...... இருக்கலாம், குற்றமுள்ள நெஞ்சு குறுகுறுக்கும் அல்லவா' என பலபல சிந்தனைகளில், அலைபாய்தவளின் மனதின் கவனத்தை கலைத்தது, ஆதியின் வருகை "மிஸ்டர்.கதிர், நான் சொன்னபடியே எல்லா வேலையும், பர்பெக்ட்டா முடிசிட்டிங்க போல" என ஆதி வினவ, அவன் வருகையை பார்த்தஉடனே அவசர அவசரமாக எழுந்த கதிர் "யெஸ் ஸார்"என்றான்.

"ஓகே கைய்ஸ், யு மே கோ நௌ" என்று அங்கிருந்த எல்லோரையும் பார்த்து கூறியவன், பிறகு சலனமில்லாமல் அவளை, ஒரு பார்வை பார்த்தான். 'நீ எப்படி பார்த்தாலும், நான் உன்ன பார்த்து பயப்பட மாட்டேன்' என்பதை போல் இறுக்கமான முகத்துடன் அவனை பார்த்திருந்தாள் தனு. அனைவரும் வெளியே சென்றவுடன், அவளின் அருகில் சென்று நின்றவன்..... "வாட்ஸ் யுவர் நேம்?..... தனு-வா இல்ல இல்ல, தனவிகாஷா தானே, என் ப்ரதர் ஆர்யா, அவனுக்கும் உனக்கும் இன்னைக்கு மேரேஜ்னு சொன்னான். ஆனா இந்த ஆதி நடக்க விடுவேனா" என என ஏளன பார்வையில் கூறியவன், சட்டென அவன் ஏற்கனவே கொண்டு வந்திருந்த மஞ்சள் கயிறை, சேரில் அமர்ந்திருந்த தனுவின கழுத்தில் கட்டினான்.

அவன் அருகில் வரவும் முதலில் பயந்தவள், அவனின் கண்களைப் பார்க்க அதில் ஒரு கணம் காதல் நிரம்பி வழிந்தது இமைகளை மூடி மறுபடியும் திறந்து பார்க்க அப்போது வெறும் வெறுமை மட்டுமே குடிகொண்டிருந்தது. கழுத்தில் தொங்கிக் கொண்டிருந்த அந்த மாங்கல்யத்தை பார்த்தவளுக்கோ, அதிர்ச்சியிலும் கோபத்திலும் பேச்சே வரவில்லை...... அவனோ அவளை ஒரு ஏளனப் பார்வை பார்த்துவிட்டு அவள் கைக்கட்டை அவிழ்த்து விட சரியாக, அவளின் கரங்கள் அவன் கன்னத்தை நோக்கி செல்ல..... அதே சமயம் அவனோ அவள் இரு

கரங்களையும் தன் ஒரு கரத்தால் சிறை பிடித்தவன், "கணவனே கண்கண்ட தெய்வம்மா, நமக்கு கல்யாணம் ஆகி முழுசா ரெண்டு நிமிஷம் கூட முடியல, அதுக்குள்ள அடிக்க வவர்றியே இது உனக்கே நியாயமா இருக்கா?" என சற்று ஏளனத்துடன் வினவ, உடனே அவளோ அவனுக்கு சற்றும் சளைக்காத ஏளனத்துடன், "வாட்..... இது கல்யாணமா?, நீ ஏதோ மஞ்சள் கயிறு கொண்டுவந்து கட்டினா உடனே உங்க இஷ்டத்துக்கு டைலாக் பேசுவிங்களா ஆதி, ஐ பைல் எ கம்ப்ளெயொன்ட் அகென்ய்ஸ்ட் யூ" என்று கூறியவளின் கையை அவனோ இன்னும் இறுக்கமாக பிடிக்க, பாவையவளோ வலியில், முகம் சுளிக்க அப்போதும், அவன் பிடித்த பிடியை தளர்த்தவில்லை. "ஓ.... அப்போ என் மேல கம்ப்ளெய்ன்ட் கொடுக்க போறிங்களா..... எந்த ஊர்ல கல்யாணம் ஆன இரண்டாவது நாள் ஹஸ்பன்ட் மேல கொடுக்குற கம்ப்ளெய்ன்ட்-அ அக்சப்ட் பன்னுவாங்க.....?" என ஒற்றை புருவத்தை வில்லாய் வளைத்து இவன் வினவ....... அவளோ இவனை புரியாத பார்வை பார்க்க, இவன் உடனே கதிரை அழைக்க...... அவனும் சில டாக்குமெண்ட்டோடு உள்ளே நுழைந்தான்.

அதை அவனிடமிருந்து வாங்கிய ஆதி அதில் என்ன இருக்கிறது என கூட பார்க்காமல், அவளிடம் நீட்ட..... டாக்குமெண்ட்டை வாங்கி பார்த்தவளோ, அதிர்ச்சியில் வாயடைத்துவிட்டாள். "இது எப்படி பாஸிபில்?", என தன்னை மறந்து வினவ, எவ்வளவு முயன்றும் அவள் குரல் அதிர்ச்சியை வெளிக்காட்டிவிட்டது. "ம்ம்ம் எவ்ரித்திங் இஸ் பாஸிபிள் பிகாஸ் ஆப் த பவர் ஆப் மணி" என கூறியவன், மீண்டும் ஏளன புன்னகையை வீசினான். காரணம் அவள் கையில் இருப்பது...... சார்பதிவாளர் அலுவலகத்தில் இருவருக்கும் முறையாக திருமணம் நடைபெற்றதற்கான சான்றிதழ் அது....... "இனி உனக்கு வேற வழியே இல்ல, என் கூட தான் வரணும் கம் ஆன்" என்றவன், திரும்பி கதிரை பார்க்க, அவனும் "ஓகே பாஸ், நான் ஆபீஸ் ஒர்க் பார்க்க போறேன்" என்றவன் திரும்பிப்பார்க்காமல் வெளியில் இருந்த பட்டாளத்தையும் அழைத்துக்கொண்டு சென்றுவிட்டான்.

"மிஸஸ்.ஆதி ரிஷி லெட்ஸ் மூவ்" என்றவன், அவள் கையைப் பிடித்து அழைத்துசெல்ல...... உள்ளே கட்டுக்கடங்காத கோபம் ஒருபுறம் இருந்தாலும்..... மறுபுறமும் அவன் அருகில் இருந்தே அவனை கண்காணிப்பது மிக எளிய வழி..... அதன்மூலம் அவனின் தொழிலதிபர்

என்ற முகத்திரையை கிழித்தெறிந்துவிட்டு, போதை பொருட்களை சப்ளைசெய்வதை, வெளிஉலகத்திற்கு காட்ட முடியும் என சிந்தித்தவளின் திவிர சிந்தனையை கலைத்தது, ஆதியின் மகிழுந்து சப்தமும்..... அதனைத் தொடர்ந்து பாதுகாவலர் வாயில் கேட்டை திறக்கும் சப்தமும். அதேசமயம் அந்த இடத்தில் ஆர்யாவை பார்த்தவளுக்கு ஆச்சரியமாகவே இருந்தது.

பெரிய பிசினஸ்மேனின் தம்பி என்பதை வெளிக்காட்டாமல், மிகவும் கேஷுவலாகவும், அண்ணனைப் போல இல்லாமல்...... மிகவும் வெளிப்படைத் தன்மையுடனும் இருக்கிறானே என. அதேசமயம் இவன் ஏன் ஆதி தான் அவனது அண்ணன் என ஒரு முறை அவளிடம் கூறவில்லை என்ற கேள்வியும் கூடவே கோபமும் வந்தது. ஆதி காரை நிறுத்தியதும் அவன் திரும்பாமலே கீழே இறங்கியவள் அங்கே கண்டது தன்விக்கையும், ஆர்யாவையும், கதவின் அருகே நிற்கும் ரிஷித்தாவையும் தான்..... மூவரும் இங்கே என்ன செய்கிறார்கள் என முதலில் எழுந்த கேள்வியை புறம்தள்ளியவளின், மனசாட்சியோ வேகமாக இரண்டாவது கேள்வியை எழுப்பியது, தன்விக்கிடம் என்ன சமாதானம் பேசுவது.

ஆனால் ஒன்று மட்டும் உறுதி இவனிடம் கெஞ்சி பேசிக்கொண்டிருந்தாள் வேலைக்கு ஆகாது என்பதை உணர்ந்தாள். அதேசமயம் தன்விக்கும் இவனைப் பார்த்தான். பார்த்தவனின் கண்களிள் அதிர்ச்சி அப்பட்டமாக தெரிய, அவளை நோக்கி ஒவ்வொரு அடியாக எடுத்து வைத்துவந்தான். அந்த சமயத்தில்தான் தனுவின் மூளையில் சட்டென ஒரு ஐடியா வந்தது. ஆதிக்கு தன்னைப்பற்றிய அனைத்து விடயங்களும் தெரியும்தானே அப்படி எனில் உயிர் நண்பனை பற்றியும் நிச்சயமாக அவன் தெரிந்து வைத்திருக்க வேண்டும் என கணக்கு போட்டாள்...... இவள் தன்விக்கை அலட்சியப்படுத்தினால், அதன் மூலம் ஆதியின் நம்பிக்கையை பெறமுடியும் என நினைத்தவள், அதன் பிறகு செய்த செயல்தான் நமக்கு தெரியுமே......

மதியவேளை நால்வரும் ஒன்றாக அமர்ந்து உணவு உன்ன, அதன் பிறகும் அவள் ஆர்யாவுடன் அவ்வளவாக பேசவில்லை. அவனே இவளை காலில் விழாத குறையாக சமாதானப்படுத்திய பிறகு ஏனோ தானோவென்று பேசிக்கொண்டிருந்தாள். அன்றிரவு அனைவரும், அவரவர் விரித்த வலையில் மற்றவர் பகடைக்காயாக விழுந்து விட்-

டார்கள் என நினைத்துக் கொண்டிருக்க........ பாவம் யாருக்கும் அப்-போது தெரியவில்லை...... அந்த பகடையாட்டத்தில் வென்ற ஆட்-டத்தின் நாயகனோ, தனுவை தன்னவளாக மாற்றிய பேரானந்தத்தில் நிம்மதியாய் துயில்கொண்டிருந்தான்.

ஸ்கை வே அப்பார்ட்மெண்ட்,

இதையெல்லாம் யோசித்து கொண்டிருந்தவள் "ஏய் மன்ச்கின், அவன் ஆபீஸ்க்கே கிளம்பிபோய்ட்டான், இன்னும் உனக்கு என்ன யோசனை?" என ஆர்யா வினா எழுப்ப...... இவளோ இயல்பாக எதுவும் இல்லை என தலையாட்டினாள். ஆனாலும் அவள் கண்கள் இரண்டிலும் தோழனின் பாராமுகத்தால் சிவந்திருப்பதை அவனும் கண்டு கொண்டானே...... "இப்போ நீ என்கூட வரியா, இல்ல இங்கேயே இருக்கியா?" என வினவ..... "எத்தனை பேர்டா, இந்த ஒரே கேள்விய, என்கிட்ட கேட்பீங்க.... எவ்வளோ இரிட்டேட் ஆகுது தெரியுமா....?" என இவள் கத்தத் தொடங்க....... "எம்மா பரதேவதையே உடனே கத்த ஆரம்பிக்காத, உனக்கு இஷ்டம் இருந்தா இங்க இரு...... இல்லன்னா உன் ஸ்கூட்டி இங்க தான பார்க்கிங்ல இருக்கு, அத எடுத்துட்டு வீடு வந்து சேரு" என்றவன் அவளின் பதிலையும் எதிர்பார்க்காமல் கிளம்பி-னான்.

அவன் சென்றபின்பும் மெத்தையில் அமர்ந்து வெறும் சுவற்றை வெறித்துக்கொண்டிருக்க....... ஏதோ உள்ளுணர்வு தோன்ற, அறையில் இருக்கும் கடிகாரத்தை பார்க்க, அதுவோ பதினொன்று என காட்-டியது..... பின்பு என்ன நினைத்தாளோ, அவளிடம் உள்ள ஸ்பேர் கீயை வைத்து அறையை பூட்டியவள், "எப்பா ஒரு நாள் சாப்டாததால, எவ்ளோ பிரச்சனை....... நாளைக்கு எப்படியும் ஹார்பர் க்கு போய் அங்கே ஏதாவது க்ளூ கிடைக்குதான்னு பார்க்கணும்" என இவள் சிந்-தித்துக்கொண்டே, ஆதியின் வீட்டை நோக்கி வண்டியை செலுத்தினாள்.

இங்கே ஆதியோ, கதிர் சிகிச்சை பெற்றுக்கொண்டிருக்கும் மருத்து-வமனைக்கு வர, அங்கே ஏற்கனவே கதிரை பாலோ செய்ய சொன்ன காவலாளியில் ஒருவன், ஆதி வருவதை பார்த்துவிட்டு அவனிடம் வேகவேகமாக வந்தவன்.

"பாஸ் உங்க பிஏ-வ ஷூட் பண்ண ட்ரை பன்னாங்க, ஆனா நாங்க அவர காப்பாத்திட்டோம்...... ஷூட்பண்ண ட்ரைபண்ணவங்க நம்ம இடத்துல தான் சேப்பா வச்சிருக்கோம்" என அவன் பரபரப்புடன்

கூறி முடிக்க, "நான் கதிரை பார்த்துவிட்டு வரேன், ஈவ்னிங் அங்க போலாம்" என கூறியவன், பின் கதிரின் அறைக்குள் நுழைந்தவன் "ஒரு புல்லட் சவுண்ட் கேட்டதுக்கே மயக்கமா....?" என ஆதி கேட்டுவிட்டு..... அசடு வழியும் கதிரின் தோளை தட்டிக்கொடுத்து விட்டு வெளியே வந்தவன்........ அவனது அலுவலகத்திற்கு செல்லாமல் நேராக வீட்டிற்கு சென்றான்.

நேரே அவன் அறையினுள் நுழைய, அங்கோ அவன் மனைவி, சோபாவில் அமர்ந்து மடிக்கணினியில் மூழ்கி இருப்பதை பார்த்தவன் அவளிடம் எதுவும் பேசாமல் குளிக்க சென்றான். அவன் குளியலறைக்குள் நுழைந்தவுடன், அந்தக் கதவை வெறித்தவள் "நெட்ட கொக்கு, எல்லாம் கொஞ்சம் காலம் மட்டும்தான்..... பிறகு உன் முகத்தைப் பார்க்கக்கூட நான் விரும்பமாட்டேன்" என கூறிக் கொண்டே மீண்டும் மடிக்கணினிக்குள் முகத்தை புதைத்தாள். சரியாக அதே சமயம் "மன்ச்கின் வா...... சாப்பிட போலாம்", என ஆர்யா அவளிடம் பேசிக்கொண்டே கொண்டே உள்ளே வர..... "இப்போ தானே சாப்பிட்டேன்" என அவள் பாவமாக அவனை பார்த்து கூற....... "எப்போ காலையில சாப்பிடதா?" என ஆடவன் மறு கேள்வி கேட்க...... "ஆமா" என இவள் உதட்டை சுழித்து அழகு காட்ட, "சரி, சரி நீ சாப்பிட வேணாம், வந்து எனக்கு சமைச்சு கொடு" என அவன் கூறி முடிப்பதற்கும், ஆதி வெளியே வருவதற்கும் சரியாக இருந்தது.

ஆர்யாவும் சைகையில் அவளை அழைக்க, "இந்த நெட்டகொக்கு கூட இருக்குறதுக்கு பதில், அந்த மைதாமாவு கூட போகலாம்" என நினைத்தவள் வெளியே வர, ஆதியும் அவர்களின் பின்னேயே வந்தான். சரியாக அதே சமயம் ஆதியின் கம்பெனியில், அவரது அப்பா காலத்திலிருந்தே பணிபுரிந்து வரும் சிவராமன் அவரது மனைவியுடன் உள்ளே நுழைந்தார். அவர்களிடம் சிறிது நேரம் பேசிவிட்டு அவன் அறையில் ஆழ்ந்தநித்திரையில் இருந்த ஆதியின் மொபைலுக்கு அந்த பாடிகர்ட்டின் அழைப்பு வந்தது. இவனும் அட்டன்ட் செய்து காதில் வைக்க "பாஸ் நம்ம இடத்துல இருந்தவங்க எல்லாருமே இறந்துட்டாங்க" என்றான் நடுநடுங்கும் குறலில்

20

தி ஜெய்ண்ட் ரிலே,

ஆர்யா உணவை சமைக்க அழைக்கவும் அவன் பின்னேயே தனுவும் சென்றாள். அவளுக்கு சமைக்க தெரியாதுதான் இருந்தாலும், அவன் என்ன செய்கிறான் என பார்க்க அவன் பின்னே சென்றாள். ஆதியும் இவர்களை தொடர்ந்து ஹாலில் வந்து அமர....... அதேசமயம் ஆதி-யின் கம்பெனியில், அவரது அப்பா காலத்திலிருந்தே பணிபுரிந்து வரும் சிவராமன் அவரது மனைவியுடன் உள்ளே நுழைந்தார். ஆர்யாவும் ரிஷித்தாவும், வார விடுமுறை நாட்களில் இவர்கள் வீட்டிற்கு சென்று அங்கே அரட்டை அடித்துவிட்டுவரும், வழக்கத்தை வைத்திருந்தனர். ஆனால் கடந்த சில நாட்களாக நடந்து வரும் பிரச்சனைகளால் அவர்-களால் சிவராமனின் வீட்டிற்கு செல்ல முடியவில்லை....... அவர்களுக்-கும் குழந்தைகள் இல்லாததால் இவர்களையே குழந்தைகளாக பாவித்து வந்தனர்.

"அங்கிள் எப்படி இருக்கீங்க" என சிறுவனாய் ஓடிவந்து தோளில் சாயும் ஆர்யாவிடம், "ம்ம்ம்..... நான் ஃபைன் டா ஆர்யாகுட்டி" என அவர் கூற...... அவனோ, மறுபுறம் அவனை முறைத்துக்கோண்டிருக்-கும், சிவராமனின் மனைவி சீதாவை பரிதாபத்துடன் ஏறிட்டவன், "ஓய் பியூட்டி" என அவரின் கன்னத்தை பிடித்து கொஞ்ச....... அவரோ "டேய் படுவா, ஏன்டா இவ்ளோ நாளா, வீட்டுக்கே வரல......" என பொய் கோபத்துடன் வினவ அவனும் "நான் வரலைனா, நீ இங்க வர மாட்டியா பியூட்டி" என அவரின் கன்னத்தை பிடித்து இவன் கொஞ்ச....... அவனின் கையை தட்டிவிட்டவர், அவர்களின் அரு-கில் நின்று, அவர்களின் பேச்சை கவனித்துக்கொண்டிருக்கும் தனுவை அப்போதுதான் பார்த்தவர், "டேய் யாருட இந்த பொண்ணு......" என

அவரின் கண்ணாடியை அட்ஜஸ்ட் செய்து கொண்டே வினவினார்.

அவனும் "என்னோட மன்ச்கின்" என கூறியவன், திரும்பி ஆதியை பார்க்க, அவன் முறைத்த முறைப்பில்...... "அதுவா, அவங்க என்னோட அண்ணனோட வைஃப், ஐ மீன் மிஸஸ்.தன்விகாஷா ஆதிரிஷி" என அவன் ஒரு விளக்கத்தைக் கொடுக்க, ஆதியின் மனைவி என்றதிலேயே இருவரும் ஆதியின் புறம் திரும்ப...... சோபாவில் அமர்ந்து அலைபே-சியை பார்த்து கொண்டிருந்தவனும் திரும்பி "ஆமா அங்கிள்...... ஆமா ஆன்ட்டி..... இப்போ ரீசண்டா தான் மேரேஜ் நடந்தது" என இவன் விலக்கினான்.

"என்னப்பா எங்ககிட்ட சொல்லவே இல்ல, நான் உங்கள என் புள்ளைங்களா தானே பார்த்தேன்...... இவ்வளவு பெரிய விஷயத்தை சொல்லவே இல்லையை........" என இருவரும் ஆதங்கத்தை வெளி-யிட......, "அந்த ஆன்ட்டியும், அங்கிளும் எவ்ளோ பீல் பண்றாங்க, ஏதாவது சொல்றானா பாரு, கல்லுலிமங்கன்......", என மனதினுள்ளே கணவனை வருத்தெடுத்தவள், "ஹலோ ஆன்ட்டி" என்று அவளின் அருகில் சென்று அமர முயன்றவளை..... தடுத்த ஆர்யா, "பியூட்டி அவங்க அம்மா ஆண்டின்னு ஐஸ் வைப்பாங்க உடனே அதுல நீயும் உருகி...... திரும்ப அவங்களையும் உருக்காம...... உனக்கு என்ன சமைக்க தெரியும்னு, நம்ம சமையலறைக்கு கூட்டிட்டு போய் செக் பண்-ணலாம்" என கூறிவிட்டு சீதாம்மாவையும் கூப்பிட்டுக்கொண்டு சமைய-லறைக்குள் நுழைந்தான்.

ஆர்யா அவனது மன்ச்கின்னின் சமையல் செய்யும் திறமையை டெஸ்ட் செய்ய முயன்று, பிறகு அவனே சோதனை எலியாகவும் மாறி-போனான்.

"அப்படி நம் கதிரை ஷூட் பண்ண வேண்டிய அவசியம் யாருக்கு இருக்கு?" என சிவராமன் அருகில் அமர்ந்திருந்த ஆதியிடம் வினவ, "கதிரை கொலை பன்ன ட்ரை பன்னுனவங்கள, நம்ம இடத்துல பிடித்து வைச்சிருக்கோம்........ அவன் நேம் கூட ஏதோ ஏ.கே-வாம்" என ஆதியின் பாடிகாட்ஸ் பிடித்து வைத்திருந்தவனை பற்றி பேசிக்கொண்டி-ருந்தனர். "இது ஏதாவது பிசினஸ் த்ரிட்டன்ஸ்-ஆ இல்ல......." கதிரின் தனிப்பட்ட எதிரிகளாக இருக்குமோ என்ற ஐயத்தை அவர் சொல்லி-முடிப்பதற்க்குள், "நோ சான்ஸ் அன்கிள், இது ஒன்லி பிசினஸ் எனிமி பன்ற வேலைதான்..... எந்த எதிரியும் கதிருக்கு இருக்க சான்ஸஸ்

இல்ல..... ஈவினிங் நம்ம இடத்துக்குப் போய் அவங்கள விசாரித்தால், எல்லாம் தெரிஞ்சிடும்..." என்றான் அவன். அவரும் "அதுதான் சரிப்பா, ஆனா இது எல்லாமே உன் அப்பா இருந்த அப்போவும் இதேபோல தான் நடந்தது. சம்பவம் நடந்து ஒரு வாரத்துல ரெண்டு பேருமே இறந்துட்டாங்க, சோ கொஞ்சம் பாத்து பத்திரமா இருங்க" என இவர் வருத்தம் தோய்ந்தகுரலில் எச்சரிக்க, அவனும் "சரி அங்கிள்" என்றான். அதன்பிறகு மூவர்அணி உணவை சமைத்து முடிக்க, பின் அனைவரும் ஒன்றாக அமர்ந்து உணவருந்தினர். பெரியவர்கள் இருவரும் புதுமண தம்பதிகளை வாழ்த்தி விட்டு கிளம்பிவிட இளையவனும் தங்கையை அழைத்து வர அவர்களின் அலுவலகம் நோக்கி விரைந்துவிட, அவ்வீட்டில் ஆதியும், தனுவும் மட்டுமே இருந்தனர்.

அவளும் சோபாவில் அமர்ந்து விட, ஆதியும் அவனது அறையில் சிந்தனைவயப்பட்டவனாக அமர்ந்திருந்தான். சிவராமனின் வார்த்தைகளே அவன் மனதில் ஓடிக்கொண்டிருந்தது. அவர் வார்த்தைகளில் இவன் மிகுந்த நம்பிக்கைகொண்டிருந்தான். பள்ளிப்படிப்பை மட்டுமே முடித்த நிலையில் கம்பெனிக்குள் அடியெடுத்து வைத்தவனுக்கு பக்கபலமாய் இருந்தவர்கள் சிவராமனும் கதிரும் மட்டுமே..... யாருடைய வார்த்தைக்கும் செவிசாய்க்காமல் இருப்பவன் இவர்கள் இருவருக்கு மட்டும் சற்று முக்கியத்துவம் கொடுப்பான். தற்போது அசுரனாய் வளர்ந்து நிற்கும், தி கெய்ன்ட் ரிலே-வில் இவர்கள் இருவரின் பங்களிப்பு மிக அதிகம் என்பதில் ஆணித்தரமான நம்பிக்கை அவனுக்கு....

இவற்றையெல்லாம் சிந்தித்து கொண்டிருந்தவனின் மொபைலுக்கு கதிரின் காவலாளி அழைக்கவும், உடனே சொடுக்கி காதில் வைத்தவன்.... "வாட் ஹேப்பன், கதிருக்கு ஏதாவது பிரச்சனையா?" என பதட்டத்துடன் வினவ அவனோ, ஆதிக்கும் மேலான பதட்டத்துடன்...... "நம்ம இடத்தில வச்சிருந்த ஏ.கே-வும், அவங்க ஆளுங்களும் இப்போ உயிரோட இல்லை, எல்லாருமே இறந்துட்டாங்க, எப்படின்னு தெரியல பாஸ். மர்மமா கொன்னுட்டாங்க" என கூற அதைக் கேட்டவனோ அதிர்ச்சியுடன், "இம்மீடியட்டா நம்ம இடத்துக்கு வரேன்" என்று கூறிவிட்டு அலைபேசியை துண்டித்தான்.

அவனிடத்தில் வந்து அவன் பிடித்துவைத்த ஆட்களை யார் கொலை செய்திருப்பார்கள், அதிலும் இதுவரை கதிர் கூட அவ்விடத்திற்கு வந்தது கிடையாதே....... பின் யார் இதை செய்தார்கள், என

இவன் சிந்தனை கடலில் மூழ்கியவன், பின் ஆர்யாவை தொலைபேசியில் அழைத்து விரைவில் வீட்டிற்கு வர சொன்னான். அவன் வீட்டிற்கு வந்தவுடன் ஆதி அவனை அழைத்துக்கொண்டு காரில் கிளம்பினான். போகும் வழியெங்கும் இந்த கொலையைபற்றியே நினைத்துக் கொண்டிருந்தான்.

முதலில் வோக்கல் பார் லோக்கல் எனும் பத்திரிக்கையின் ஸ்டார் ரிப்போர்ட்டர் அன்பு கொடூரமான முறையில் கொலை செய்யப்பட்டுள்ளார். அதன் பிறகு வயதில் மிகவும் சிறியவனான சிறுவன் ஒருவன் அன்புவின் வீட்டு வாசலிலேயே இறந்துள்ளான். இதோ கதிரை கொலை செய்ய முயற்சி செய்தவர்களை பிடித்து வைத்த இடத்திலேயே, கொலை செய்யப்பட்டிருக்கிறார்கள். மற்ற இரண்டு கொலைகள் கூட வெளிஇடத்தில் வைத்து நடத்தப்பட்டுள்ளது. ஆனால் இதுவோ ஆதியின் ரகசிய இடத்தில் மற்ற ஒருவனால் செய்யப்பட்டுள்ளது அல்லவா, இது ஆதியின் பாதுகாப்பையும் அவன் அடைந்த வளர்ச்சிக்கான அஸ்திவாரத்தையும் ஆட்டம் காணவைக்கும் செயல் அல்லவா.

இவ்வாறு நினைத்துக் கொண்டே காரை ஓட்டியவன், அப்போதுதான் அருகில் இருக்கும் ஆர்யாவை கவனித்தான். எதுவும் பேசாமல் வெளியே வேடிக்கை பார்த்தபடி வந்தான் ஆர்யா. இது கதிருக்கே சற்று ஆச்சரியமாக இருந்தது. எப்போதும் ஏதாவது வலவலத்து வருபவன் இன்று ஏன் இவ்வாறு அமர்ந்திருக்கிறான் என. சற்று நேரத்தில் அவர்களின் ரகசிய இடமும் வந்துவிட, ஆர்யாவும் திரும்பி அண்ணனை பார்த்தான். 'எதற்கு இங்கு வந்துள்ளோம்' என்ற கேள்வி அவன் பார்வையில் இருந்தது.

வழக்கம்போல அவன் பார்வையின் அர்த்தத்தை கவனித்தாலும், அதை கண்டுகொள்ளாதவனாய் முன்னே செல்ல, அவனுக்குப் பின்னே நின்ற ஆர்யாவோ "ஒன்னும் சொல்றதுக்கு இல்ல..... இவர கூப்பிட்டாரு..... எதுக்குன்னு கேட்டா, அத புரிஞ்சும் புரியாதமாறி ஒன்னுமே சொல்லாம முன்னாடியே போறாரு.... என்ன கூட்டிட்டு போகும் போது எதுவுமே எனக்கு தெரியாம, சஸ்பன்ஸ் வைக்குறதுல ஹஸ்பணொட், வைப் ரெண்டுபேரும் ஒன்னுக்கு ஒன்னு சலைச்சவிங்க இல்ல" என தோழிக்கும், அண்ணனுக்கும் புகழாரம் சூட்டுவதாய் நினைத்துக்கொண்டு புலம்பித் தீர்த்தவன், "ஆமா இது என்ன இடம்" என யோசித்துக்கொண்டே உள்ளே சென்றவன் கண்டது என்னவோ, ஏ.கே மற்றும்

அவன் ஆட்களின் சடலத்தை தான்.

அதிர்ச்சி அப்பட்டமாக முகத்தில் தெரிய, அந்த அதிர்ச்சியான முகத்தையும் ஆதி கவனித்துக்கொண்டுதான் இருந்தான். ‘இவர்கள் தனுவை பாலோ செய்து வந்தவர்கள் தானே....., அவளையும் ஒருமுறை கொலை செய்ய முயன்றவர்கள் தானே.....’ என்று யோசித்துக் கொண்டிருந்தவனின் சிந்தனை கலைந்தது ஆதியின் உறுமலில். "புல் ஷிட்ஸ், டு யூ ஹேவ் எனி சென்ஸ்?", ஒரு நாலு பேர பத்திரமா பார்த்துக்க முடியலையா?, இர்ரிட்டேட்டிங் ஈடியட்ஜ்" என தமிழிலும் ஆங்கிலத்திலும் மாறி மாறி வருத்தெடுத்துக்கொண்டிருந்தான். இறந்தவர்களின் சடலங்களை நன்கு ஆராய்ந்து பார்த்தவனின் கண்களில் அனைவரின் கழுத்துப் பகுதிகளிலும், சிறு காயம் இருக்கும் அடையாளம் இருந்தது.

ஏற்கனவே ஆதியின் உறுமலில் நடுநடுங்கியிருந்த மூன்று பாடிகார்ட்ஸில் ஒருவன், ஆதி சடலத்தில் உள்ள கழுத்தின் காயங்களை உற்றுநோக்கிகொண்டிருக்கும் போதே பதட்டத்துடன் ஏ.கே மற்றும அவனது மூன்று அடியாட்களின் கழுத்தில் முன்னரே குத்தப்பட்டிருந்த இன்ஜெக்ஷன்களை எடுத்துக் காட்டினான். அவனோ ஒற்றை புருவத்தை உயர்த்தி முறைக்க கை கால்கள் நடுங்க, "பாஸ் நாங்க ஒரு ஓரமா உட்கார்ந்து இருந்தோம். அப்போ இவங்க வரிசையா கத்துற சத்தம் கேட்டது....... நாங்களும் இவங்கள வந்து பார்த்தா எல்லாருடைய கழுத்துளையும் இந்த ஊசி சொருகி இருந்தது... டோர் லாக்ல தான் இருந்தது, பிறகு எப்படி அந்த ஊசி இவங்க கழுத்துல வந்து பட்டதுனே தெரியல பாஸ்" என பதட்டத்துடமும் பணிவும் கலந்த குரலில் அவன் விளக்க....... அதை கேட்டவனும் இரு புருவத்தையும் உயர்த்தி அவனை ஒரு பார்வை பார்த்துவிட்டு, பிறகு சுற்றும் முற்றும் பார்த்தான்.

அங்கே ஒரு ஆள் உயரத்திற்கு ஒரு விண்டோ இருக்க, அதுவோ திறந்திருந்தது. வெளியில் சென்று ஆதியும் ஆர்யாவும் பார்க்க அங்கே ஒரு சிறிய வடிவிலான கண்ணாடி குடுவை கிழே கிடந்தது. ஆர்யா அவனது போன் வெளிச்சத்தின் உதவியுடன் அதில் உள்ள எழுத்துக்களை படிக்க முயல...... ஆதியோ "எதுவாயிருந்தாலும் போகுற வழியில பார்த்துக்கலாம்" என்றவுடன், அதை அமைதியாக சட்டைப்பைக்குள் வைத்துக்கொண்டான். கொலையாளி எவ்வாறு உள் நுழைந்தான் என்பது மிகப்பெரிய சந்தேகமாகவே இருந்தது. ஆதி கூறுவதும் சரிதான் அங்குள்ள சுவர்களுக்கும் காதுகள் உள்ளன அல்லவா......! அதனால்

அதை எடுத்து சட்டைப்பைக்குள் வைத்துக் வைத்துக்கொண்டான்.

"டிஸ்போஸ் தெம்" என்று ஆதி கூறிவிட்டு பின் இருவரும் காரில் ஏறி அமர கார் அதன் பயணத்தை தொடங்கியது. ஆர்யாவும் அவசர அவசரமாக அந்த பாட்டிலை எடுத்து பார்க்க அதில், வெள்ளை நிறத்-தாளில் கருப்பு நிற எழுத்துக்களில் டெட்ராடாக்ஸின் (Tetrotoxine) என்று எழுதப்பட்டிருந்தது. இது பொதுவாக நரம்பியல் நிபுணர்கள் மற்-றும் உளவியல் மருத்துவர்கள் பயன்படுத்தும் ஒரு வகையான மருந்து, என ஆர்யா தமையனிடம் விளக்கிக்கொண்டிருக்க அதை ஆமோதிப்ப-தாக தலையசைத்தான் அவனின் தமையன். இவ்வாறு இருவரும் அந்த மருந்தை பற்றியும் அந்த கொலையாளியை பற்றியும் பேசிக்கொண்டே வீட்டை அடைந்தனர்.

****

21

காரினுள் அமர்ந்த ஆர்யா, அவசர அவசரமாக அந்த பாட்டிலை எடுத்து பார்க்க...... அதிலோ, கருப்பு நிறத்தில் டெட்ராடாக்ஸின் (Tetrodoxine) என்று எழுதப்பட்டிருந்தது. இது பொதுவாக நரம்பியல் நிபுணர்களும், உளவியல் மருத்துவர்களும் பயன்படுத்தும் மருந்து, என ஆர்யா அவன் அண்ணனிடம் விளக்கிக் கொண்டு இருக்க, அதை கேடடவனும் ஆமோதிப்பதாய் தலையசைத்தான். "எப்படி அவங்கள கொன்னாங்கன்னு தான் தெரில அண்ணா" என்ன தமையனிடம் புலம்ப.... அவனோ "கண்டிப்பா கொன்னவன், கன் இன்ஜக்டர்ர தான் யூஸ் பன்னிருக்கனும்" என வாகனத்தை செலுத்திக்கொண்டே ஒரு விளக்கத்தை தமையனுக்கு கொடுத்தான்.

"ம்ம்ம் யுவர் கெஸ்ஸிங் இஸ் பெர்பெக்ட், அப்போ கடைசி ஆளுக்கு இன்ஜக்ட் பண்ணும்போது, நம்ம ஆளுங்க வர்ற சத்தம் கேட்டு, அவசரத்துல இவன் இந்த பாட்டில தவறவிட்டுட்டு போயிட்டான்" என இவன் ஒரு கணிப்பை முன் வைக்க "ம்ம்ம் மே பி" என அந்த உரையாடலுக்கு அத்துடன் முற்றுப்புள்ளி வைத்தான் ஆதி. அதேசமயம் சரியாக வீடு வந்து சேர்ந்தது. ஆர்யா இருக்கை பட்டையை, கழட்டிக்கொண்டே "யார் இத பண்ணிருப்பாங்க அண்ணா? ஏதாவது கெஸ் இருக்கா" என தமையனிடம் வினவ, "யார் பண்ணியிருந்தா, உனக்கு என்ன பிராப்ளம்? எப்படியோ உன்னோட மன்ச்கின்னுக்கு, இனி அந்த அந்த ஏ.கே-வால எந்த பிராப்ளமும் வராது இல்ல, சோ டோன்ட் வரி அபௌட் இட்" என ஆதி சொல்லி விட்டு கிளம்ப அதைக்கேட்ட ஆர்யாவோ சிலையாக சமைந்தான்.......

ஆம் இந்த ஏ.கே-விடமிருந்து தனுவை காப்பாற்றுவதற்காக தானே, இவன் அண்ணனிடம் தனக்கும், அவளுக்கும் திருமணம் என்று ஒரு

பொய்யை கூறினான்........ தனுவின் பெயரை அண்ணனின் காதில் போட்டால் அவள் பற்றிய விவரங்கள் இவனை சென்றடையும்..... அதன்மூலம் அவள் இறங்கியிருக்கும் வேலையானது இவனுக்கும் தெரியும்...... இருவரும் ஒரு விடயத்தை பற்றியே தேடுவதால், அண்ணனால் தனுவும் கண்காணிக்கபடுவாள், அதனால் அவளுக்கு அந்த ஏ.கே-வால் எந்த பாதிப்பும் வராது என நினைத்துக் கொண்டே, அனைத்து செயல்களையும் செய்தான்.

இதில் அவனே அதிர்ச்சியான விடயம் அண்ணனின் திருமணம் தான் அது எதற்காக என இதுவரை அவனால் கணிக்க முடியவில்லை. எப்படியோ, தன் தோழி பாதுகாப்பாக இருக்கிறாள், என இவன் நினைத்துக்கொண்டிருக்க தற்போது அவனது அண்ணன் இவனின் பழைய திட்டத்தையும் போட்டு உடைத்து விட........ ஆர்யாவுக்கும் மண்டை குளம்பாத குறைதான். "அப்படின்னா ஏ.கே-கிட்ட இருந்து மன்ச்கின்னை காப்பாற்றத்தான், அவளுக்கும் எனக்கும், மேரேஜ்ன்னு ட்ராமா பன்னுனது, அண்ணனுக்கு தெரியுமா? அப்படின்னா அவளை பாதுகாக்க எதுவும் பண்ணாம, இவன் ஏன் அவளை மேரேஜ் பண்ணனும்???" என பல வழிகளில் புலம்பி தீர்த்தவன், குழம்பிய முகத்துடன் உள்ளே நுழைந்தான்.

அவன் வருகைக்காக காத்திருந்தது போல ..... அவன் உள்ளே நுழைந்தவுடன் கார்டனுக்கு அவனை இழுத்துக்கொண்டு சென்றாள் தன்விகாஷா. "இப்போ எப்படி பீல் பன்ற? வாட் அபவுட் யுவர் ஹெல்த்?" என இவன் அக்கறையுடன் வினவ, அவனை ஒருமுறை சலனமில்லாமல் பார்த்தவள், "நாளைக்கு மார்னிங் ஹார்பர் போகணும், சோ பீ ரெடி" என கூறிவிட்டு செல்ல, இவனோ அப்படியே அங்கிருந்த கல்மேடையில் அமர்ந்துவிட்டான். ஒருபக்கம் உயிர் நண்பன்....... மறுபுறம் அவன் அன்புக்காக ஏங்கி கிடப்பவள்...... இன்னொருபுறம் தோழி...... இவை அனைத்துக்கும் மேலாக யார் என்றே தெரியாத மூன்று நபர்களின் கொலை...... இவற்றையெல்லாம் சிந்தித்தவன் அண்ணனை நினைத்து பார்த்தான்.

'எனக்காவது இது மட்டும் தான் பிரச்சனை, ஆனா அவனுக்கு ஆபீஸ்லயே பலப்பல பிரச்சனை உள்ளது. இதில் எவ்வாறு இவை அனைத்தையும் யோசிக்கிறான்......' என ஆர்யா உடன்பிறப்பை நினைத்து கவலையுற, இவன் யாரைப் பற்றி சிந்தித்துக் கொண்டி-

ருந்தானோ, அவன் உறங்கும் தன் மனைவியின் அருகில் அமர்ந்து அவளை பார்த்துக் கொண்டிருந்தான்.... இல்லை, இல்லை ரசித்துக்-கொண்டிருந்தான்.

ரோஸ் வில்லோ,

"ஹலோ சார், அன்பு இறந்தபிறகு வேற ஒருத்தரை ஸ்டார் ரிப்-போர்ட்டரா அந்த இடத்துக்கு வர வச்சோம்ல, அவங்களையே நாளைக்கு கன்சைன்மெண்ட்ட பிக்கப் பண்ண அனுப்புவோம்" என இந்த மூன்றாம் மாடியில் பால்கனியில் அமர்ந்து அம்மாவாசை இரவை கண்கள் இரண்டும் வெறித்துக் கொண்டிருக்க..... உதடுகள் மட்டும் அவனது சாரிடம் பேசிக் கொண்டிருந்தன. "யாஹ் ஆகி, மீ டூ திங்க் தட் சேம், யு கேன் டிஸ்ட்ரிபியூட் தட் ப்ளான்" என்று கூறியவன் அலை-பேசியை துண்டித்துவிட்டான்.

கிரீன்வைல் ரெசிடென்சி,

"பாப்பு என்ன வேணும்னு சொல்லுடி, இயர்லி மார்னிங், நடுங்குர குளிர்ல, கார்டன்ல உட்கார வச்சுட்டு....... கார்டன்ல இருக்க பிளவர்ற ரசிக்கிறேன்ற பேர்ல என்ன பன்னுற?" என இவன் நடுக்கும் குளிரில், கைகளை தேய்த்துக்கொண்டே வினவ...... "டேய் தடிமாடு ரசிக்கிறேன், அது கூட உன் கண்ணுக்கு தெரியலையா? இலைமேல் பனித்துளி, கலர்கலரான மொட்டு மலரா மாறுவதுக்கு சூரியன் கிட்ட அனுமதி வாங்குவதற்காக காத்திருக்கிற தருணம்..... இந்த இடமே எவ்ளோ ரம்-மியமா இருக்கு" இவள் அந்த கார்டனை அணு அணுவாக ரசித்துக் கொண்டே கவிதை என்று ஒன்றை கூற...... "என்ன இவ ஒருவேளை ஓவர் ஸ்ட்ரஸ்-ல ஜெர்னலிஸம்-ல இருந்து போயட்டா (poet) ஷிப்ட் ஆகிட்டாலோ.... இல்ல, இல்ல வேலைக்கு போற நானே, வெட்டியா தான ஆபீஸ்ல ஈ ஓட்டுறேன். இன்டர்ன்ஷிப் வர்றவங்களுக்கு எல்லாம் வொர்கிங்கே இல்லையே..." என சிந்தித்தவனுக்கு சட்டென மண்டை-யில் ஒரு பொரி தட்டியது.

இவனும் ஒரு காலத்தில் இவ்வாறு தன்விக்கிடம் உளறிக்கொண்டு இருந்தவன் தானே..... எல்லாம் அப்போது அவள் படுத்தி எடுத்த பாடு.... அவள் மட்டுமா படுத்தி எடுத்தாள் கூடவே அவள் மீதான காதலும் படாதபாடு அல்லவா படுத்திவிட்டது. அப்படி என்றால் இவளுக்கும் காதல் என்ற உணர்வு யார்மீதோ வந்துவிட்டது, அது யாராக இருக்கும்? என அண்ணன் என்பதையும் அந்நிலையில் மறந்து

தோழனாக அவளின் அவனைப் பற்றி சிந்தித்துக்கொண்டிருக்க, சட்டென அவளே தமையனின் குழப்ப முடிச்சுகளை ஒவ்வொன்றாக அவிழ்க்க முன்வந்தாள். "அண்ணா நீ இந்த லவ் பத்தி என்ன நினைக்கிற?" என் பூக்களின் மீது கண்ணை பதித்தபடி அவள் கேட்க, "அது ஒரு பீல் பாப்பு, அந்த பீல் உனக்கு புடிச்சவங்க எல்லார் மேலேயும் வரும்.... லைக் நான், உன்னோட ஆதி அண்ணா, உன்னோட அண்ணி, இது போல எல்லாரும் மேலயும், நாம வச்சிருக்கா அளவுக்கு அதிகமான அன்பு தான் பாப்பு லவ்...." என இவன் அதிகாலை வானின் அழகை ரசித்துக்கொண்டே நிதானமாகப் கூற, அதைக் கேட்டவளோ வயிற்றை பிடித்துக் கொண்டு சிரிக்க ஆரம்பித்துவிட்டாள்.

"டேய் தடியா நான் லவ் டாப்பிக்க எடுத்தவுடனே, என்ன நாலு மிதி மிதிச்ச பிறகு, அண்ணன் கிட்ட போட்டு கொடுத்து வச்சு செய்வன்னு பார்த்தா...... இப்படி பிலாசபி பேசுறியே" என ஒரு கையால் வயிற்றை பிடித்துக்கொண்டு, மறு கையால் அவளின் தோளை தட்ட, "நீ என்ன இன்னும் சின்னப்பொண்ணா படிப்ப முடிச்சிட்ட, இன்னும் இதுக்கெல்லாம் உன்ன திட்டிட்டு இருப்பாங்களா? அதுமட்டுமில்லாம நீ யாரு.... தி கிரேட் ரிஷி ஆர்யாவோட பாப்பா இல்ல, சோ நீ கரெக்டா தான் எல்லாத்தையும் டிசைட் பண்ணுவ....." என தற்பெருமை பேசியவன் சட்டென "அடியே, நீ யாரையாவது லவ் பன்றியா" என வினவ, "ஆமா அண்ணா, ஐ பால் இன் லவ் வித் தன்விக், பட் இதை இன்னும் அவர் கிட்ட சொல்லல" என சிரித்த முகத்துடன் ஆரம்பித்தவள் சோகமாக முடித்தாள்.

அதைக் கேட்டவனோ, பக்கென கார்டனில், உருண்டு புரண்டு கண்களில் கண்ணீர் வரும் வரை சிரித்தவன், பின் தங்கையின் முகத்தை பார்த்தவுடன் எழுந்து அமர்ந்துவிட்டான். இல்லையெனில் அவளிடம் கடிகளையும் அடிகளையும் வாங்குவது என்ற பயத்தில்தான்....... எவ்வளவு முயன்றும் சிரிப்பை கட்டுப்படுத்த முடியாததால், அவளின் முறைப்பையும் பொருட்படுத்தாது, மறுபடியும் உருண்டு பிரண்டு சிரிக்க ஆரம்பித்தான். ஒரு கட்டத்தில் வேகமாக மூச்சுவாங்க, குப்புற படுத்து, தலையை மட்டும் அவள் பக்கம் பார்த்து சிரித்துக் கொண்டிருந்தவனின், முதுகில் ஏறி அமர்ந்தவள்..... "எரும மாடு, நான் சொன்ன விஷயம் உனக்கு அவ்ளோ சிரிப்பா இருக்கா???? எங்க இப்போ சிரி பார்க்கலாம்" என அவள் கூற அவளை சுமந்து கொண்டு இருந்தவனோ

"மூச்சு விட முடியல, எந்திரிடி" என இவன் கதற, அதை கண்டுகொள்ளாமல்..... வழக்கமாக இவள் அவனை கொடுமைப்படுத்த கையாளும் முறையை இப்போதும் செய்தாள்.

அவனுடைய கேசத்துக்குள் இவளுடைய விரல்களை நுழைத்து வழக்கம்போல், அவன் கதறுவதை கண்டுகொள்ளாமல் மாவாட்ட தொடங்கினாள். "ஹூஸ் த ஹெல்?" என்ற வார்த்தைகளில், ஆர்யாவின் கதறலும், அவன் தங்கையின் கைகளும் தானாக நின்றது. வழக்கமாக இவர்களின் சண்டையின்போது சீற்றமான ஆண் குரல் அல்லவா தடை செய்யும்..... இது என்ன புதிதாக பெண்குரல் என்று இருவரும் திரும்பி பார்க்க, அங்கோ பால்கனியில் நின்றிருந்த தனு தான் இவர்களை முறைத்துக்கொண்டிருந்தாள். மன்ச்கின்னை கண்டவுடன் "அம்மா தாயே, எப்படியாவது என்ன காப்பாத்தும்மா" என இவன் அவளை நோக்கி கையெடுத்துக் கும்பிட, அதற்கு முன்பே அண்ணியை கண்டவுடன் அவனின் மீது இருந்து நல்ல பிள்ளையாக எழுந்து புல்தரையில் அமர்ந்துவிட்டாள் ரிஷித்தா. இருவரையும் முறைத்து விட்டு, விட்ட தூக்கத்தை தொடர மீண்டும் அறைக்குள் நுழைந்தாள் தன்விகாஷா.

******

22

"அடியே ஆர் யூ சியூர், நீ எப்படி அவனை உன் லைப் பார்ட்னரா சூஸ் பண்ணுன?" என இவன் மீதமிருந்த சிரிப்புடன் வினவினான். இவள் சரியான டியூப்லைட் அதனால், தன்விக்தான் இவளிடம் காதலை தெரிவிப்பான்.... கண்ணீரும் கம்பலையுமாக தங்கை சென்று ஆதியிடம் முறையிடுவாள், என ஆர்யா கற்பனைக்கோட்டை கட்டிக் கொண்டிருக்க.... ஆனால் அவளோ இவன் சிந்தனைக்கு நேர்மாறாக இவளே காதல் என இவனிடம் வந்து விளையாட்டுத்தனமாக சொல்லிக் கொண்டிருக்கிறாள்.

"நான் ஏன் அவரை லைப் பார்ட்னரா சூஸ் பண்ணுன்னா, பிக்காஸ், ஹீ கேர் மீ இன் எ டிஃபரண்ட் வே, அண்ட் அவரோட ஃப்ரெண்ட்ஸிப்ப பார்த்து நான் அப்டியே இம்ப்ரஸ் ஆகிட்டேன். உன்னோட ஃப்ரண்ட் அவர அவாய்டு பண்ணிட்டு நம்ம வீட்ல இருந்து அனுப்புன பிறகும், உடம்பு சரியில்லாம அவரு வீட்டுக்கு உன்னோட ஃப்ரெண்டு போகும்போது, எதுவுமே பேசாம அவரே ஊட்டி விட்டார் பார்த்தியா... அப்போ அங்கே அகெய்ன் இம்பிரஸ். இப்படி பல பல விஷயங்களை சொல்லிட்டே போகலாம்" என கண்களில் மின்னல் வெட்ட இவள் கூற, "ம்ம்ம் அது சரி ஆமா, இதை ஏன் உன் ஆதி அண்ணா கிட்ட சொல்லல?" என இவன் அவள் வீக்னெஸ்ஸில் சரியாக கோல் அடிக்க, அதைக் கேட்டவுடன் அனிச்சம் மலராக அவளின் முகம் வாடி விட...... அந்த வாடிய முகத்துடனே, "உன்ன மாதிரி அண்ணாவும் க்ளோசா இருந்தா, அண்ணாகிட்டயும் சொல்லலாம்..... நானே நேத்துதான் தன்விக் மேல இருந்த பீலிங்க ரியலைஸ் பன்னுனன், சோ மார்னிங் எழுந்தவுடனே உன்கிட்ட வந்து சொல்லிட்டேன்" என சிரித்த முகத்துடன் கூறியவள் அவனின் கேசத்தை கலைத்துவிட்டுவிட்டு, "பாய் டா தடியா"

எனக் கூறியவள், அவ்விடத்தை விட்டு சிட்டாகப் பறந்துவிட்டாள்.

தங்கையும் அவளுக்கான சரியான துணையை தேடிக்கொண்டதை நினைத்து மகிழ்ந்தவன், சிறிது நேரம் அவ்விடத்தில் அமர்ந்து மலர்களாக மலர்ந்த மொட்டுக்களை ரசித்தவன்..... பின் வழக்கமான வேலைகளை தொடர நகர்ந்தான். இரவே விரைவாக வரும்படி தனு கூறியதால், அவசர அவசரமாக உணவை சமைத்து அதை எடுத்து டைனிங் டேபிளில் ஆர்யா வைக்க அதேசமயம் ஆதியும் வந்தமர்ந்தான். ஆர்யாவுடன் வழக்கம்போல் அரட்டை அடித்துக்கொண்டிருந் ரிஷித்தா, 'என்ன அண்ணா, இவ்ளோ இயர்லியரா கிளம்பறாங்க' என இவள் நினைக்க அதை வெளியில் யாரிடமும் கேட்க முடியாத நிலை அவளுக்கு...... ஆர்யாவிடம் கேட்டால் அவன் கத்துவான், அண்ணனிடமும் கேட்க முடியாத நிலை, அதனால் அமைதியாக இருக்கையில் அமர்ந்தாள். சற்று நேரத்தில் தனுவும் வந்துவிட்டாள்.

அனைவரும் காலை உணவை முடித்துவிட, ஆர்யாவுடன் வெளியே வந்த தனு மீண்டும் உள்ளே சென்று, மடிக்கணினியில் தொழில் செய்தியை படித்துக்கொண்டிருந்த, ஆதியிடம் "மிஸ்டர் ஆதி ஒரு சின்ன ரெக்வெஸ்ட், நீங்களே ரிஷிய எங்க ஆபிஸ்ல டிராப் பண்ணிடுங்க" என மெல்லிய குரலில கூறியவள், அவ்விடத்தைவிட்டு ஆர்யாவுடன் சென்றாள். ஆதி இதுவரை தம்பி தங்கை என அளவுக்கதிகமான பாசத்தையும் அன்பையும் இருவர் மீதும் வைத்தது இல்லை. ஆர்யாவிடம் கூட ஏதோ சிறிது பேசுவான், ஆனால் அதுவே ரிஷித்தா விடயத்தில் கல்லுளி மங்கனாகவே அமர்ந்திருப்பான். அதே சமயம், இருவரின் தேவையையும் அவர்கள் கேட்காமலே சரியாக, பூர்த்தி செய்துவிடுபவனின் கவனம் முழுக்க பிஸ்னஸ் என்பதிலேயே இருந்ததால்.... உடன்பிறப்புகளிடம் கவனத்தை செலுத்த இயலவில்லை.

செய்தி வாசித்துக் கொண்டிருந்தவனின் செவிகளில், மனைவி விடுத்த வேண்டுகோள் நினைவு வர, "நீ கட்டளையிட்ட அடுத்த கணம்.... அதை நிறைவேற்ற நான் இருக்க... நமக்குள் அழையா விருந்தாளியாக எதற்கு இந்த வேண்டுகோள் என்ற வேண்டாத சொல்" என மனதினுள்ளே முதன்முறையாக கவிஞனாய், அவனே ஒரு கவிதையை வரைய...... அதை மீண்டும் சொல்லிபார்த்தவனின், மனதை அவனே திட்டிக் கொண்டான். அப்போதுதான் அருகில் அவனையே பார்த்துக்கொண்டு நிற்கும் ரிஷித்திவை கவனித்தான் தோளில் கைப்-

பையை மாட்டியிருக்க, இருகைகளையும் பிசைந்த வண்ணம் நின்றிருந்-தாள் ரிஷித்தா.

மடிக்கணினியை மூடி வைத்துவிட்டு அவளை பார்த்தவன் பிறகு என்ன நினைத்தானோ, "பாலோ மீ" என்று கூறிவிட்டு வெளியே நுழைந்தான். முதல்முறை தமையனுடன் பயணம் என்று நினைக்கும் போதே புல்லரித்தது அவளுக்கு. பள்ளியில் ஏதாவது மீட்டிங் என்றால் சிவராமன் தான் அவளுக்கு கார்டியனாக வந்து செல்வார். கல்லூரி சென்ற பின் தமையனாய் ஆர்யாவே ஏதாவது மீட்டிங் என்றால் வரு-வான். இதுவரை ஆதி அவளை பிக்கப், டிராப் கூட செய்தது இல்லை. முதல்முறையாக அண்ணன் டிராப் செய்வதை நினைத்து உள்ளுக்குள் மகிழ்ந்தவள், அவசரமாக அண்ணிக்கு ஒரு நன்றியை மனதினுள்ளே சொல்லிவிட்டு, சிறுபிள்ளையாய் துள்ளி குதித்துக்கொண்டே அவன் பின் வந்தாள். ஆதி காரை ஸ்டார்ட் செய்து ஹாரன் அடிக்க...... விரைவாக வந்து அவனுக்கு அருகில் இருந்த சீட்டில் அமர்ந்தாள்.

ஒரு பக்கம் புத்தம்புது மலராய் பூத்த காதல்.... மறுபக்கம் அண்-ணனுடனான முதல் பயணம்.... வாழ்கையே வசந்தமாக மாறுவதை உணர்ந்தாள். மகிழ்ச்சியில் மனதினுள்ளே பாடல் வரிகளை பாடினாள், எங்கே ஹம்மிங் செய்தால் அண்ணனின் முறைப்புக்கு ஆளாக நேரி-டுமோ என்ற பீதியில்.....

அவர்களின் பயணம் தொடங்கி முழுதாக பத்து நிமிடம் முடியப்-போகிறது தற்போது வரை, காரின் ஹாரன் சத்தத்தையும் வண்டியின் எஞ்சின் சத்தத்தையும் தாண்டி வேறு எதுவும் காரினுள் கேட்கவில்லை. அவளுக்குத் தெரிந்த வரை அனைத்து பாடல்களையும் பாடி முடித்து விட்டால்..... அவளுக்கே அந்த அமைதி கடுப்பை கிளப்பியது.

இதுவே ஆர்யாவாக இருந்தால், பத்து நிமிடம் என்ன பத்து நொடி-கள் அவனிடம் அமைதியாக இருக்க மாட்டாள். அவனை அடித்துக்-கொண்டோ அல்லது ஏதாவது வம்பளத்துக்கொண்டோ தான் இருப்பாள். அவன் திரும்பி இவளிடம் வம்பளப்பானே, தவிர அவளை இதுவரை அடித்தது இல்லை. இவள் அடிக்கும் அடியை வாங்கிக்கொண்டு எதுவும் சொல்லாமல் இடத்தை விட்டு காலி செய்பவன், சற்று நேரத்தில் வந்து இவளிடம் பேசுவான். இவள் தோழி ருத்திகாவும் அப்படித்தான்.... சிறி-தளவு இடைவெளி இல்லாமல் ஏதாவது பேசிக்கொண்டே இருப்பார்கள். அப்படி இருந்துவிட்டு இந்த பத்துநிமிட அமைதியை அவளால் சமா-

ளிக்க இயலவில்லை.

பத்துநிமிட அந்த காரின் அமைதியை கலைத்து ரிஷித்தாவின் விக்-கல் சத்தம். காரை செலுத்துவதிலே கண்ணாக இருந்தவன், திரும்பி இவளைப் பார்க்க, உடனே பேக்கினுள் கையைவிட்டு வாட்டர்பாட்டிலை திறந்துபார்க்க தண்ணீருக்கு பதிலாக அதில் 'கிரேப் ஜூஸ்' எல்லாம் ஆர்யாவின் கைவண்ணம் தான். அதை பார்த்துவிட்டு, அவள் உதட்-டைபிதுக்க மீண்டும் விக்கல் வந்தது. ஆதி திரும்பி அவளை பார்க்க, ஒரே மூச்சாக குடித்தாள், அதன் இடையில் மீண்டும் விக்கல் எடுக்க, முறைக்கும் ஆதியை பாவமாக பார்த்தாள்.

அண்ணனுக்காவது ஜூசை கொடுக்கலாம், என்ற நல்லெண்ணத்தில அவனிடம் ஜூசை நீட்ட, அவளது கெட்ட நேரமோ என்னவோ, அவனிடம் பாட்டிலை நீட்டவும்...... அவர்களுக்கு முன்னே சென்று-கொண்டிருந்த கார் உடனே நிற்க, இவன் சடன் பிரேக் போடவும் சரி-யாக இருந்தது...... ஆதியின் வெள்ளைநிற பார்மல் சட்டை முழுவதை-யும் அவளின் கையிலிருந்த கிரேப் ஜூஸ் அபிஷேகம் செய்திருந்தது. இவளுக்கு சப்த நாடியும் அடங்கியது.

****

அதேசமயம்

" டேய் மைதா" என வண்டியை ஓட்டிக் கொண்டிருந்த ஆர்யாவை அழைக்க, "சொல்லு மன்ச்கின் வாட் ஹேப்பன்?", என சீரியஸ் டோனில் இவன் வினாவ, "அது என்னனே, தெரில டா, நைட் நான் தூங்குற வரைக்கும் நார்மலா தான் இருக்கன்... பட் தூங்கின பிறகு, யாரோ என்ன உத்துப் பாத்துக்கிட்டே இருக்க ஃபீல் வருது. அப்பு-றம் கைக்கால் எல்லாம் கட்டிப் போட்ட மாதிரி..... ஐ மீன் டைட்டா போட்டு இருக்குற மாறி வேற ஒரு பில் வருது..... ஏதாவது சைக்-கார்ட்டிஸ்ட்ட போய் பாக்கலாமா?" என வினவ.... 'சைக்கார்டிஸ்ட் எல்-லாம் வேணாம், முதல்ல என் அண்ணன்காரன் நைட் டைம்ல என்ன பண்ணுறன்னு பாரு' என வாய்க்குள்ளே கூறியவன், அவளுக்கு கேட்-காது என நினைத்திருக்க, தனுவின் "வாட்?" என்ற அதிர்ச்சி குர-லில், "அது அது அதுவந்து, சைக்கார்ட்டிஸ்ட்ட போய் பார்க்கலாம்னு சொன்னேன், வேற ஒன்னும் இல்ல" என அசடு வழிய சமாளித்தவன், மனதினுள்ளோ, "அடேய் அண்ணா..... பகலெல்லாம் ஹிட்லர் போல ரவுண்ட்ஸ் வந்துட்டு, நைட் நேர ரோமியோ வேல பன்னுறியா, நல்ல

வேல நீ அவள நைட் முழுக்க பாக்குறதயும், ஹக் பன்னி தூங்குறதையும் இன்னும் இவ கண்டுபிடிக்கல, நீ சிக்கிட்டனாலும், நான்தான்டா அக்கியூஸட் நெம்பர் ஒன்னா இவகிட்ட மாட்டுவன்" என மனதினுள்ளே, புலம்பியவன் "கடவுளே எப்படியாவது இவங்ககிட்ட இருந்து என்ன காப்பாத்துப்பா. என்ன சுத்தி இருக்கிறது எல்லாமே நார்மலாக இருக்குதுங்க, ஆனா திடீர்னு மென்டலா மாறிடுதுங்க" என அந்த அவசரத்திலும் கடவுளுக்கு ஒரு பெட்டிஷனை போட்டவனின், வாகனம் வந்து நின்றது சென்னை துறைமுகம்.

*******""

தான் அணிந்திருந்த வெள்ளை நிற பார்மல் சட்டையில், கிரேப் ஜூஸ் அபிஷேகம் செய்யப்பட்டுள்ளதை பார்த்தவனுக்கு, வந்த கோபம் கொஞ்சநஞ்சமல்ல. "ஹோலி ஷிட், கொஞ்ச நேரம் பொறுமையா ஒரு இடத்துல இருக்குறது கிடையாது, இரிட்டேட்டிங் இடியட்" என வார்த்தைகளை கடித்து துப்பியவன் "கெட் அவுட் ஆஃப் மை கார்" என கர்ஜித்தவன், காரின் கதவை திறக்க, அவனின் கர்ஜனையில் சப்தநாடிகளும் அடங்கிவிட்டது அவளுக்கு. காரின் கதவைத் திறந்து வெளியே அவள் வர "சாரி கூட சொல்ல தெரியல" என்ற ஆதியின் சொற்கள், செல்லும் காரில் இருந்து, காற்றின் வழி அவள் செவிகளை வந்தடைந்தது.

கண்ணில் இப்போதோ, அப்போதோ கண்ணீர் முட்டிக்கொள்ளும் என்ற நிலையில், நின்றிருந்தவள் ஆர்யாவுக்கு அழைத்தாள். அழைப்பை ஏற்றவன், இவள் பேசுவதற்கு முன்பே "நான் ஹார்பருக்கு வந்திருக்கன், பாப்பு சோ ஐ கால் யூ பேக்" என கூறிவிட்டு, அவள் என்ன கூற வருகிறாள், என்பதையும் கேட்காமல் அழைப்பை துண்டித்துவிட்டான். அவனின் வார்த்தைகளை கேட்டவளின் கண்களிலிருந்து, கண்ணீர் தாரை தாரையாக ஊற்ற...... அதை கைக்குட்டை உதவியுடன் துடைத்தவள், குளோப் டுடே அலுவலகத்தை நோக்கி நடக்க ஆரம்பித்தாள். சற்றுமுன் இருந்த அவளின் மனநிலைக்கு மாறாக 'வாழ்வே சூனியமான நிலைதான் அவளுக்கு'.

விவரம் தெரியாத வயதில் தாய் தந்தையை இழந்தவள், பின் ஆர்யாவின் அரவணைப்பில் சிறிது சிறிதாக தேறி வந்தாள். என்ன தான் இருந்தாலும் பெண் அல்லவா...... அதனால் சில பிரச்சனைகளை யாரிடம் சொல்வது என தெரியாது, அமைதியாக அறையினுள் முடங்கிய

காலங்களும் உண்டு. ஆர்யாவும் தங்கையின் உடல் ரீதியான பிரச்சனையை புரிந்து கொண்டு அடுத்த சில தினங்கள் அவளை தனிமையிலேயே விட்டுவிடுவான். தற்போதுதான் எதுவாக இருந்தாலும் அண்ணியிடம் ஷேர் செய்து கொள்ளலாம் என்ற நம்பிக்கையில் இருக்கிறாள். ஆனால் அந்த நாட்களில் எவ்வாறு வலிகளை பொறுத்துக் கொள்வது என சொல்லித் தருவதற்கு முன்பே தாய் இறந்துவிட்டார்.....

இவ்வாறு பல பல பிரச்சனைகளை சந்தித்து வந்தவளின் மனது ஏனோ அடிக்கடி ஆதியின் பாசத்தை எதிர்பார்த்தது. இந்த மானங்கெட்ட மனதுக்கு வெட்கம் மானம் என எதுவும் இல்லை போலும்..... அவன் எவ்வளவு முறை விளக்கிவைத்தாலும் இவள், ஒரு அடி அவனின் முன் சென்று நின்று அவனின் பாசத்தை எதிர்பார்க்கிறாள்.

இவையெல்லாம் யோசித்துக்கொண்டிருந்தவளின் சிந்தனையை கலைத்தது அருகில் நின்ற பைக்கின் ஹாரன் சப்தம்..... நிமிர்ந்து பார்க்க குளோப் டுடே அலுவலகத்தின் முன்பு நின்றிருந்தாள். எங்கேயோ கேட்ட ஹாரன் சப்தத்தை போல் உள்ளதே, என்று நிமிர்ந்து பார்க்க அங்கோ தன்விக்..... இவளையே பார்த்திருந்தான். "உங்களுக்கு என்ன வேணும் சார், முதல்ல ப்ரண்டா வருவிங்க கொஞ்சநாள் ஆச்சுனா, கண்டுக்காம போயிடுவிங்க, இதெல்லாம் எனக்கு தேவையா" என மற்றவர்கள் மீதிருந்த கோபத்தை இவன் மீது காட்டியவள், பின் வேகமாக இரண்டு எட்டுக்களை எடுத்து வைத்தவளின் கால்கள் அப்படியே நின்றது, தன்விக் கூறிய வார்த்தைகளில்..... திரும்பி அவனைப் பார்த்தவள் "எங்க மறுபடியும் சொல்லு" என இவள் உணர்ச்சியற்ற குரலில் கேட்க, இம்முறை தன்விகின் குரலில் சிறிதும் பிசிறின்றி வார்த்தைகள் வந்தது "லவ் யூ ரிஷி". ரிஷித்தாவின் கரங்களோ, அவனின் கன்னத்தை பதம் பார்த்தது.

****

23

லிட்டில் ப்ளவர் ரெஸ்ட்ராரண்ட்,

"உன்ன பாத்த உடனே நான் ப்ளாட் ஆகிட்டேன், பட் இந்த வயசுல உன்கிட்ட என்னோட விருப்பத்தை தெரிவிக்கனுமான்னு, ஒரு கேள்வி வந்தது....... இன் ஃபேக்ட் இன்னைக்கு மார்னிங் உன்னை பிக்-கப் பண்ண உன் வீட்டுக்கு வந்தேன், அப்போ தான் நீ உங்க ஆதி அண்ணா கூட கார்ல வரத பார்த்தேன்..... ஓகேன்னு நானும் ஆபீஸ் கிளம்பி வந்துட்டேன். இங்க வந்து பார்த்தா தான் தெரியுது நீ நடந்தே வந்து இருக்கன்னு. நான் அப்ஸர்வ் பண்ணுன வரை, நீ ஆதி கிட்ட பேசணும்னு ஆசைப்படுற, அதற்கான சான்ஸ் உனக்கு கிடைக்கல......, அப்படியே கிடைச்சாலும் அவன் உன்ன அவாய்ட் பன்றான், ஏம் ஐ ரைட், பட் நான் இப்ப சொல்றேன் ரிஷிமா.நீ இழந்த தாய் பாசத்-தையும், ஏங்குற தந்தை அன்பையும், விலகிப் போறதா நினைக்கிற உடன்பிறப்போட அக்கறையையும்..... உனக்கு திகட்ட திகட்ட தருவேன். படிக்கிற பொண்ணு கிட்ட இப்டி சொன்னது சரியான்னு தெரியல..... பட் உன் கண்ணுல சோகம் ஏக்கம் இரண்டும் அப்பட்டமா தெரிஞ்-சது, அந்த செகண்ட் என்னையே என்னால கன்ட்ரோல் பன்னமுடியாம, முன்ன பின்ன யோசிக்காம என் மனசுல பட்டதை சொல்லிட்டேன். சோ சொல்ல வேண்டியதை சொல்லிட்டேன் ரிஷித்தா. இப்போ கிளம்பலாமா" என எதிர் இருக்கையில் அமர்ந்திருந்தவளிடம் கேட்டான்.

"ஓகே கிளம்பலாம், பட் அதுக்கு முன்னாடி லிட்டில் டவுட், உங்க ப்ரொபோஸல்ல நான் அக்சப்ட் பண்ணிட்டேனா...? இல்லையான்னு கேட்கவே இல்லையே...?" என வினவ "அது ஒரு ஸ்டேட்மென்ட் தானே தவிர கொஸ்ட்டின் கிடையாதே..... நான் கேள்வி கேட்டா நீ பதில் சொல்லலாம், பட் இட்ஸ் ஆன் ஸ்டேட்மெண்ட், ஸோ நௌ ஐ

திங்க் யுவர் டவுட் இஸ் கிளியர், லெட்ஸ் மூவ் டூ அவர், ஆபிஸ்" என்று கூறியவன், இவன் குடித்த காபிக்கும் அவள் உண்ட ஐஸ்கிரீம்க்கும் பில்லை, செலுத்தி விட்டு அவளை அழைத்துக் கொண்டு சென்றான்.

அவன் மீதுள்ள காதலை அவளும் அவனிடம் கூறி விடலாம் என்றுதான் நினைக்கிறாள், ஆனால் இவள் யார் மீதெல்லாம் அளவுக்கு அதிகமான அன்பை காட்டுகிறார்களோ அவர்கள் அனைவரும் ஒரு கட்டத்தில் விலகி சென்று விடுகின்றனர்.... இவை அனைத்தையும் யோசித்தவள் அவனிடம் இருந்து விலகியே இருக்க வேண்டும் என சரியாக தவறான முடிவை எடுத்தாள்.

அதேசமயம் சென்னை துறைமுகம்,

" மைதா இங்க உனக்கு தெரிஞ்ச அங்கிள் இருக்காங்க தானே, அவரை நம்பி தாண்டா நம்ம பொழப்பே இருக்கு. அப்போதான் இந்த ட்ரக் இன்ஸிடன்ட்ட யாரு பன்னுனாங்க, தென் அந்த சின்ன பையனை யாரு கொன்னாங்கன்னு நமக்கு தெரியும்" என கவலையுடன் கூறினாள். "அதெல்லாம் பிரச்சனை இல்லை மன்ச்கின், நாம போய் அவரை பார்க்கலாம்" எனக் கூறிவிட்டு இருவரும் ஒரு அறையினுள் நுழைந்தனர். அந்த ஹார்பரில் உயர்பதவியில் இருப்பவர், ஆதிக்கு பழக்கம் என்பதால் ஆர்யாவுக்கும் பழக்கமானார்.

"ஹாய் அங்கிள்" ஏன இவன் கூற "வாப்பா ஆர்யா", என அவனை தட்டிக் கொடுத்தவர் "என்ன விஷயமா என்ன பாக்கணும்னு சொன்ன... எனிதிங் இம்பார்டன்ட்?" என அவர் வழுக்கை தலையை கைகுட்டையால் துடைத்துக்கொண்டே வினவ, "நோ, நோ அங்கிள் ஒரு சின்ன இன்ஃபர்மேஷன் மட்டும் வேணும், டுடே ஏர்லி மார்னிங் எதுனா ஷிப் வந்ததா?" என வினவ, "ஆமாப்பா, எதுனா முக்கியமான விஷயமா?" என தனுவை பார்த்துக்கொண்டே இவர் கேட்க, "அங்கிள் ஷி இஸ் தன்விகாஷா, மை ரிப்போர்ட்டர் பிரெண்ட் அண்ட் அந்த ஷிப்ப பத்தின ஒரு வீடியோ வேணும் அங்கிள், ஒரு டாக்குமென்டரி ரெடி பண்ணலாம்னு ஐடியா, ஸோ கொஞ்சம் டைம் கொடுத்தா நாங்க வீடியோ ஷீட் பன்னிட்டு வந்திடுவோம்" என இவன் கூறினான்.

" நோ ப்ராப்ளம் பா, ஒரு ஹால்ப் அன் அவர், வீடியோ எடுத்துட்டு வாங்க. பிகாஸ் பிறகு ஷிப்ட் மாறும் பா, சோ நான் வீட்டுக்கு கிளம்பிடுவன், அன்ட் ஒன் மோர் திங்க், இப்போ அந்த ஷிப் நம்ம ஓல்ட்

ஹார்பர்ல இருக்கு பிகாஸ் கன்சைன்மெண்ட் இறக்கியாச்சு. சோ நீங்க அங்க போய் பாருங்க. இந்த பில்டிங் கட்டுன மாதிரி எழுத்து இருக்கும் இல்ல அது என்ன மொழி.... ஹாம் சீன மொழி அதுதான் அந்த ஷிப்" என சொல்ல பின் இருவரும் அவரிடம் விடைபெற்றுக்கொண்டு பழைய ஹார்பருக்குள் நுழைந்தனர்.

அங்கே முதல் கப்பலாகவே அவர் கூறிய கப்பல் நின்றது. "அங்கேயே எல்லா பொருளையும் இறக்கி இருப்பாங்க. இப்போ எதுக்கு இங்க வந்திருக்கோம்" என ஆர்யா தனுவிடம் கேட்க, "மைதா உனக்கு ஒரு விஷயம் புரியல அங்கேயே ட்ரக், கன்சைன்மெண்ட் இறக்கி இருந்தால், போலீஸ் செக்யூரிட்டி அதிகமா இருக்கும்..... சோ ஈஸியா இவனுங்கள புடிச்சுடுவாங்க, ஸோ அந்த ஸ்மக்லிங் கும்பலோட, ப்ளான்னே இதுவாத்தான் இருக்கும்" எனக்கூரியவள் "அந்த ஷிப்ல இருக்க நேம்ம ஜி-லென்ஸ் (google lense) பண்ணு" என கப்பலில் எழுதி இருந்த அந்த பிரம்மாண்ட எழுத்துக்களை வேடிக்கை பார்த்துக்கொண்டே கூறினாள்.

இவனும் அதை செய்துவிட்டு "மன்ச்கின் இந்த ஷிப்ல கிராஸரி ஐட்டம்ஸ் தான், கன்சைன்மெண்டா மோஸ்ட்லி கொண்டுவந்திருக்காங்க" என போனில் வந்த தகவலை அவளிடம் கூறினான்". "தட் இஸ் தே பாயின்ட் மைதா... வாட் நெக்ஸ்ட்" என சுற்றிலும், அவ்விடதை கண்களால் ஆராய்ந்தபடியே இவள் கேட்டாள். ஆர்யாவும் "ஏதோ ராங் இன்ஃபர்மேஷன் உனக்கு வந்து இருக்கு. எனக்கு போர் அடிக்குது, கிளம்பலாமா?" என ஆர்யா பாவமான குரலில் அவளை பார்த்து பாவமாக கேட்க..... அவளின் கவனமோ வேறு எங்கோ இருந்தது.

கருப்பு ஹூடி அணிந்திருந்த இருவர் தலையையும் மூடியிருந்தனர். இருவரின், ஹூடியின் பின்புறமும் "கில் மீ" என்ற வாசகத்துடன் இருந்தது. இருவரும் இவர்களை கடந்து செல்ல..... சரி யாரோ செல்கிறார்கள் என நினைத்தவள் எதேச்சையாக அவர்களை பார்க்க.... அதில் ஒருவன் மட்டும் அவன் பாதி முகம் அவளுக்கு தெரியும்படி திரும்பியவன், உதட்டை வளைத்து அவளைப் பார்த்து ஏளனமாக சிரித்தான். இதற்கு முன் எங்கேயோ இந்த சிரிப்பை பார்த்த நியாபகம் அவளுக்கு.

அதனால் பாவமாக அவளை பார்த்தபடி நின்றிருந்த ஆர்யாவின் ஷோல்டரை தட்டியவள், "கேட்ச் தெம்" என்று கூறிவிட்டு அவர்கள் சென்ற பக்கம் திரும்ப.... அங்கு அவர்கள் மாயமாகி இருந்தார்கள்.

கண்டெய்னர்கள் நிறைய சுற்றிலும் அடிக்கி வைக்கப்பட்டிருந்ததால்... எதற்குள் நுழைந்தார்கள் என்று சரியாக தெரியவில்லை. இருந்தும் வேகவேகமாக சென்று ஒரு புறம் தேடத் தொடங்கினாள். ஏதோ சீரியஸ் என்று புரிந்துகொண்ட ஆர்யாவும் ஒருபுறம் தேடத் தொடங்கினான். இருவரின் தேடலும் நின்றது "ஹூ ஆர் யூ, அன்ட் வாட் ஆர் யூ டூயிங் நவ்" என்ற கடின குரலில்.

இருவரும் திரும்பிப் பார்க்க அங்கு காவலர்கள் இருவர் கண்களில் சந்தேகத்துடன் இருவரையும் நோக்கினர். ஆர்யாவோ சிறிதும் சலன-மில்லாமல், "ஹெலோ சார், வீ ஆர் ரிப்போர்ட்டர்ஸ். பிரம் குளோப் டுடே நியூஸ் சேனல்" என ஐடி கார்டை அவர்களிடம் காட்டினான். தனுவின் கார்டையும் பார்த்தவர்கள், "உங்க மேல எனக்கு சந்தேகமா இருக்கு, வாங்க ஸ்டேஷனுக்கு போலாம்" என்றார்.

****

24

போலீஸ் அவ்வாறு கூறவும் ஆர்யாவும் தன்விகாஷாவும் ஒருவரை ஒருவர் பார்த்துக் கொண்டனர். தனு இவர்களிடம் பேச முன்வர அவளின் கையை பிடித்து தடுத்த ஆர்யா 'கொஞ்சம் பொறு' என இமைகளை மெதுமாக மூடி, தோழியிடம் சைகை செய்தவன், திரும்பி இவர்களிடம் "சார் நாங்க பர்மிசன் வாங்கிட்டு தான் உள்ள வந்தோம், நீங்களே வந்து கேட்டு பாருங்க" என அவர்களை அழைத்துக்கொண்டு ஆர்யா சற்று முன் பேசிவிட்டுவந்த உயர் அதிகாரியின் அலுவலகத்திற்கு செல்ல, அங்கோ அவர் ஷிப்ட் முடிந்து சென்றுவிட்டார்.

அவரது தொடர்பு எண்ணும் இவனிடம் இல்லை. "என்ன தம்பி யாரையும் காணும்.... ஆல்ரெடி உங்க மேல எனக்கு டவுட்டா இருக்கு, சோ இன்வெஸ்டிகேஷன்க்காக, ஸ்டேஷன்க்கு நீங்க ரெண்டுபேரும் வரணும்.... பிகாஸ் ஏற்கனவே இங்க ட்ரக் சப்லை பண்றதா, சிக்ரெட் இன்ஃபர்மேஷன் வருது. சோ லெட்ஸ் மூவ்" என அவர்கள் இருவரையும் விசாரணைக்காக ஸ்டேஷனுக்கு அழைத்து சென்றனர்.

இருவரும் அரை மணி நேரமாக அங்கிருந்த பெஞ்சில் அமர்ந்து இருந்தனர். அதற்கு மேல் முடியாமல் அழைத்து வந்த காவலரிடம் சென்ற ஆர்யா, "சார் இன்னும் எவ்ளோ நேரம் வெயிட் பண்றது, நாங்களும் வேலைக்கு போகணும்" என இவன் கூற அதை கேட்டவரோ, தலையில் இருந்த தொப்பியை கழட்டி மேசையின் மீது வைத்துவிட்டு "இன்ஸ்பெக்டர் சார் இன்னும் வரல தம்பி, அவரு வந்தவுடனே தான் இன்வெஸ்டிகேஷன ஸ்டார்ட் பண்ணனும், சோ வெயிட் பண்ணுங்க பா" என்றார். இவனும் சலிப்புடன் சென்று தனுவின் அருகில் அமர்ந்தான்.

"இப்போ என்ன பண்றது மன்ச்கின், ஆபீஸ்க்கு போனா சீஃப் வேற கண்டபடி திட்டுவரு. வொர்க் டைம்ல அங்க என்ன வேலை அப்டின்னு

கேட்டா நான் என்ன சொல்லட்டும்" என இவன் புலம்ப, "ஒரு கால் மணி நேரம் வெயிட் பண்ணி பார்க்கலாம்" என கூறிவிட்டு நேராக நிமிர்ந்து அமர்ந்தாள். "ஓய் மன்ச்கின், இந்நேரம் நியாயமா பாத்தா உன்னோட ஹஸ்பண்ட் மாஸ் என்ட்ரி கொடுத்து நம்மள கூட்டிட்டு போய் இருக்கணும். பட் இப்போ அவரு பி.ஏ.வ கூட இந்த பக்கம் காணோம்" என அவன் பரிதாபத்துடன் சொல்ல, அவனை முறைத்தவள் "அத உன்னோட அண்ணன் கிட்ட போய் கேளுடா, மைதா மாவு மண்டையா" எனக்கூறிவிட்டு உதட்டை சுழித்து காண்பித்தவள் பிறகு, அவ்விடத்தை கண்களால் ஸ்கேனிங்க் செய்ய ஆரம்பித்தாள்.

எப்போதும் வேலை செய்வதைப் போலவே வெளியே காட்டிக் கொண்டு, ஆனால் அமர்ந்து, அமர்ந்து டேபிளையே தேய்த்து விட்ட காவலர்களையும்.......

பார்ப்பதற்கு மிக அப்பாவி போல இருக்கும் கைதிகளையும்....... எதற்கு ஒவ்வொரு ஸ்டேஷனிலும் இருக்கிறது என்றே தெரியாத காந்தியடிகளின் புகைப்படத்தையும்...... கால் மணி நேரத்திற்கு ஒருமுறை அவர்களுக்கு டீ கொடுக்க வரும் சிறுவனையும்..... என எல்லாவற்றையும் நோட்டமிட்டுக் கொண்டிருந்தாள். "டேய் மைதாமாவு காந்திஜி போட்டோ ஏன்டா, எல்லா ஸ்டேஷன்லயும் வச்சிருக்காங்க" என வினவ, "இந்த ரணகளத்திலும் ஒரு கிளுகிளுப்பு கேட்குதா உனக்கு......" என அவளை முறைத்தான்.

பிறகு நியாபகம் வந்தவனாய், "ஆமா இதுவரைக்கும் எத்தன டைம் ஸ்டேஷனுக்கு வந்திருக்க, ஒரு டென் டைம் இருக்குமா? உன்னோட பேச்ச பார்த்தா ரொம்ப எக்ஸ்பீரியன்ஸ் போல தெரியுதே" என சந்தேகக் கண்ணுடன் அவளை நோக்கினான். அவளோ, "ச்சே... ச்சே.... இதுதான் என்னோட ஃபர்ஸ்ட் டைம் டா, சோ ஒன்லி ஐ அஸ்க் யூ அபவுட் தட் போட்டோ, இத விட நான் இந்த இடத்துக்கு வந்தது மட்டும் விக்கி பயலுக்கு தெரிஞ்சதுனா, நா செத்தேன்" என் கழுத்தின் மீது கட்டை விரலால் கோடிட்டுகாட்டினாள்.

"நீ என்ன டிசைன்னே தெரில மன்ச்கின், உன்னோட ஹஸ்பண்ட் வரலைன்னு பீல் பன்னுவன்னு பார்த்தா, உன் உயிர் தோழன் திட்டுவான்னு பயப்படுற, மேனுஃபேக்சர் டிபக்ட் போல...." என அவன் கூறிவிட்டு, பின் வழக்கம் போல் அவள் முறைப்புக்கும் ஆளானான்.

"ஓகேடா மைதா, இந்த டைம் நான் போய் அவர் கிட்ட பேசுறன்" என அவள் கூற, அவளின் கையைப் பிடித்து இருக்கையில் வைத்தவன்..... நானே போறேன் என எழுந்தான். "சார் ஏதாவது சொன்னால் தானே தெரியும், எதுவுமே சொல்லாமல் இன்வெஸ்டிகேஷன்னு சொல்லிட்டு உட்கார வச்சுட்டா என்ன அர்த்தம் சார்" என தன் ஆதங்கத்தை அவன் வெளிப்படுத்த எழுதிக்கொண்டிருந்தவரும், ஒருமுறை நிமிர்ந்து அவனை பார்த்து விட்டு பின் குனிந்து எழுதிக் கொண்டே..... "இன்னும் அஞ்சு நிமிஷத்துல இன்ஸ்பெக்டர் வந்துருவாரு தம்பி, அவர்கிட்ட எதுவா இருந்தாலும் சொல்லுங்க, அதை விட்டுட்டு சும்மா நச நசன்னு இங்க பேசிகிட்டு இருக்காதீங்க" என கூறிவிட்டு எழுதுவதில் மும்மரமானார்.

ஆர்யாவால் கோபத்தை கட்டுப்படுத்த முடியாததால் காலை தரையில் உதைத்து விட்டு மீண்டும் அவனிடத்திலே வந்தமர்ந்தான். இவன் வந்தமர்ந்த ஐந்து நிமிடத்திற்குள் இன்ஸ்பெக்டர் காவல் நிலையத்திற்குள் நுழைந்ததார். நுழைந்தவர் பெஞ்சில் அமர்ந்திருந்த இருவரையும் பார்த்துவிட்டு இவர்களை அழைத்து வந்த காவலரிடம் திரும்ப....... அவரோ சரியாக உயரதிகாரி வரவும் எழுந்து நின்று சல்யூட் அடித்தார்.

அதனை சிறு தலைப்புடன் ஏற்றவர் "என்னையா கல்யாணம் பண்ணி வைக்கணுமா? பார்த்தா அப்டி தெரிலயே" என சந்தேகத்தை கேட்க.... ஆர்யாவோ அதிர்ச்சியில் "யோவ்...." என்று அவரை ஏதோ சொல்ல அவ்விடத்தைவிட்டு எழ, அவனின் கையை பிடித்து இருக்கையில் வைத்தவள் இன்ஸ்பெக்டரிடம் சென்றாள். அதற்குள் இன்ஸ்பெக்டரிடம் நடந்த விடயங்கள் அனைத்தையும் கூறிக் கொண்டிருந்தார் இவர்கள் இருவரையும் அழைத்துக் கொண்டுவந்தவர்.

அவர் இவர்கள் இருவரையும் துறைமுகத்தில் பார்த்தது முதல் அனைத்தையும் கூறி முடிக்கவும், தனு சென்று நிற்கவும் சரியாக இருந்தது. சென்று இன்ஸ்பெக்டர் அவர் இடத்தில் அமர, அவருக்கு எதிரில் இருந்த இருக்கையில் அமரும்படி தனுவைப்பார்த்து சைகை செய்தார். தனுவும் அவர் சுட்டிக்காட்டிய இருக்கையில் அமர, "நீங்க ஜேர்னலிஸ்ட்ன்னு சொல்றதுக்கு என்ன ஆதாரம் இருக்கு?" என அவர் வினவ.... ஆள்காட்டிவிரலை நெற்றியில் யோசனையாக தேய்த்தவள், "சார் எனக்கு சில பல டவுட் எல்லாம் இருக்கு, ஷேல் ஐ ஆஸ்க்" என் ஆர்யாவை திரும்பி பார்த்துவிட்டு மீண்டும் அந்த அதிகாரியின் புறம்

திரும்பிகேட்டாள்.

"ம்ம்ம் கேளுமா" என, 'இவள் என்ன அப்படி கேட்டு விடப் போகிறாள்' என்ற சிந்தனையில் இன்ஸ்பெக்டர் சொன்னார். அப்படி அவளை நினைத்தது எவ்வளவு பெரிய தவறு என சற்று நேரத்தில் உணரப்போகிறார். "பெருசா ஒன்னும் இல்லை சார், நாங்க செவன் டூ டென் வரை, இங்க உங்க இன்வெஸ்டிகேஷன்காக வெயிட் பண்ணிட்டு இருக்கோம். இந்த டைமிங் அக்ச்சுவலா, எங்க வொர்க் ஹவர், சோ எங்க சேலரி எப்ப கிடைக்கும்" என அந்த டேபிளின் மீது இரு கைகளையும் வைத்து அவரை நேருக்கு நேராகப் பார்த்து வினாவை எழுப்பினாள்.

அவரோ, திருதிருவென முழித்து விட்டு "என்னம்மா சொல்ல வர?" எனக்கேட்க, இவளோ ஏளனமாக உதட்டை வளைத்துவிட்டு, "இன்வெஸ்டிகேஷன்னு, ஒருத்தர கூப்பிட்டா.... சப்போஸ் அவங்க ஆபீஸ் வொர்கிங் டைம்ல வந்தா அவங்களுக்கு சேலரி தரணும். உங்களுக்கு ஞாபகம் இருக்கா.....? இல்ல உங்களுக்கு தெரியவே இல்லையா......?" என அவரின் கண்களை நேருக்கு நேர் பார்த்து கேட்டாள். "அப்புறம் இன்னொரு டவுட் சார்?" என அவள் கூற..... இவரோ ஒரு கேள்விக்கே என்ன பதில் சொல்வது என தெரியாமல் முழித்துக் கொண்டிருந்தார். அதுமட்டுமில்லாமல் அவள் கூறுவது போல் அப்படி ஒரு ரூல் இருக்கிறதா என்ற சந்தேகம் வேறு அவருக்கு...... இவர் எதுவும் சொல்லாததால் அவளே கேட்டாள்.

"உங்களுக்கும் டியூட்டி டைம் எட்டு மணிக்குதானே, பட் இப்போ மணி பத்து..... சாருக்கு ரெண்டு மணி நேரமா அப்படி என்ன பர்ஸனல் வேலை?" என அவள் கேட்க, இவரும் என்ன சொல்வது என தெரியாமல் அமர்ந்திருந்தார். ஒரு கணம் அவளை திட்டிவிடலாமா அல்லது இருவரின் மீதும் ஏதாவது தவறான வழக்கை போட்டு வாழ்நாள் முழுவதும் சிறைக்குள்ளே இருக்கும்படி செய்துவிடலாமா என்ற எண்ணம் கூட வந்தது.

அதற்கு எல்லாம் இடம் கொடுக்காமல் தனுவே, கையில் வைத்திருந்த அலைபேசியின் முன்னாள் கேமராவை ஆன் செய்தவள்..... "அவ்வளவுதான் மக்களே, வெரி சிம்பிள்..... ஒருத்தர் நம்ம மேல தப்பே இல்லாதப்போ கேள்வி கேட்டார் அப்படின்னா...... திரும்ப நீங்களும்.... திருப்பி அந்த நபரை கேள்வி கேளுங்க.... பட் ஒரு விஷயத்தை மறந்திட வேணாம்.... நீங்கள் கேட்கிற கேள்வி அவரை நெத்தி பொட்டுல

அடிச்ச மாதிரி இருக்கணும்..... ஸோ இங்க நடந்ததுல இருந்தே புரிஞ்-சிருக்கும், மோஸ்ட் ஆஃ தே போலிஸ் இன்வெஸ்டிகேஷன் மக்களுக்கு வேஸ்ட் ஆப் டைம் தான்..... உங்களையும் இப்படி கூப்பிட்டா உங்க பக்கம் இருக்க நியாயங்களை நெற்றி சுருக்கிடாமல் நேர்படப் பேசி எதி-ரில் இருப்பவரின் வாயை அடைப்போம்.... மீண்டும் அடுத்த முறை மற்-றொரு வித்தியாசமான களத்தில் சந்திப்போம்..... நன்றி வணக்கம்....." என அவளது பேஸ்புக் லைவ்-ஐ கட் செய்தாள்.

இதை அங்கே சுற்றியிருந்து பார்த்தவர்களுக்கு தலை சுற்றாத குறை-தான். இவர்களுக்கே இப்படி எனில் ஆர்யாவுக்கு சொல்லவா வேண்-டும், திறந்த வாயை மூடாது அவள் அடுத்தடுத்து செய்வதையே பார்த்-திருந்தான். தனுவோ திரும்ப அந்த இன்ஸ்பெக்டரின் முகத்தை கூட பார்க்காது எழுந்தாள். சேரில் அமர்ந்திருந்த அவரோ "மேடம்" என இவளை அழைக்க அவளோ அதை சிறிதும் கண்டு கொள்ளாமல் வந்து ஆர்யாவை உளுக்கினாள். தூக்கத்திலிருந்து விழித்தவன் போல எழுந்து அமர்ந்தவன் "என்ன மன்ச்கின் இப்படி பண்ணிட்ட" என அதிர்ச்சி விலகாது அவன் கேட்டான். 'அவள் எதாவது ஏடாகூடமாக கேட்பாள்' என நினைத்து தான் அவளை எங்குமே பேச விடாமல் தடுத்தான். ஆனால் உண்மையில் களத்தில் இறங்குவாள் என இவன் கனவிலும் நினைக்கவில்லை. தற்போது தான் அவன் ஒன்றை உணரத்தொடங்கி-னான். ஒரு காலத்தில் தன்விக் எப்படி அவளை பாதுகாத்தானோ, அந்த வேலையை தானே அறியாமல் செய்ய தொடங்கியதை......

" நான் என்ன பண்ணுனேன் டா மைதா" என எதார்த்தமாக வின-வினாள் அவள். அதற்குள் இன்ஸ்பெக்டர் அவர் அருகில் வர "சொல்-லுங்க சார்" என்றாள் இரு கைகளையும் கட்டிக்கொண்டு. இவரோ "மேடம் ப்ளீஸ், அந்த வீடியோவ டெலீட் பண்ணிடுங்களே, உங்களை உங்களுக்கு எவ்ளோ பேமெண்ட் வேணும்னாலும் தரேன்" என்று பாவப்-பட்ட முகத்துடன் கேட்டார். பாவம் வாங்கி மட்டுமே பழக்கப்பட்டவர் முதல் முறையாக கொடுப்பதாக சொல்கிறார்.

அவளோ "சாரி சார், எங்களுக்கு பிரைபரி வாங்குறதுக்கு எல்லாம் இன்ட்ரஸ்ட் இல்ல, பிகாஸ் வி ஆர் ஜேர்னலிஸ்ட்" எனப் பெருமை பொங்கச் சொன்னால். ஆனால் அவரோ விடுவதாக இல்லை..... "ஐயோ, மேடம் நீங்க ஏன் அவ்ளோ பெரிய வார்த்தையெல்லாம் யூஸ் பண்றீங்க, இத டொனேஷன்னா அக்சப்ட் பண்ணிக்கோங்க, எவ்வளவு

வேணும் மேடம்" என கெஞ்சாத குறையாக கேட்டார் வேலை போய் விடுமே என்ற பயத்தில்..... ஆனால் அவளோ அவரின் பயத்திற்கு மேலும் உலை வைக்கும் விதமாக "நீங்க என்ன சொன்னாலும் என்னால அந்த வீடியோவ டெலீட் பண்ண முடியாது, பிக்காஸ், ஸ்டில் இட் இஸ் இன் லைவ் ஸ்ட்ரீமிங், ஐ மீன் இன்னும் லைவா நாம பேசுறதை எல்லாரும் கேட்டுட்டு தான் இருக்காங்க, இந்த ஸ்டேஷனை விட்டு வெளியே போற வரைக்கும் எங்களுக்கும் ஒரு சேஃப்டி வேணுமில்ல" என ஏளனமாக கூறியவள் ஆரியாவின் கையைப் பிடித்துக் கொண்டு அவ்விடத்தை விட்டு வெளியேறினாள்.

அவ்விடத்தை விட்டு வெளியேறியவுடன் தனுவிடம் இருந்து கையை பிரித்தெடுத்தவன், "ஃபர்ஸ்ட் லைவ்வ கட் பண்ணு" எனக்கூற, அவளோ "அதெல்லாம் நன்றி சொன்ன உடனே பண்ணியாச்சு...... பண்ணியாச்சு...... எத்தன டைம் நன்றி சொல்லுவாங்க....." என்றால் சிறு சிரிப்பினுடே. உடனே இவனும் அதிர்ச்சியுடன் "அடியே அப்போ நீ, பர்ஸ்ட்டே கட் பண்ணிட்டியா?" என்றான். "அந்த ஆளு உள்ள வந்த உடனே லைவ்வுக்கு போயிட்டேன். உன்கிட்ட சொன்னா வாயை திறக்காமலேயே அவங்ககிட்ட, கண்ணாலயே காட்டிக்கொடுத்துடுவன்னு தான், சொல்லல. அப்புறம் லைவ்வ கட் பண்ண பிறகு அந்த ஆள் ஏதாவது பண்ணிட்டா....? அதனால தான் லைவ்ல இருக்கிறதா பொய் சொன்னது. இப்போ பாரு ஈஸியா வந்துட்டோம்" என அவனை பார்த்து கண்ணடித்தாள்.

" உன் அண்ணன்காரன், மாஸ் என்ட்ரி கொடுப்பான்னு நினைச்சியா, அச்சோ பாவம் இன்னும் உன் அண்ணன்காரனோட கைக்குழந்தையாவே இருக்கியே" என கூறியவள் சிரிக்க ஆரம்பித்துவிட்டாள். பின் இருவரும் பைக்கை எடுக்க துறைமுகத்துக்கு சென்றனர். செல்லும் வழி முழுவதும் ஆர்யா, தனுவை பார்த்து பிரம்மித்தே இருந்தான். இவள் பொதுவாக சமூகப் பிரச்சனைகளை அடிக்கடி பதிவிடுபவள் தான். ஆனால் இதையும் அப்படி செய்வாள் என்று அவன் எதிர்பார்க்கவே இல்லை.

துறைமுகம் வந்ததும் ஆர்யாவின் பைக்கில் தனு அமர்ந்தாள். "மன்ச்கின் எங்க போகலாம்" என கேட்க, "வேலை போனாலும் கூட ஆச்சரியப்படுவதற்கு இல்லை, சோ உன் அண்ணன்காரன் ஆபீஸ்க்கு போலாம்" என்றாள். சற்று நேர பயணத்திற்கு பிறகு ஆதியின் அலுவல-

கத்தை அடைந்தனர். இருவரும் நேராக ஆதியின் அறைக்குள் நுழைய அங்கோ ஆதி இல்லை. தனுவை ஆதியின் அறைக்குள் இருக்கும் இருக்கையில் அமர வைத்த ஆர்யா, அண்ணனை தேடி சென்றாள். அறையில் அமர்ந்திருந்தவளோ, சுற்றிலும் கண்களை சுழல விட சரி-யாக அவளின் கண்ணில் பட்டது அந்த கருப்பு நிற ஹூடி. கைகள் நடுங்க அதை எடுத்து பார்க்க, அதிலோ, "கில் மீ" என்று எழுதி இருந்-தது. சரியாக அதே சமயம் ஆதி உள்நுழைந்தான்.

******

25

தனு அந்த ஹூடியை கைகளில் வைத்திருக்க, அதேசமயம் ஆதி உள்நுழைந்தான். "ஹார்பர் எப்டி இருந்தது?" என அவன் இவளைப் பார்த்து வினவ, இவளோ பதில் ஏதும் கூறாமல் அவனையே பார்த்திருந்தாள். "சரி, சரி ஹார்பர விடு, போலீஸ் ஸ்டேஷன் எப்படி இருந்தது?" என அவளை பார்த்து ஏகத்துக்கும் கேலி நிறைந்த குரலில் வினவ, இவளோ அவளால் இயன்ற வரை அவனை முறைத்தாள்.

"நீ ஏதோ பிராடு வேல பண்ற ஆதி, ஒழுங்கா என்னன்னு சொல்லிடு.... இல்லைனா நடக்குறதே வேற" என இவள் கூற, அவள் கையில் இருந்த ஹூடியை அப்போதுதான் கவனித்தான். "வெல் அதுக்குள்ள மேடம் எல்லாத்தையும் கண்டுபிடிச்சாச்சா? சொல்லுங்க பாக்கலாம் உங்களோட இன்வென்ஷன்ஸ்ஸ" என சற்றே பிரகாசமான முகத்துடன் அவளை பார்த்து கேட்டான்.

"ஒழுக்கமா உண்மைய சொல்லிடு, உன் கம்பெனிக்கு முதல்ல நான் உன்னை இன்டர்வியூ எடுக்க வரும்போது இருந்து உன் மேல எனக்கு ரொம்ப டவுட்டா இருக்கு. உன்னோட ஒவ்வொரு மூவ்வும் அத ப்ரூவ் பண்ற மாதிரியே நடந்திட்டு வருது, சோ டெல் மீ த ட்ரூத்" எனக் கூற, ஒற்றை புருவத்தை உயர்த்தி அவளைப் பார்த்தவன், அவள் அமர்ந்திருந்த இருக்கைக்கு முன் இருந்த மேஜையின் மேல் ஏறி அமர்ந்தான்.

"இதெல்லாம் நீயே தெரிஞ்சுக்கோ மா, அதுக்கு தான நீ என்ன மேரேஜ் பண்ணுன" என ஏகத்துக்கும் கேலி நிறைந்த குரலில் இவன் கூற அதிர்ச்சியில் கண்கள் பெரிதாக விரிந்து அவளுக்கு. அதற்காக தானே அவனை திருமணம் செய்தால். ஆனால் அதற்கு மட்டுமா, அதையும் தாண்டி வேறு ஏதோ ஒரு காரணம் உள்ளது. அதை அன்று முதல் இன்று வரை மனதிற்குள்ளே அலசி ஆராய்ந்து வருகிறாள்,

ஆனால் அதற்கான உண்மையான காரணம் என்ன என்பதை இன்றுவரை அவளால் கனிக்கவே முடியவில்லை. விவரிக்க முடியாத ஏதோ ஒரு உணர்வு அல்லவா அது..... ஆனால் அதை அவளால் ஒரு குறிப்பிட்ட ஒரு உணர்வுக்குள் அடக்கிவைக்க முடியவில்லை.

மனதினுள்ளே பல பல பல அலசல்களை செய்து பார்த்துவிட்டாள். ஆனால் எதுவும் அவளுக்கு புரிந்த பாடில்லை இருந்தாலும். அவன் கண்டுபிடித்துவிடக்கூடாது என்பதற்காகவே முகபாவத்தை மாற்றியவள் "நோ, நோ நாட் லைக் தட். இப்போ கூட டிவோர்ஸ் பத்தி பிளான் பண்ணிட்டு இருக்கேன்" என வேறு எங்கோ பார்த்து சொன்னாள். "எங்க என்னோட கண்ணை பார்த்து சொல்லு" என இவன் கூர்ந்து அவளை நோக்க, பல பல பிரபலங்களிடம் எல்லாம் அழுத்தமான பார்வையுடன் கேள்விக்கணைகளை தொடுத்தவளால், இவனின் கண்களை பார்த்து பேச இயலவில்லை.

அடுத்து அவள் எதுவும் பேசாமல் அமைதியாக இருந்துவிட்டாள். "வெல் ஐ திங்க், ஐ அம் இன் லவ் வித் யூ" என உண்மையை எந்தவிதமான முகபாவமும் இல்லாமல், அவனின் வன்மையான கைகளால் அவளின் தடையை நிமிர்த்தி, அவளின் கண்களை பார்த்து ஒவ்வொரு வார்த்தையும் அழுத்தி உச்சரித்தான். அதைக்கேட்டவளோ, சட்டென அவன் கையை தட்டி விட்டுவிட்டு, "ஹவ் டேர் யூ, டு சே லைக் தட். ஆர் யு கிரேசி......?" என கத்திக்கொண்டே இருக்கையை விட்டு எழுந்தாள்.

அவனோ கூலாக "ஹேய் நான் என்ன தப்பா உன்கிட்ட சொல்லிட்டேன்? என்னோட மனசுல பட்டதை வெளிப்படையா சொல்லிட்டன். உண்மையில் நான் இதுபோல எல்லாம் பேசுவேன்னு என் சிஸ்டர்கிட்ட சொன்னா கூட நம்பமாட்டா...... பட் உன்கிட்ட வரும்போது அப்படியே எல்லாம் மாறிடுச்சு, ப்ளீஸ் ட்ரை டு அண்டர்ஸ்டாண்ட் மை வேர்ட்ஸ்" என இவன் அவளின் கையைப் பிடித்து கூற, உண்மையில் அவள் அதிர்ந்துதான் போனாள். எப்போதும் அணைவரிடமும் அதட்டி உருட்டி வேலை வாங்குபவன், இவ்வாறு தன்னிடம் கெஞ்சுகிறானே...... என நினைக்க, அதேசமயம் அவன் கையை விட்டுவிட்டு வரவும் மனதில்லாமல் நின்றிருந்தாள்.

ஆர்யா அறையினுள் நுழைய, சட்டென ஆதியிடமிருந்து கையை உருவிக்கொண்டாள் தன்விகாஷா. "அண்ணா இந்த ஹூடி எப்படி

இங்கு வந்தது, மன்ச்கின் உனக்கு ஏதாவது தெரியுமா.....?" என பதட்டத்துடன் இருவரையும் பார்த்து கேட்டான். அடுத்தடுத்து ஆதி கொடுத்த அதிர்ச்சியில் அமைதியாக நின்றிருந்தாள் தனு. "ஓய் மன்ச்-கின், வாட் ஹேப்பன் பார் யூ?", "ம்ப்ச் அண்ணா என்ன நடந்ததுன்னு சொல்லுங்க" என இவன் வினவிக்கொண்டிருக்க, சரியாக அதே சமயம் அறைக்குள் நுழைந்தான் கதிர்.

அவன் கையில் வைத்திருந்த கவரில் மற்றும் ஒரு ஹூடியிருந்தது. தனு அதைப் பார்த்துவிட்டு கதிரை முறைக்க..... அவனோ, பாவமாக அவனது பாஸை பார்த்தான். "கதிர் அண்ணா உங்ககிட்டயும் இந்த ஹூடி இருக்கா. அப்போ...... அப்போ..... ஹார்பருக்கு வந்தது நீங்-களும், அண்ணாவுமா...?" என கேட்க, இவனோ ஆதியையே பார்த்-துக்கொண்டிருந்தான். இல்லை, இல்லை அவரது கண்ணசைவிற்க்காக காத்துக் கொண்டிருந்தான். ஆதி கண்ணை மூடி திறக்கவும், இவன் நடந்ததை ஆர்யாவிடம் கூற ஆரம்பித்தான்.

கதிருக்கு கிடைத்த, அன்புவின் வீட்டில் இருந்த விரலி நினைவியை மடிக்கணினியில் சொருகி அதிலுல்ல முதல் காணொளியை அனைவ-ரிடமும் காட்டினான். போதை மாத்திரைகள் பற்றியும் அதன் வகைக-ளையும் அங்கிருந்த நூற்றுக்கும் மேற்பட்ட கும்பலுக்கு அன்பு விளக்கம் சோல்லிக்கொண்டிருந்தான்.

அதன் முடிவில் அவன் விதித்த நிபந்தனைகள் இரண்டு...... அதில் ஒன்று இவர்கள் அனைவரும் மாநிலம் முழுவதும் மூலைமுடுக்கெல்லாம் அதைக் கொண்டு சென்று சேர்க்க வேண்டும் என்றும்..... அதன் மகிமை தெரிய முதலில் அனைவரும் அதை பயன்படுத்த வேண்டும் என்பதுதான்...... அந்த இடமே ஒரு குடோன் போன்ற அமைப்பில் இருந்தது. அவர்கள் அனைவருக்கும் அந்த மாத்திரை வழங்கப்பட, அனைவரும் எந்த மறுப்பும் தெரிவிக்காமல் அதை வாங்கி உண்டனர்.

அதை சாப்பிட்ட உடன் சுய நினைவையும் இழந்துவிட்டனர். அத்-தோடு அந்த வீடியோவும் முடிந்துவிட்டது. அதை அனைவருக்கும் காட்டினான் கதிர். அந்த லேப்ட்டாப்பின் ஒரு இடத்தை சுட்டிக்காட்டி, "அண்ணா இது ஏ.கே தானே" என கேட்க, அந்த வீடியோவில் உற்று நோக்கிக் கொண்டிருந்த ஆதி, "ம்ம்ம்.... அவனே தான், ம்ப்ச் இப்போ, இவிங்க ரெண்டு பேருமே இப்போ உயிரோட இல்லையே.... இதை-யெல்லாம் யார் பண்றாங்கன்னும் தெரியல" என கதிர் கூற, "யாருக்கு

தெரியும், இன் கேஸ் அவன் நம்ம கூட க்ளோஸா கூட இருக்கலாம்" எனக் கூறியவன் கதிரை பார்க்க, அடுத்த வீடியோவை ஆன் செய்-தான்.

அன்பு தான் இறக்கப்போகிறோம் என்று தெரிந்தும் அதற்கு முன் ஒரு வீடியோவை எடுத்து இருந்தான். இந்த ஆதாரம் கண்டிப்பாக யார் கைக்காவது போய் சேரும் என்ற நம்பிக்கையில்..... "நான் அன்பு பேசு-றேன்.... இதுவரைக்கும் பலபல தப்பு பண்ணிட்டேன்... அதோட பலனை இந்த கொஞ்ச நாளா அனுபவிச்சிட்டு வரேன். உன்மையில் இனி அது-போல தப்பு எதுவும் பண்ணகூடாதுன்னு நான் திருந்த நெனைக்கிறப்போ, விதி அதோட ஆட்டத்தை ஸ்டார்ட் பண்ணிடிச்சு. என்ன எப்படியும் எல்லாரும் சேர்ந்து கொன்னுடுவாங்க, பட் அதுக்கு முன்னாடி ஏதாவது ஒரு நல்ல விஷயம் பண்ணனும்னு ஆசைப்படுறேன். என்கிட்ட இருந்த ஆதாரத்தை இன்னொரு வீடியோவா இதுல சேர்க்கபோறேன். என்கிட்ட இருந்த ஒரே ஒரு ஆதாரம் இந்த ஒரு வீடியோ மட்டும்தான். இன்னும் இருபது நாள்ல சென்னை ஹார்பருக்கு ஒரு டிரக் கன்சைன்மெண்ட் வரும், அத மட்டும் எப்படியாவது நிறுத்துங்க..... அப்படி பண்ணிட்ட பிறகு நடக்க வேண்டியது எல்லாமே ஆட்டோமேட்டிக்கா நடக்கும்" என தழுதழுத்த குரலில் அவன் கூறி முடிக்க அந்த வீடியோவும் முடிந்தது.

"அண்ணா இப்போ அந்த டிரக்ஸ் எங்க இருக்கு" என ஆர்யா கேட்க "பத்திரமா அன்பு வீட்ல அண்டர்கிரவுண்ட் டேங்க்குள்ள ஸேப்பா இருக்கு". ஆதி கொடுத்த அதிர்ச்சியால் எதிலும் கலந்து கொள்ளாமல் அமைதியாக அங்கு நடப்பதை பார்த்துக் கொண்டிருந்தாள் தனு. இவன் அவளை பார்த்துக்கொண்டே டேங்க் என்பதை அழுத்திகூறவும் அதிர்ச்-சியுடன் நிமிர்ந்து அவனை நோக்கினாள்.

இதுவரை ஆர்யாவுக்கு மட்டுமே தெரிந்த விடயம்...... இவனுக்கு எப்படி தெரிய வாய்ப்புள்ளது....... ஒருவேளை கண்காணித்து கொண்-டுள்ளானோ...... காரணம் இதற்கு முன்பே இவள் நிலத்தொட்டியில் தான் ட்ரக்ஸை பதுக்கி வைத்திருக்கிறார்கள் என்பதை கண்டுபிடித்தாள். இல்லை நான் சென்றது இவனுக்கு தெரிவதற்கெல்லாம் வாய்ப்பே இல்லை என்று நினைத்தவள்...... ஆதி கொடுத்த அதிர்ச்சியிலிருந்து வெளிவந்தவளாக அவனின் கண்களை பார்த்து, "சொல்லு ஆதி..... இப்போ நீ எதுக்காக அவன் வீட்டில் கொண்டுபோய் ட்ரக்ஸ்ஸ வெச்-சிருக்க, ஆர் யூ மேட்?" என கேட்க அவள் ஒரு மெச்சுதல் பார்வை

பார்த்தான்.

அந்த பார்வையின் மூலம் அவன் என்ன சொல்ல வருகிறான் என இவள் குழம்பி விட, ஆனால் உண்மையில் அவள் இவனின் முகத்தை நேருக்கு நேர் பார்த்து கேளவி கேட்கவும், அவளின் தைரியத்தை பாராட்டவே, ஒரு மெச்சுதல் பார்வை பார்த்தான். ஆதி திரும்பி கதிரை பார்க்க, அவனோ இன்று காலை நடந்ததை கூற தொடங்கினான்.

அதிகாலையில் கதிர் ஆதிக்கு கால் செய்ய, உறக்கத்திலே அட்டன்ட் செய்து காதில் வைத்தவனிடம், துறைமுகத்திற்கு செல்வதுபற்றி கதிர் கூறினான். நிச்சயம் அதற்கும் தன் கம்பெனியில் நடந்த நிகழ்வுக்கும் தொடர்பு இருக்க வேண்டும் என சிந்தித்தவன், துறைமுகத்திற்கு வருவதாக கதிரிடம் கூறிவிட்டு விரைவாக எழுந்து தயாரானான் ஆதி. உணவருந்தி விட்டு ஹாலில் அமர்ந்து வணிக இதழ் படித்துக் கொண்டிருக்க, பின் மனைவியின் வேண்டுதலை ஏற்று தங்கையை அவள் அலுவலகத்திற்கு அழைத்து செல்ல.....

செல்லும் வழியில் அவளோ, இவனின் பார்மல் வெள்ளை சட்டையை கிரேப் ஜூஸ்ஸால் நனைத்திருந்தால். கோவத்தில் அவளை அங்கேயே இறக்கிவிட்டவன் நேரே சென்று நின்ற இடம் கதிரின் வீடு..... காலிங்பெல்லின் ஓசை தொடர்ந்து ஒலிக்க, அவசர அவசரமாக சட்டையை டக்-இன் செய்தவாறே கதவை திறந்தவனின் கைகள் அப்படியே நின்றது. மூளையோ இது கனவா அல்லது நினைவா என அவனிடமே கேட்டது. காரணம் இதுவரை ஆதி அவனது வீட்டிற்கு ஒரு முறை கூட வந்தது கிடையாது....... அதற்காக பாகுபாடு பார்க்கிறானா என்று கேட்டாள் அதற்கு பதில் என்னவோ இல்லை என்பதுதான்.

காரணம் அவனுக்கு அவனே போட்டுக்கொண்ட வட்டம் அப்படிப்பட்டது. அந்த அக்னி வளையத்திற்குள் அவன் யாரையும் அனுமதித்ததும் இல்லை..... அவனும் அதைவிட்டு வெளிவந்ததும் இல்லை. இவையெல்லாம் முன்பு நடந்த நிகழ்வுகள்..... தனு என்பவள் என்று அவன் வாழ்வில் நுழைந்தாளோ, அப்போதிருந்து, அவன் மேல் வீசிய பனிசாரலில் அந்த அக்னி வட்டம் சிறிது சிறிதாக அணைந்து வருகிறது. கஷ்டப்பட்டு அதிர்ச்சியில் இருந்து மீண்ட கதிர் அப்போதுதான் ஆதியின் பார்மல் சட்டையை கவனித்தான்.

சட்டைக்காக தான் வந்துள்ளார் போலும் என நினைத்தவன் அவனை வரவேற்று ஹாலில் உள்ள சோபாவில் அமரவைத்துவிட்டு உள்ளே சென்றான். ஆதியோ அந்த இடத்தை சுற்றி நோட்டமிட்டான். அனைத்து பொருட்களும் கச்சிதமாக, அதன் இடத்தில் இருந்தது. இருவர் தாராளமாக அங்கு வசிக்கலாம். இவன் ஒருவன் மட்டுமே வசிக்கிறான். தேவையில்லாத போருள் ஒன்றுகூட இல்லை...... இதையெல்லாம் பார்த்துக்கொண்டிருந்தவனின் கவனத்தை கலைத்தது, கதிரின் அழைப்பு. "பாஸ் என்கிட்ட ரெண்டு ஹூடி இருக்கு, நம்ம அதையே வியர் பண்ணலாம். அங்க போறது நம்ம தான்னு யாருக்கும் தெரியக்கூடாது" என கூறிவிட்டு அவனுக்கு ஒன்றைக் கொடுத்துவிட்டு அவன் உள்ளே சென்றான்.

தன் எண்ண ஓட்டத்தில் என்ன இருக்கிறது என்பதை சொல்லாமலே தெரிந்துகொண்டு அதை செய்தும் முடிக்கும் அவனை ஒரு பார்வை பார்த்தவன், பின் அதை அணிந்து கொள்ள இருவரும் சென்று நின்ற இடம் துறைமுகம். நேராக துறைமுகத்திற்குள் இருவரும் நுழைய அங்கு வோக்கல் பார் லோக்கல் எனும் செய்தி தொலைக்காட்ச்சியின் வேனில் பல பார்சல்களை இருவர் அடுக்கிக் கொண்டு இருந்தனர். எதற்கு இந்த பார்சல்களை ஒரு செய்தி நிறுவனத்தின் வாகனத்தில் அடுக்குகிறார்கள் என்ற சந்தேகம் இருவருக்கும் வர, ஆதியோ கையில் பிஸ்ட்டலோடு உள் நுழைந்தான்.

பிஸ்ட்டலை பார்த்தவர்கள், காவலர்கள் என நினைத்து அனைவரும் தெறித்து ஓடி விட...... இவர்களுக்கோ, யாரை துரத்தி பிடிப்பது என்றே தெரியாமல் அங்கேயே நின்றுவிட்டனர். அடுத்தகணம் ஆதியின் பாடிகார்ட்ஸ் உள்நுழைய "ஹோலி ஷிட்" எனக் கோபத்தில் கத்தியவன், வந்தவர்களிடம் அந்த வண்டியை காண்பித்து, அதில் உள்ள பொருட்களை ஒரு இடத்தில் வைக்கும்படி கட்டளை இட்டுவிட்டு அவ்விடத்தை விட்டு இருவரும் நகர, சரியாக அவர்களுக்கு முன்னால் ஆர்யாவும், தனுவும் சுற்றும் முற்றும் பார்த்துக் கொண்டே சென்றனர்.

இவர்களை கடந்து செல்லும் போது ஆதி அவளைப்பார்த்து ஏளன சிரிப்பு ஒன்றை உதிர்த்தான்....... நீ தேடி வந்ததை முன்பே நான் கைப்பற்றி விட்டேன் என்பதை சொல்லாமல் சொல்லியது அந்த சிரிப்பு........ அவன் சிரித்ததையும் தனு பார்த்துவிட்டதையும் கண்டுகொண்டான். எப்படியும் தன்னைப்பற்றி சந்தேகப்படுவது உறுதி என உணர்நதவன்

கதிரின் கையை பிடித்து இழுத்துக்கொண்டு ஒரு கண்டெய்னர் சந்தினுள் நுழைந்து வெளிவந்தனர். இதையெல்லாம் சொல்லி முடிக்க, "அதெல்லாம் ஓகே.... இப்போ அந்த டிரக் டேப்லெட் எல்லாம், ஏன் அன்பு வீட்ல இருக்கு?" என ஆதியை பார்த்து அவனைப்போலவே ஒற்றை புருவத்தை உயர்த்திக் கேட்டாள் தன்விகாஷா.

அதற்கு அவனோ, "நம்ம கம்பெனியிலேயே ஒரு பிளாக் ஷீப் இருக்கு. அதுமட்டுமில்லாம அந்த வோக்கல் பார் லோக்கல் அன்ட் தென் உங்க கம்பெனி இது மூனுக்குமே ரிலேட்டடான ஆள் ஒருத்தன் தான் இதையெல்லாம் பண்ணிட்டு இருக்கான்..... என்னுடைய கேஸ் கரெக்ட்னா இந்நேரம் அவன் நம்மள வீக் பண்றதுக்கு நெக்ஸ்ட் மூவ் எடுத்து இருப்பான்" என ஆதி கூறி முடிக்க அடுத்தகணம் ஆர்யாவுக்கு கால் வந்தது.

ஆதி, தனு, கதிர் என மூவரும் ஆர்யாவை பார்க்க..... "என்ன ரூட் நம்ம பக்கம் திரும்புது" என இவன் கூறிக்கொண்டிருக்கும் போதே, "ஆதி நாம ஆர்யாவை மறந்துட்டோம், இவன் இங்க ஷேர் ஹோல்டர்.... தென் வோக்கல் பார் லோக்கல்ல எக்ஸ்-ரிப்போர்ட்டர்..... அன்ட் தென் குளோப் டுடே கம்பெனியோட கரெண்ட் (current) ரிப்போர்ட்டர்..... உன்னோட கெஸ் சொல்லி முடிக்கவும் இவன் போன் வேற ரிங் ஆகுது..... அந்த ஒருத்தன் ஏன் இவனா இருக்கக்கூடாது....?" என இவள் கூற அழைப்பை ஏற்க்க சென்றவனோ "ஒரு மாசமா உன்கூட நாய் மாதிரி சுத்தி வந்ததுக்கு...... சிறப்பான இடத்தில் கோர்த்து விட்டுட்ட" என கூறிவிட்டு திரும்பி கதிரை பார்க்க அவனும் சந்தேக கண்ணுடன் ஆர்யாவை தீவிரமாக பார்த்துக் கொண்டிருந்தான்.

"அடியே கிராதகி.... இதெல்லாம் அந்த ஆண்டவனுக்கே பொறுக்காது" என மனதினுள்ளே தோழியை வறுத்தெடுத்து கொண்டிருக்க அந்த அழைப்பு துண்டிக்கப்பட்டுவிட்டது. கையிலுள்ள அலைபேசியை பார்த்தவன், நிமிர்ந்து அண்ணனை பார்க்க அவனும் சந்தேகத்துடனே ஒற்றை புருவத்தை ஆள்காட்டி விரலால் தேய்த்துக் கொண்டே ஆர்யாவை பார்த்தான். "கொஞ்ச நேரத்துல என்னோட அண்ணனையே என்ன வில்லன் ரேஞ்சுக்கு பார்க்க வச்சுட்டல்ல" என மனதின் உள்ளே கருவினான்.

ஆனால் வெளியில் எந்தவித ரியாக்ஷனும் காட்டாமல் ரோபோ போல் மூவரையும் மாறி மாறி பார்த்திருந்தான். மீண்டும் அழைப்பு வர

அவன் உயிர் நட்பே அழைத்திருந்தான். இவன் எடுத்து காதில் வைக்கவும் அந்த பக்கம் "டேய் எரும... மாடு.... பன்னி..... நாயே...." என அர்ச்சிக்க துவங்கிவிட்டான் தன்விக். "டேய்... டேய்.... மீ பாவம்.... என்னன்னு சொல்லிட்டு திட்டு" என அழுவது போன்ற பாவனையில் கூற "நீயும் அவளும் சேர்ந்து என்னடா பன்னிவெச்சிங்க.... நம்ம எல்லாத்தையும் வேலையை விட்டு பையர் பன்னிட்டாங்க" என ஏகத்துக்கும் கோப குரலில் கூற, இவனுக்கோ பக்கென்று இருந்தது.

அந்த நிலையிலும் அவனிடம் "ஆமா ரிஷிக்கும் அவ ப்ரண்டுக்கும் எக்ஸ்பீரியன்ஸ் சர்டிபிகேட் கொடுத்தாங்களா.....?" என சந்தேகத்துடன் கேட்டு அவனிடமிருந்து பீஃப் வராத குறையாக வாங்கி கட்டிக்கொண்டான். "நாளைக்கு மார்னிங் ஒழுங்கா என்னோட அப்பார்ட்மெண்ட்க்கு வரீங்க...... ஒழுங்கா உன்னோட பிரண்டு தன்விகாஷாவையும் கூட்டிட்டு வா" என கூறிவிட்டு அழைப்பை துண்டித்துவிட்டான் தன்விக்.

எப்போதும் இஷாமா, என்றே அழைப்பவன் முழுப் பெயரை சொல்லி அழைத்ததை வைத்தே அவனின் கோபத்தின் அளவை அவளால் புரிந்து கொள்ள முடிந்தது. நட்பை ஒதுக்கியது எவ்வளவு பெரிய தவறு என்பதை இந்த நொடி அவள் புரிந்து கொண்டாள். அவனிடம் சென்று என்ன கூறுவது, என்று கூட அவளுக்கு தெரியவில்லை. எப்படி அவனிடத்தில் சென்று அவனை எதிர்கொள்வது என்பதை நினைக்கும்போதே கண்ணீர் இப்போதோ அப்போதோ கண்களிலிருந்து முட்டிக்கொள்ள காத்திருந்தது.

"அண்ணா யுவர் கெஸ் இஸ் ரைட், இதை யார் செய்றான்னு தான் தெரியல....... பட் அவனை எவ்ளோ ஈஸியா கண்டுபிடிக்கறோமோ அவ்ளோ ஈஸியா நம்ம பல பிரச்சினையிலிருந்து தப்ப வாய்ப்பு இருக்கு......" எனக்கூற ஆதியும் தம்பி கூறியதை கேட்டு தலையசைத்தான்.

கிரீன்வைல் ரெசிடென்சி,

ஹாலில் அமர்ந்து நகத்தை தீவிரமாக கடித்துக்கொண்டே எதையோ தீவிரமாக யோசித்துக் கொண்டிருந்தாள் தன்விகாஷா. "நகத்த அடிக்கடி கடிக்ககூடாதுன்னு, உனக்கு எத்தன டைம் சொல்றது" என ஆர்யா அவளது தலையில் தட்ட..... அருகிலிருந்த ரிமோட்டை எடுத்து அவன் தலையில் பலமாக அடித்தவள், "தலைமேல அடிக்காதன்னு எத்தன டைம் உனக்கு சொல்றது என்னோட ஹேர்ஸ்டைல் ஸ்பாய்ல் ஆகி-

டும்"என முடிக்கற்றைகளை காதினோரம் ஒதுக்கியவறே "ஆமா உன் தங்கச்சி ஏன் ரொம்ப அப்செட்டா இருக்கா....? இன்டர்ன்ஷிப் தானே வேற ஏதாவது கம்பெனிக்கு போலாம். ப்ரியா விட சொல்லு" என இவள் அடுக்கிகொண்டே செல்ல..... "அது இல்ல மன்ச்கின், இது வேற பிரச்சனை..... அண்ணாக்கும், அவளுக்கும் செட்டாக மாட்டுது, இவ்ளோ நேரம் ஒரே அழுகை இப்போதான் தூங்க வச்சிருக்கேன்" எனகூறியவன் காலையில் நடந்த கிரேப் ஜூஸ் நிகழ்வை தனுவிடம் கூறினான்.

இதைக்கேட்டவளுக்கோ ஆதியை கண்களால் எரித்து பஸ்ப்பம் ஆக்கவேண்டும் என்ற அளவுக்கு கோபம் வந்தது. காலையில் இவளிடம் அவன் காதலை தெரிவித்ததிலிருந்து, அவனின் முகத்தில் கூட முளிக்காதவள், எவ்வாறு இப்போது அறைக்குள் செல்வது என்ற எண்ணத்தில் தான் இருந்தாள் தனு. ஆனால் தற்போது, ஆர்யா கூறியதை கேட்டவளுக்கு, அவனை நான்கு கேள்வியைக் கேட்க வேண்டும் என்று அவன் அறைக்குள் நுழைந்தாள்.

அங்கோ மடிக்கணினியில் அமர்ந்து வேலை பார்த்துக்கொண்டிருந்தான் ஆதி. "ஒரு வழியா நம்ம, ரூமுக்கு ரூட் தெரிஞ்சிடுச்சு போல...." என இவன் மடிக்கணினியிலிருந்து, கண்ணை எடுக்காமல் கேட்டான். அதில் நம்ம என்ற சொல்லில் அழுத்தம் கொடுத்து..... நம்ம யோசிச்சது எல்லாம் இவனுக்கு எப்படித் தெரியும் என ஒரு கணம் நினைத்தவள், பின் அவனின் மீதான கோபம் நினைவுக்கு வர, "டேய் ஆதி உனக்கு கொஞ்சமாவது அறிவு இருக்கா டா..... ரிஷி பாவம் டா, அவ உன்கிட்ட நாலு அன்பான வார்த்தையை தானே எதிர்பார்க்கிறா, அதைகூட உன்னால சொல்ல முடியாதா...... அவ உன்னோட தங்கச்சி தானே....? என பேசிக்கொண்டே சென்றவள் கண்ணாடி உடையும் சத்தத்தில் திரும்பினாள்.

ஆதி தான் அதை உடைத்திருந்தான். "இல்ல அவ என் தங்கச்சி இல்ல" என அந்த அறையே அதிரும்படி கத்தியவன், மீண்டும் அருகிலிருந்த கண்ணாடி குடுவையை எடுத்து தரையில் அடித்தான்.

****

26

தன் கண்முன்னே சட்டென விழுந்த கண்ணாடி குடுவையின் சத்தத்தில் கண்களை இறுக்கி மூடியவள், கையில் சில்லென்ற வலியை உணரவும் கண் திறந்து பார்த்தாள். அவன் உடைத்த குடுவையின் கண்ணாடித் துண்டு ஒன்று அவள் இடது கையின் மணிக்கட்டை பதம்பார்த்து விட்டது. கோபம் குறையாமல் அப்படியே அமர்ந்திருந்தவன், அவன் கொடுத்த அதிர்ச்சியை மனதளவால், தாங்கிக் கொண்டு நின்றவளால், அந்த வலியை தாங்க இயலவில்லை. "ஸ்ஸ்ஸ்" என்று வலியை பொறுத்துக்கொண்டு மனைவி, நிற்பதை கண்டபோதுதான் அவள் கையில் ஏற்பட்ட காயத்தை கவனித்தான்.

தன் காதலை சொன்ன அன்றே அவளை காயப்படுத்தியதை நினைத்து, தன் மீதே தனக்கு கோபம் வர மீண்டும் சில்லு சில்லாய் சிதறி இருந்த கண்ணாடித் துண்டுகளை தன்கையால் குத்த போக ஓடிவந்து அவன் கையைப் பிடித்தாள் தனு. "வேணாம் ஆதி ப்ளீஸ்" என அவன் கையைப் பிடிக்க, அவனோ வெறி கொண்டவனாய் காயம்பட்ட அவள் கையை இருக்கிப் பிடித்தான். வலியில் மீண்டும் கண்களை இறுக்க மூடிக் கொண்டாள் அவள். அப்போதுதான் தனுவின் கையில் இருந்து வெளிவரும் ரத்தத்தை கவனித்தவன்..... பதட்டத்துடன் அவன் அறையில் முதலுதவிப் பெட்டியை தேடினான்.

ஆனால் அங்கோ அது இல்லை, என தெரிந்தவுடன் அவளை அழைத்து வந்து கட்டிலில் அமரவைத்தவன் "ஒன்னும் இல்ல, விஷாமா, ஒரே ஒரு நிமிஷம் நான் கீழ போய் ஃபர்ஸ்ட் எய்ட் எடுத்துட்டு உடனே வரேன்" எனக் கூறிவிட்டு வேகமாக கீழே ஓடியவன் அதே வேகத்தில் மேலே வந்து அவள், கையை எடுத்து மெத்தையின் மீது வைத்து மருந்திட தொடங்கினான். கண்ணாடி சில்லை வெளியே எடுத்-

துவிட்டு, பின் அடிபட்ட கையின் மணிக்கட்டிற்க்கு மருந்திட்டவன் பிறகு அவை அனைத்தையும் அப்புறப்படுத்திவிட்டு திரும்ப வந்து அவள் அருகில் அமரும் வரை..... அதே இடத்தில் சிலையென அமர்ந்திருந்தாள் பாவையவள்.

திரும்பி அறைக்குள் வந்தவனோ, காயம்பட்ட கரத்தை எடுத்து உள்ளங்கையில் வைத்தவன், மற்றொரு கரத்தை, அவளின் கைகளின் மீது வைத்தான். அவன் காலையில் கொடுத்த அதிர்ச்சியையும் தற்போது கொடுத்த காயத்தையும் விட்டு வெளிவர முடியாமல் தவித்துக் கொண்டிருந்தாள் பெண்ணவள். "இப்படி காயப்படுத்திடுவேன்னு தான் எல்லாரையும் விட்டு விலகியே இருக்கன், பட் உன்னையே காயப்படுத்திட்டேனே" என அவளின் விரல்களை மெல்லியதாய் வருடிவிட்டான் அவன்.

"இட்ஸ் ஓகே ஆதி, அன்ட் ஒன் மோர் திங்க், இட் இஸ் நாட் எ பிக் இஸ்யூ ஃபார் மீ, அப்போ ரிஷி யாரு?" என கேட்டாள் அவள். அவனோ "ஐம் சாரி.... ஐ அம் ரியலி சாரி விஷாமா, இது எல்லாமே என்னால தானே" என காயத்தை பார்த்து புலம்பிக்கொண்டிருந்தான் ஆதி ரிஷி. அவனின் 'விஷாமா' என்ற சொல் இவளின் மனதில் வேர் வரை சென்று பதிந்தது. ஏனோ அவளால் அந்த சொல்லை கடந்து வர இயலவில்லை.

இருந்தும் அவள் குழப்பத்திற்கு ஒரு விடை தெரிய வேண்டுமல்லவா..... "ரிஷி யாரு ஆதி...?" என சற்று குரலை உயர்த்தி கேட்டாள். அமைதியாக எழுந்து பால்கனிக்கு சென்றவன் அங்கேயே இருந்த உஞ்சலில் அமர்ந்தான், அந்த கேள்வியை தடுக்கும் பொருட்டு. ஆனால் எளிதில் விடக்கூடியவளா அவள். அவன் பின்னேயே வந்து ஊஞ்சலில் அமர்ந்தவள், "ரிஷி யாரு டா....." என இப்போது சற்று சத்தமாக கேட்க இப்போதும் அவன் முகம் உணர்வுகளை துடைத்து இருந்தது. சில்லென்று வீசிய குளிர்ந்த காற்றும்..... பௌர்ணமி நேர வெளிச்சமும்...... கார்டனிலிருந்து வீசும் ட்யூபர்ரோஸ் நறுமணத்திலும் அவன் மனதை ஓரளவு அமைதிப்படுத்தியிருந்தான்.

அவன் முகத்தை வைத்தே அவன் மனதை படிக்க முயன்று அதிலும் தோற்றாள் இவள். இவனிடம் கோபமாய் பேசினால் எல்லாம் சரிப்பட்டு வராது என்று யோசித்துவிட்டு, அவன் அருகில் சென்று அமர்ந்து, அவன் இடது கரத்தை இவள் வலது கரத்துடன் கோர்த்து கொண்டவள், "வாட்ஸ் ராங் வித் யூ ஆதி....... ஆர் யூ ஆல்ரைட்.....?" என

கேட்க, அந்த கனிவான வார்த்தைகளிலும், அவளின் கவனிப்பிலும், பேசத் தொடங்கினான் ஆதி. "ஐ அம் பிசிக்கல்லி ஆல்ரைட் தனு, பட் மெண்டலி ஐ அம் நாட்" என்றான் வார்த்தைகளுக்கும் வலிக்கும் அளவில். அவன் முகத்தை பார்த்து கேட்டுக்கொண்டே அவளின் பிடியை இருக்கினாள். மனம் தளராதே என்ற நம்பிக்கையை அவனுக்கு கொடுத்தது.

"வொய் நாட்" என ஏளனமாக சிரித்தவன் "ரிஷி...... ரிஷித்தா, இவள நான் எப்போ பர்ஸ்ட் மீட் பன்னுனன்னா..... எனக்கு அப்போ ஒரு ஏழு வயசு இருக்கும், பட் ஆர்யா அப்போ ரொம்ப சின்ன பையன். அம்மாவுக்கு பெண் குழந்தைன்னா ரொம்ப பிடிக்கும், அது மட்டும் இல்லாம அவங்க ஏற்கனவே ஒரு குழந்தையா தன்னோட பொண்ணு மாதிரி பார்த்துட்டு அப்புறம் சூழ்நிலையால் விட்டுட்டு வந்துட்டாங்க....." என இரவு வானத்தில் உள்ள பௌர்ணமி நிலவை மறைத்த மேகத்தை பார்த்துக்கொண்டே கதையை கூற தொடங்கினான்.

சில நாட்களுக்கு ஒருமுறை சிறுவர்கள் காப்பகம் செல்வதை வழக்கமாக கொண்டிருந்தனர் ஆதியின் குடும்பத்தினர். அப்படி ஒருநாள் செல்கையில் தட்டுத்தடுமாறி ஆதியின் அம்மா இடத்தில் வந்து அமர்ந்தாள் அவள். அம்மாவுக்கும் அவளைப் பார்த்தவுடன், வளர்த்த சிறுமியின் நினைவு வர புன்னகை மாறாமல் அவளை வாஞ்சையோடு எடுத்து மடியில் அமர வைத்தார்.

அதன் பின் அன்று முழுவதும் இவர்கள் குடும்பத்துடனே இருந்தாள் அந்த சிறுமி. ஆதிக்கு சிறிது விபரம் தெரியும் என்பதால், அவளுடன் நன்றாகவே சிரித்து பேசி விளையாடிக்கொண்டிருந்தான். அன்று அழைத்து அன்று அன்று முழுவதும் அவளை விடவே இல்லை பின் மாலை வரவும் சிறுமியை அந்த இல்லத்தின் காப்பாளரிடம் ஒப்படைக்க, அவர்களும் அவளுக்கு கண்களில் வரக்கூடிய அரிய வகை நோய் வந்துள்ளதாகவும், அதனால் இவளுக்கு கண் பார்வை முழுவதும் இல்லை எனவும் ஆதியின் தாயாரிடம் கூறினர்.

அதனைக் கேட்க ஆதியின் தாயும் நொந்து போனார். மாலை நால்வரும் வீட்டிற்கு திரும்பும் வழி முழுவதும் 'எனக்கு அந்த குட்டி பாப்பா வேணும்" என ஆதி வேறு ஒரே அழுகை. அதன் பிறகு அவனும் வழக்கம் போல் பள்ளி செல்ல தொடங்கியதால், சிறிது சிறிதாக அந்த சிறுமியின் நினைவில் இருந்து வெளிவர தொடங்கினான். அதன்

பின் சில தினங்களாக, வீட்டில் அப்பாவுக்கும் அம்மாவுக்கும் இடையில் ஏதோ பிரச்சனை இருப்பதை உணர்ந்தான். அது ஏன் என்று அவனால் கணிக்க இயலவில்லை. தந்தை வருவதற்கு முன்பு வரை சோகமாகவும், அவர் வந்தபின் கோபமாகவும் முகத்தை தாய் வைத்துக் கொண்டிருப்பதை சிறுவனான அவனும் உணரத் தொடங்கினான். ஒருநாள் இரவு அவன் அம்மாவிடம் கேட்டே விட்டான்.

அதற்கு அவரும் "என்னால என் அண்ணன் பொண்ணு, நினைவிலிருந்து வெளிவரவே முடியல டா கண்ணா.... இது உனக்கே தெரியும், அவள நான் எப்படி வளர்த்தேன்..... அவ இல்லாம இப்போ எனக்கு பைத்தியம் பிடிக்கிற மாதிரி இருக்கு...... சோ நாம அன்னைக்கு அந்த குட்டி பாப்பாவ பார்த்தோம் இல்ல அவளை நம்ம வீட்டுக்கு கூட்டிட்டு வந்துடலாம் அப்படின்னு சொன்னா உன்னோட அப்பா வேணாம்னு சொல்றருடா கண்ணா......." என அவர் கூற இவனுக்கோ, மீண்டும் அந்த உச்சி குடுமி போட்ட சிறுமியின் நினைவு வந்தது.

பின் என்ன, அவனும், தாயும் சேர்ந்து அடம் பிடிக்க ஆரம்பித்துவிட்டனர். தந்தையிடம் தன்னுடைய கவலையை விட, அவன் கவலையை உணர்ந்த ஆதியின் தாய், தந்தையிடம் அந்த சிறுமிக்கு அறுவை சிகிச்சை செய்து தங்கள் பிள்ளைகளை வளர்க்கலாம் என்ற எண்ணத்தை கூறினார். தந்தையும் அப்போதுதான் தொழில் தொடங்கி சிறிது நல்ல நிலைமைக்கு வந்து இருந்தார்

மனைவியின் ஆசையை நிறைவேற்ற வேண்டும் என்பதற்காகவே, அவர் தொழிலில் வந்த லாபம் முழுவதையும் சிறுமியின் சிகிச்சை செலவுக்காக பயன்படுத்தினார். அவர்கள் வளர்ப்பு மகளாக சட்டப்படி எல்லாவற்றையும் செய்து அவளை வீட்டிற்கும் அழைத்து வந்துவிட்டனர். அவளுடைய பெற்றோர் பற்றிய பின்புலங்களும் இவர்களுக்குத் தெரியவில்லை. புதுவரவு கிடைத்த ஆனந்தத்தில் ஒவ்வொரு நாளும் மகிழ்ச்சியாகவே சென்றது அந்தக் குடும்பத்தினருக்கு. விரைவில் சிறுமியவளுக்கு ஏற்பட்டிருந்த நோய்க்கான சிகிச்சை செய்யப்பட்டு அதில் அவள் நலமடைந்தும் வந்தாள்.

ஒரு நன்னாளில் சிறுமிக்கு ரிஷித்தா என்று பெயர் சூட்டப்பட்டது. நடந்த நிகழ்வுகள் யாவும் ஆர்யா சிறு பிள்ளை என்பதால் அவனுக்கு அவை எதுவும் நினைவில் இல்லை. ரிஷித்தாவிற்கும் இதே நிலைதான். ஆதியின் தாயும் மூன்று குழந்தைகளுடன் மகிழ்வாவே நாட்களை

நகர்த்தினார். என்னதான் பிசினஸ், மன அழுத்தம் என்று இருந்தாலும் நால்வரையும் பார்க்கும்போது..... ஆதியின் தந்தைக்கு டென்ஷன் எல்லாம் இருந்த இடம் தெரியாமல் போய்விடும்.

இவ்வாறு நாட்களும் நகர்ந்து கொண்டிருக்க சிறுமியவளுக்கு வழக்கமான மருத்துவ பரிசோதனைக்கு செல்வதைப் போலவே அன்றும் சென்றனர். மருத்துவரும் வழக்கம்போல் மெடிக்கல் ரிப்போர்ட்டை பார்த்தவர், சிறுமிக்கு சில பரிசோதனைகளையும் செய்து பார்த்தார். வந்த மருத்துவ பரிசோதனைகளை பார்த்தவரும் ரிஷித்தாவிற்கு ஒரு கண்ணில் முழுமையாக அந்த நோய் குணமடையவில்லை எனவும், விரைவில் மாற்று கண்ணை பொருத்த வேண்டும் எனவும் கூறினார்.

சட்டென தோளில் பாரமாக இருப்பதை உணர்ந்தவள் நிமிர்ந்து பார்க்க அவள், கணவன் தான் பாதி உறக்கத்தில் அவன் தோளில் சாய்ந்திருந்தாள். அதன்பின் என்ன நடந்தது.....? எதனால் அவன் மனது சகோதரியை வெறுக்கிறது......? அந்த வெறுப்பு ஏன் இன்றும் தொடர்கிறது..... என இருக்கிற குழப்பத்தில் இதுவும் சேர்ந்து கொண்டது. மதியம் இவளும் ஆர்யாவும், குளோப் டுடே அலுவலகத்தில் சென்று பேசினர்.

அவர்களோ வேலை நேரத்தில் எதற்காக சம்பந்தமே இல்லாமல் வெளியே சென்றீர்கள்..... என கேட்க அதற்கு மேல் அவர்களால் எதுவும் பேச இயலவில்லை. பின் இருவரும் அந்த அலுவலகத்தை விட்டு கிளம்பினார். ஏனோ அவனை விலக்கவும் மனமில்லாமல், ஏற்கவும் மனமில்லாமல், சில தருணங்களுக்கு முன்பு அவன் ரசித்திருந்த ட்யூபரோஸ் மலரின் மணத்தை இவள் ரசித்து உள்வாங்கிக் கொண்டிருந்தாள். அந்த மலரின் நறுமணத்தை நுகர இயலாமல் இவனின் கேசம் அவளின் பட்டு சருமத்தில் பட்டு குறுகுறுப்பை ஏற்படுத்தியது.

அதேசமயம் திரும்பி அவன் முகத்தை பார்க்க முதல் நாள் தி ஜெய்ன்ட் ரிலே அலுவலகத்தில் அவனை பார்த்த ஞாபகம் வந்தது. அப்போது ஆளுமையே உருவமாய் கொண்டிருந்தவன்..... இப்போதோ அவள் தோளில் சாய்ந்து உறங்குகிறான் சிறுவனாய்....... அதோடு மட்டுமா அவளின் கணவன் வேறு...... இவையணைத்துக்கும் மேலாக காலை முதல் காதலன் அவதாரமும் கூட..... அப்ப்பா நினைத்து பார்த்தவளுக்கு மூச்சே முட்டியாது. மாலை வீட்டிற்கு வந்ததிலிருந்து அவன் பக்கம் திரும்பி கூட பார்க்கவில்லை அவள். இரவு எங்கே உறங்குவது

என யோசித்தவளுக்கு, ரிஷி நியாபகம் வர அவள் அறையில் தங்கிக் கொள்ளலாம் என்ற முடிவை எடுத்திருந்தாள்.

அதெல்லாம் ஆர்யா வரும் வரைதான்..... ஆர்யா வந்தபின் அவன் கூறிய செய்தியைக் கேட்டு அறைக்குள் நுழைந்தவள்...... தானே வாலன்ட்டியராக சென்று கையில் காயத்தையும் வாங்கிக் கொண்டு.... தற்போது அவனையே தோளில் சாய்த்துக் கொண்டும் அமர்ந்திருந்தாள். இதெல்லாம் எதுநாள் வரை என்று அவளுக்கும் தெரியவில்லை.... ரிஷித்தாவை பற்றி முழுவதும் தெரிந்துகொள்ள வேண்டும் என்ற ஆர்வம் எழ ஆதியை தட்டி எழுப்பினாள். என்ன தான் இருந்தாலும் ரிப்போர்ட்டர் அல்லவா ஆதி முதல் அந்தம் வரை தெரிந்து கொள்ளாமல் அவள் தலை வெடித்துவிடுமே.

அரை உறக்கத்தில் சுழன்று கொண்டிருந்தவன் அப்போதுதான் மனைவியின் தோளில் சாய்ந்திருப்பதை உணர்ந்தவன் இன்னும் வாகாய் சாய்ந்து தொலைத்த உறக்கத்தை திரும்ப பெற முயன்றான். உறக்கத்திலிருந்து விழித்தவன் இன்னும் நன்றாக தோளில் சாய்ந்து உறங்குவதை பார்த்தவள், இவனுக்கு என்ன நான் மெத்தையா என நினைத்து அவனை தள்ளினாள்.

ஆனால் நம் ஆதியோ அசைந்த பாடில்லை. "விஷாம்மா ஐ அம் சோ ஸ்டிராங் பாய்" என்றான் உறக்க கலக்கத்தில். இவளோ கண்களை மூடி கோபத்தைக் கட்டுக்குள் கொண்டு வந்தவள், முழு பலம் கொண்டு அவனை தள்ள..... இம்முறை ஊஞ்சலில் மறுபக்கம் கிடந்தான் ஆதி. இருக்கைகளையும் தூசி தட்டுவது போல் தட்டியவள் "பரவால்ல தனு நீயும் பலசாலிதான், ஆமா இவன் என்ன நம்மள விஷாம்மான்னு கூப்பிடுறான், ஒருவேளை வேற யாராவது இருக்குமோ..." என யோசிக்கும் போதே எழுந்து அமர்ந்தவன்..... "ஏன்டி என்ன தள்ளி விட்ட" என்றான் கண்களை கசக்கிக் கொண்டே. "மரியாதையா பேசு ஆதி, கிவ் ரெஸ்பெக்ட் அன்ட் டேக் ரெஸ்பெக்ட். இந்த டி போட்டு பேசுற வேலையெல்லாம் வேண்டாம்" என்றாள் இரு கைகளையும் கட்டிக் கொண்டு எங்கோ பார்த்தபடி.

"அப்புறம் ஏன் நீ மட்டும் என் பேர் சொல்லி கூப்பிடுற, இஸ் இட் ரைட் தன்விகாஷா?" என அவளை நோக்கி ஒற்றைப் புருவம் உயர்த்தி வினவ...... அவளோ "நீ என் நேம்ம சொல்லலாம், பட் நான் சொல்லக்கூடாதா......? பெரிய பிசினஸ்மேன்னா டெலிகம்யூனிகேஷன்ல்ல, இருந்-

தாலும் இந்த டிபிக்கல் இந்தியன் மெண்டாலிட்டி உன்ன விட்டு போகுதா பாரு......? ஹஸ்பன்ட்க்கு ஒரு நியாயம் ஒய்ப்க்கு ஒரு நியாயமா.....?" என்றாள் அவன் கண்களை நேருக்கு நேராக பார்த்து. அவனோ இரு புருவங்களையும் ஒரே சமயத்தில் உயர்த்தி, "இஸ் இட், அப்போ நீயும், நானும் ஹஸ்பன்ட் அன்ட் வைஃப் அப்படிங்கறத ஸ்ட்ராங்கா அக்செட் பண்ணுற போல" என்றான் நக்கல் கலந்த குரலில். அதற்கு எந்த பதிலையும் அவளால் சொல்ல இயலவில்லை.

அதனால் பேச்சை மாற்றும் விதமாக "ஆமா உன் சிஸ்டர் பத்தின பாதி கதையை சொல்லிட்டியே, அப்படியே மீதியையும் சொன்னா நானும் லிஸன் பன்னுவன் டா ப்ளீஸ்...." என அவனை பார்த்து கெஞ்ச, ஆதியோ புருவத்தை சுருக்கி தலையை ஆட்டி அவள் கெஞ்சும் விதத்தை சுவாரஸ்யமாக பார்த்தவன் "நோ வே..... அது ஏதோ கொஞ்சம் டென்ஷன்ல இருந்தேன் ஸோ சொல்லிட்டேன்.... பட் நவ் ஐ கன்ட்ரோல் மை பீலிங், சோ டோன்ட் எக்ஸ்பெக்ட் டூ மச்.... அண்ட் ஒன் மோர் திங்க் ரிப்போர்ட்டர் மேடம்க்கு மூளை நல்லா வேலை செய்யுது" என்றான் சிறு முறுவலுடன்.

அவன் முதலில் கூறியதைக் கேட்டு வருத்தப்பட்டவள், சரி ஏதாவது ஒரு வாய்ப்பு சிக்காமலா போய்விடும் என்ற எண்ணத்தில் இருந்தவள், அவன் இரண்டாவதாக கூறியதைக் கேட்டு முழித்துவிட்டு "என்ன சொல்ற, ஐ கான்ட் அண்டர்ஸ்டாண்ட்" என்க, "இல்ல.... கான்வர்சேஷன்ன திசைதிருப்ப பெரிய ஆளு தான் போல நீ" என்றான் கொட்டாவி விட்டுக் கொண்டே. பின் அறைக்குள் நுழைந்தவன் படுக்கையில் விழுந்தான். இவனிடமிருந்து டென்ஷனாக இருக்கும்போதுதான் ரிஷித்தாவை பற்றிய இவனது பார்வை என்ன என முழுமையாக கேட்க முடியும் என்று நினைத்தவள், பின் சற்று நேரத்திற்கு முன் இருவருக்கும் இடையில் நடந்த உரையாடலை நினைத்து பார்த்தாள்.

இருவருக்கும் முதன் முறை நடக்கும் நீண்ட உரையாடல் இதுவே..... அதை நினைத்து இதழில் புன்முறுவல் வந்தாலும், நாம் ஏன் இவனிடம் இப்படி பேசுகிறோம்...? என அவள் நினைக்கவில்லை. ஒருவேளை அதற்கு காரணம் காதல் என்றால் நிச்சயம் இல்லை, அதை தாண்டி ஏதோ ஒரு உள்ளது இருவருக்கும் இடையில். அவனது பெற்றோர்கள் பற்றி அவனும் தெளிவாக எதுவும் கூறவில்லை. அப்படி கூறியிருந்தால் பாவையவளுக்கு முழுதாய் அனைத்தும் தெரிந்து இருக்குமோ என்-

னவோ. அதையெல்லாம் நினைத்தவள் அங்கிருந்த ஊஞ்சலில் அவள் உறக்கத்தைத் தொடங்கினாள்.

கண்ணாடி வழி வந்த சூரிய ஒளி அவளின் கண்ணில் நேராக பட அதைத் தவிர்க்க புரண்டு படுத்தவள், பின்பே உணர்ந்தாள் மெத்தையில் படுத்திருப்பதை. வேகமாக எழுந்துவளின் முன் வந்து நின்றான் ஆதி ரிஷி. பார்மலில் ரெடியாகி இருந்தவன், அவள் காயம்பட்ட கையை பிடித்து பார்த்துவிட்டு கைக்கடிகாரத்தை கையில் கட்டிக் கொண்டே "சீக்கிரம் குளிச்சிட்டு வா தன்விகாஷா, பேன்ட் எய்ட் போட்டுவிட்டுட்டு ஆபீஸ் கிளம்பனும் இம்ப்பார்ட்டன்ட் மீட்டிங் இருக்கு" என்றான்.

அவளோ அவனின் வார்த்தைக்கு அசராமல், "நேத்து நைட் எதுக்கு என்ன தூக்கிட்டு வந்து உள்ள படுக்கவெச்ச ஹவ் டேர் யூ டு டச் மீ" என்றாள் வெடுக்கென. "நம்ம ஈவ்னிங் வந்து நம்ம பைட்ட, ஸ்டார்ட் பண்ணலாம். இப்போ போய் பிரஸ் ஆகிட்டு வா" என்க அதற்கு மேல் ஏதாவது பேசினால் அது ஏடாகூடமாக தான் போய் முடியும் என நினைத்தவள் குளித்து முடித்து விட்டு வெளியே வர அவனும் செய்ய வேண்டிய மருத்துவத்தை அவள் கைக்கு செய்து விட்டு அலுவலகத்திற்கு கிளம்பி விட்டான்.

ஏனோ தானோவென ரெடியாகி கீழே தனு வர ஹாலில் அமர்ந்திருந்த ஆர்யாவோ, அவள் கையிலிருந்த பேன்ட் எய்டை பார்த்துவிட்டு "என்ன மன்ச்கின், நைட் ரொமான்ஸ் எல்லாம் பலமா இருந்தது போல" என கண்ணடித்து சிரித்துக்கொண்டே அவளிடம் கேட்டான். ரிஷித்தா விஷயத்தைப் பற்றி இவனிடம் கூறலாமா வேணாமா என சிந்தித்தவள், அவனிடம் சொல்ல வேண்டாம் என்று நினைக்க, அப்போது அவன் கேட்ட கேள்வியில் அவனருகில் வந்தமர்ந்தவள், "உன் தங்கச்சி அடிக்கடி உன்ன கடிச்சு வைக்கிறா இல்ல, அதுல தப்பே இல்ல டா" என அவனை பார்த்து முறைத்தாள் பின் "கிளம்பலாமா?" என கேட்க அவனும் "ம் வொய் நாட்" என்றான்.

அதற்குள் மேலிருந்து வந்த, ரிஷித்தாவோ, "டேய் அண்ணா நானும் வரேன் டா" என பாவம் போல் முகத்தை வைத்துக் கொண்டு கூற..... தங்கையை கவனித்துக் கொண்டே தானே உள்ளான், அவளின் மனது அவனுக்கு தெரியாதா என்ன, "சரி வா" என்றான். இதுதான் ரிஷித்தா யாராவது மனதை காயப்படுத்தினால் அண்ணனிடம் விடிய விடிய மனதில் இருப்பதை கொட்டுபவள், விடிந்தபின் அன்று மலர்ந்த புத்தம்

புது மலராய் வலம் வருவாள். மூவரும் வீட்டிலிருந்து தன்விக்கை பார்க்க கிளம்பினர்.

_ ***********

27

ஸ்கை வே அப்பார்ட்மென்ட்,

கடந்த இரண்டு வருடங்களாக தங்கியிருந்த இடம் இது. அதற்கு முன்பே தன்விக் பத்திரிக்கை துறையில் முதுகலைப் படிப்பை சென்னையில் படித்ததால், இங்குதான் தங்கியிருந்தான். கடந்த ஒரு மாதமாக அவள் இங்கு வரவே இல்லை. காரணம், கடைசி முறை வரும் போது தோழன் பேசிய பேச்சு அப்படி..... அதன்பிறகு இந்த போதைப்பொருள் பற்றிய பல தகவல்களை சேகரிக்க அலைந்து திரிந்து கொண்டிருந்ததால், அவனிடம் இவள் தரப்பு விளக்கத்தை கொடுக்க இயலவில்லை.

இப்போது எந்த நிறுவனத்திற்க்காக செய்திகளை சேகரித்தாளோ, அந்த நிறுவனமே மூவரையும் வேலையை விட்டு விலகி விட்டாது. கடைசியில் ஆதி கூறுவது உண்மை என நேற்றே அவன் கணிப்பை வைத்து கண்டறிந்து விட்டாள். அதையெல்லாம் நினைத்துக் கொண்டே அழைப்பு மணியை அழுத்தினாள். அவளின் தோழன் வந்து கதவை திறந்தான். காதில் இயர் போனை மாட்டிக்கொண்டே ஒரு ஆங்கிலப் பாடலை முணுமுணுத்துக் கொண்டிருந்தவனின் உதடுகள் அப்படியே நின்றுவிட்டது.

பல நாள் கழித்து தோழியை பார்த்ததாலோ என்னவோ அது அவனுக்கே வெளிச்சம். எல்லாம் ஒரு கணம் தான், அடுத்த நொடியே சட்டென பார்வையை அவளின் பின்னே மேய விட, வழக்கம்போல் ஆர்யாவும் ரிஷியும் வம்பளந்து கொண்டே வந்தனர். ஒரு கணம் மட்டுமே தோழனின் பார்வை எதிர்கொண்டவள், கீழே குனிந்துவிட்டாள். அந்த கண்களில் எந்தவித உணர்வையும் அவளால் யூகிக்க முடியவில்லை. எப்போதும் அவளைப் பார்த்து புன்னகைக்கும் கண்கள்... இன்றோ ஒரு வெறுமையான பார்வை மட்டுமே அவன் மூலம் காண

முடிகிறது. அவனை மீண்டும் நிமிர்ந்து பார்க்க, உள்ளே செல்வதற்கு வழி விட்டு நின்றான் இஷாவின் விக்கி.

மனதின் ஓரம் வலித்தாலும், அதை சட்டை செய்யாது அறைக்குள் நுழைந்தவள், கண்டது என்னவோ அறை முழுவதும் அங்குமிங்குமாக கலைந்து கிடந்த பொருட்களை தான். பொதுவாக இவள் தனியே இருக்கும் போது தான் இது போன்ற நிகழ்வுகள் அரங்கேறும்.

முடியை உலர்த்திவிட்டு, டவலை வரவேற்பறையின் இருக்கையில் போட்டுவிடுவாள். அதை பால்கனிக்கு எடுத்து சென்று, காயவைப்பான். காலையில் டீ குடித்த கோப்பை தரையில் கிடக்கும். அதையும் இவனே எடுத்து சென்று கழுவி வைப்பான். இவையனைத்திற்கும் மேலாக சமைக்கிறேன் என்ற பெயர் வழியில் அரிதிலும் அரிதாக சமையல் கட்டிற்கு வருபவள், அப்படியே அந்த இடத்தை தலைகீழாக மாற்றி வைத்து விட்டு, சமைத்த உணவு வரவேற்பறையில் வைப்பவள், குளிக்க சென்றுவிடுவாள். தோழனுக்கோ குறைந்தபட்சம் ஒரு மணி நேரம் ஆகும் பாத்திரங்களையும் இடத்தையும் ஒழுங்குபடுத்தி முடித்து விட்டு வெளியே வர, அப்போதுதான் குளித்து முடித்து வருவாள்.

பின் இருவரும் உண்டு முடிக்க அவள் அப்படியே அவளின் அறைக்குள் நுழைந்து விடுவாள். இவனோ அங்கிருந்த சாஸ் குடுவை முதற்கொண்டு எடுத்துச் சென்று அடிக்கி வைத்து விட்டு வருவான்..... ஆனால் தோழியை ஒரு வார்த்தை கூட எதுவும் சொல்ல மாட்டான். அவளும் அவள் இஷ்டப்படியே இருப்பாள். ஆனால் இருவருக்கும் பிரச்சினை வரும் இடம் எதுவென்றால், அலுவலக விடையத்தில்தான்.

தேவையில்லாமல் இவள் ஏதோ ஒரு நல்ல விடையத்தை பற்றி பேச...... அதைப் பற்றி பலரும் பல கருத்துக்களை தெரிவிக்க..... அந்த விடயம்தான் இருவருக்குள்ளும் பெரும்பாலான நேரத்தில் விவாதப் பொருளாக மாறிவிடும். ஊரில் இருக்கும் தனுவின் தாத்தாவும் பாட்டியும் பெரும்பாலும் தன்விக்கிற்கு அழைப்பதும், இவர்களைப் பார்க்க சென்னை வருவதற்க்கான காரணம் தனு செய்து வைத்த வேலையாகத்தான் இருக்கும். இருவருக்கும் இடையில் வரும் ஒவ்வொரு வாக்குவாதத்திலும்..... தோழனை மிரட்டி கெஞ்சி கொஞ்சி சமாதனப்படுத்திவிடுவாள்.

ஆனால் இந்த முறை அவள் சமாதானப்படுத்தினாள், இவன் அமைதியாவானா என்பது அவனுக்கே வெளிச்சம். அமைதியாக சென்று

அங்கிருந்த சோபாவில் அமர்ந்து அலங்கோலமாக இருந்த அறையை பார்த்தாள். வெளியே சென்றவனோ, ஆர்யாவை அணைத்து வரவேற்-றான். மறக்காமல் காதலியிடமும் "ஹலோ ரிஷிமா" என்றான் கண்க-ளால் புன்னகைத்துக்கொண்டே..... பெண்ணவளோ அருகில் இருக்கும் அண்ணனை பார்க்க...... அவனோ வேறெங்கோ பார்த்தபடி பிளாட்டி-னுள் நுழைந்துவிட்டான். "என்னம்மா சத்தத்தையே காணும்" என்றான் புன்முறுவலுடன்....... வெள்ளை நிற பார்மல் சட்டையும், கருப்பு நிற ஜீன்ஸ்ஸிலுமே தன்விக்கை பார்த்து பழக்கப்பட்டவளுக்கு, ஏனோ இன்று கருப்பு நிற டீ சர்ட் மற்றும் கால்சட்டையில் பார்க்க பார்க்க அழகாய் தெரிந்தான். முச்சு முட்டும் உணர்வு ஏற்ப்பட்டது அவளுள்.

அதனை உணர்ந்த தமையன், முன்னேற்பாடாய் அறைக்குள் நுழைந்துவிட்டான். தன்னை நிதானத்திற்குள் கொண்டு வந்தவள், காத-லனை முறைத்துபார்த்தபடி, "எதுக்கு இத்தனை மா" என்றாள. "ஏன் எனக்கு கூப்பிட உரிமை இல்லையா" என எதிர்க்கேள்வி எழ, அவளை ஒருமுறை முறைத்தவன், பின் எதுவும் கூறாமல் உள்ளே சென்றுவிட்-டான்.

தனு நடுவில் அமர்ந்திருக்க, அவளின் இருபுறமும் ஆர்யாவும் ரிஷியும் அமர்ந்திருந்தனர். உள்ளே வந்தவனோ, ஆர்யாவிடம் கூறி-விட்டு சமையலறைக்குள் நுழைந்து மூவருக்கும் காப்பியை தயாரித்து கொண்டு வந்து கொடுத்தான். பல நாட்கள் கழித்து அவனுடைய காபியை உண்ணப்போகும் மகிழ்ச்சியில் இருக்க, அவனின் கை வண்-ணத்திலான காபியை குடிக்கும் போது அது ஏனோ வேறு சுவையை கொடுத்தது. காபி மட்டும் இல்ல அவனது மனமும் மாறிவிட்டதா என்ற கேள்வி அவளிடம் எழாமல் இல்லை.

இருப்பினும் தம்கட்டி அனைத்தையும் குடித்து முடித்து கப்பை முன்-னால் இருந்த டீப்பாயில் வைத்தாள். அதை எடுத்து சென்று உள்ளே வைத்துவிட்டு வெளியே வந்தவன் அந்த டீப்பாயின் மீது அமர்ந்தான். நிச்சயம் வேலை போனதால் வசமாக வைத்து செய்யப் போகிறான் என படபடப்பாக இருந்தது தன்விகாஷாவுக்கு. "ம்ஹூம்" என அவன் தொண்டையை செரும, ஆர்யாவோ எச்சரிக்கையாக, "இப்போ என்ன பண்ணலாம் டா இருந்த வேலையும் போயிடுச்சு" என சோகமே உரு-வாக முகத்தை வைத்துக்கொண்டு சொன்னான் திட்டு வாங்குவதிலிருந்து தப்பித்துவிடலாம் என்ற அல்ப்பை என்னத்தில்.

அதைக் கேட்ட தோழனோ, "நீங்கதான எங்கேயோ போய் சுத்தி பார்த்துட்டு வந்தீங்க..... ஒழுங்கா உங்களுக்கும் எனக்கும் எந்த சம்பந்தமும் இல்லை..... அத வந்து ஆபிஸ்ல சொல்லி என் வேலையை வாங்கித் தாங்க டா" என கோபமாக ஆரம்பித்து சோகமாக முடித்தான். ஆர்யாவோ, "டேய் நீ என் மச்சான் டா..... என்ன போய் எப்படி சம்பந்தமே இல்லன்னு சொல்ற" என பாவமாக முகத்தை வைத்துக்கொண்டு சொன்னான். ரிஷியோ துள்ளிக் குதித்துக்கொண்டு தனுவின் முதுகிற்கு பின்னால் தன்விக்கிற்கு தெரியாமல் அண்ணனுக்கு ஹை பை கொடுத்தாள்.

"என்ன மச்சான்னு சொல்லாத டா பேபிமா" என்றவன் உடனே, "இல்ல, இல்ல நீ அப்படியே சொல்லு, சரி இப்போ என்ன பண்ணலாம்..... வேலையை விட்டு தூக்கிட்டாங்கன்னு தெரிஞ்சது என் தாத்தாவும் பாட்டியும் வச்சி செய்வாங்க" என்றான் தனுவை முறைத்துப் பார்த்துக்கொண்டே, அவனின் தோழனோ, அதெல்லாம் இருக்கட்டும் "ஏன்டா அவக்கூட பேசமாட்டுற?" என்றான், நகத்தைக் கடித்துக் கொண்டே தரையை பார்த்திருந்த தோழியை கண்ணை காட்டி....... "மேடம் தானே என்ன வேணாம்னு சொல்லிட்டு போனாங்க, இப்ப மட்டும் என்ன புதுசா வந்திருக்காங்க" என அவளையே பார்த்து கூறினான்.

மூன்றாவது நபரை பார்ப்பது போல பார்க்கும் தோழனிடம் என்ன சொல்வது என்று தெரியாதவளுக்கு முதன் முறையாக அவனின் அன்னிய பேச்சு கண்ணீரை முட்டியது..... இருந்தும் அதை முயன்று உள்ளிழுத்தவள், பொம்மையாக அமர்ந்திருந்தாள். நிலைமையை சமாளிக்க ஆர்யா பேசத் தொடங்கினான் "டேய் என்னடா இப்படி பேசுற.... அவர் உன் பெஸ்டி டா இப்டியா காயப்படுத்துவ?" என்றான் தோழியின் தோளில் கையை போட்டு தட்டிக்கொடுத்து கொண்டே. ரிஷியும், அன்னியின் கையில், அவள் கையை விட்டு கோர்த்துக்கொண்டாள். ஆனால் தனுவோ, வேறு எங்கோ பார்த்தபடி அமர்ந்திருந்தாள்.

"என்ன கேட்டா பேபிமா எல்லாம் நடக்குது..... ஒவ்வொரு விஷயமும் பார்த்து பார்த்து செஞ்சேன்.... பட் எனக்கு தெரியாம மேரேஜ்..... என்ன விஷயம்னு கேட்டா அதை கேட்க உனக்கு என்ன உரிமைன்னு கேள்வி..... சப்போர்ட் பண்ண இத்தனை பேர் இருக்கீங்க இல்ல.... இன்னும் மேடம் வீட்டுக்காரரும் இருக்காரு, மேட்டம்ம புரட்டக்ட் பன்னத்தான் இத்தனை பேரு இருக்காங்க இல்ல..... பட் இவ்வளவு நாள்

மேட்டம்ம புரட்டடக்ட், பன்னுன நான் யாருமே இல்லாம தனியா நிக்-கிறன்....... சாரி காய்ஸ் வரச்சொல்லி சென்டிமென்ட் டயலாக் பேசிட்டு இருக்கேன்..... நீங்க கிளம்புங்க..... நான் வேலைக்கு வேற இடம் பாக்குறேன்" என்று கூறிவிட்டு அவ்விடம் விட்டு சென்றான் அவன் அறையை நோக்கி......

*****

28

ஸ்கை வே அப்பார்ட்மென்ட்,

கடந்த இரண்டு வருடங்களாக தங்கியிருந்த இடம் இது. அதற்கு முன்பே தன்விக் பத்திரிக்கை துறையில் முதுகலைப் படிப்பை சென்-னையில் படித்ததால், இங்குதான் தங்கியிருந்தான். கடந்த ஒரு மாதமாக அவள் இங்கு வரவே இல்லை. காரணம், கடைசி முறை வரும் போது தோழன் பேசிய பேச்சு அப்படி..... அதன்பிறகு இந்த போதைப்பொருள் பற்றிய பல தகவல்களை சேகரிக்க அலைந்து திரிந்து கொண்டிருந்த-தால், அவனிடம் இவள் தரப்பு விளக்கத்தை கொடுக்க இயலவில்லை.

இப்போது எந்த நிறுவனத்திற்க்காக செய்திகளை சேகரித்தாளோ, அந்த நிறுவனமே மூவரையும் வேலையை விட்டு விலகி விட்டாது. கடைசியில் ஆதி கூறுவது உண்மை என நேற்றே அவன் கணிப்பை வைத்து கண்டறிந்து விட்டாள். அதையெல்லாம் நினைத்துக் கொண்டே அழைப்பு மணியை அழுத்தினாள். அவளின் தோழன் வந்து கதவை திறந்தான். காதில் இயர் போனை மாட்டிக்கொண்டே ஒரு ஆங்கிலப் பாடலை முணுமுணுத்துக் கொண்டிருந்தவனின் உதடுகள் அப்படியே நின்றுவிட்டது.

பல நாள் கழித்து தோழியை பார்த்ததாலோ என்னவோ அது அவனுக்கே வெளிச்சம். எல்லாம் ஒரு கணம் தான், அடுத்த நோடியே சட்டென பார்வையை அவளின் பின்னே மேய விட, வழக்கம்போல் ஆர்யாவும் ரிஷியும் வம்பளந்து கொண்டே வந்தனர். ஒரு கணம் மட்-டுமே தோழனின் பார்வை எதிர்கொண்டவள், கீழே குனிந்துவிட்டாள். அந்த கண்களில் எந்தவித உணர்வையும் அவளால் யூகிக்க முடி-யவில்லை. எப்போதும் அவளைப் பார்த்து புன்னகைக்கும் கண்கள்... இன்றோ ஒரு வெறுமையான பார்வை மட்டுமே அவன் மூலம் காண

முடிகிறது. அவனை மீண்டும் நிமிர்ந்து பார்க்க, உள்ளே செல்வதற்கு வழி விட்டு நின்றான் இஷாவின் விக்கி.

மனதின் ஓரம் வலித்தாலும், அதை சட்டை செய்யாது அறைக்குள் நுழைந்தவள், கண்டது என்னவோ அறை முழுவதும் அங்குமிங்குமாக கலைந்து கிடந்த பொருட்களை தான். பொதுவாக இவள் தனியே இருக்கும் போது தான் இது போன்ற நிகழ்வுகள் அரங்கேறும்.

முடியை உலர்த்திவிட்டு, டவலை வரவேற்பறையின் இருக்கையில் போட்டுவிடுவாள். அதை பால்கனிக்கு எடுத்து சென்று, காயவைப்பான். காலையில் டீ குடித்த கோப்பை தரையில் கிடக்கும். அதையும் இவனே எடுத்து சென்று கழுவி வைப்பான். இவையனைத்திற்கும் மேலாக சமைக்கிறேன் என்ற பெயர் வழியில் அரிதிலும் அரிதாக சமையல் கட்-டிற்கு வருபவள், அப்படியே அந்த இடத்தை தலைகீழாக மாற்றி வைத்து விட்டு, சமைத்த உணவு வரவேற்பறையில் வைப்பவள், குளிக்க சென்-றுவிடுவாள். தோழனுக்கோ குறைந்தபட்சம் ஒரு மணி நேரம் ஆகும் பாத்திரங்களையும் இடத்தையும் ஒழுங்குபடுத்தி முடித்து விட்டு வெளியே வர, அப்போதுதான் குளித்து முடித்து வருவாள்.

பின் இருவரும் உண்டு முடிக்க அவள் அப்படியே அவளின் அறைக்குள் நுழைந்து விடுவாள். இவனோ அங்கிருந்த சாஸ் குடுவை முதற்கொண்டு எடுத்துச் சென்று அடிக்கி வைத்து விட்டு வருவான்..... ஆனால் தோழியை ஒரு வார்த்தை கூட எதுவும் சொல்ல மாட்டான். அவளும் அவள் இஷ்டப்படியே இருப்பாள். ஆனால் இருவருக்கும் பிரச்சினை வரும் இடம் எதுவென்றால், அலுவலக விடையத்தில்தான்.

தேவையில்லாமல் இவள் ஏதோ ஒரு நல்ல விடையத்தை பற்றி பேச...... அதைப் பற்றி பலரும் பல கருத்துக்களை தெரிவிக்க..... அந்த விடயம்தான் இருவருக்குள்ளும் பெரும்பாலான நேரத்தில் விவா-தப் பொருளாக மாறிவிடும். ஊரில் இருக்கும் தனுவின் தாத்தாவும் பாட்-டியும் பெரும்பாலும் தன்விக்கிற்கு அழைப்பதும், இவர்களைப் பார்க்க சென்னை வருவதற்க்கான காரணம் தனு செய்து வைத்த வேலையாகத்-தான் இருக்கும். இருவருக்கும் இடையில் வரும் ஒவ்வொரு வாக்குவா-தத்திலும்..... தோழனை மிரட்டி கெஞ்சி கொஞ்சி சமாதனப்படுத்திவிடு-வாள்.

ஆனால் இந்த முறை அவள் சமாதானப்படுத்தினாள், இவன் அமைதியாவானா என்பது அவனுக்கே வெளிச்சம். அமைதியாக சென்று

அங்கிருந்த சோபாவில் அமர்ந்து அலங்கோலமாக இருந்த அறையை பார்த்தாள். வெளியே சென்றவனோ, ஆர்யாவை அணைத்து வரவேற்றான். மறக்காமல் காதலியிடமும் "ஹலோ ரிஷிமா" என்றான் கண்களால் புன்னகைத்துக்கொண்டே..... பெண்ணவளோ அருகில் இருக்கும் அண்ணனை பார்க்க...... அவனோ வேறெங்கோ பார்த்தபடி பிளாட்டினுள் நுழைந்துவிட்டான். "என்னம்மா சத்தத்தையே காணும்" என்றான் புன்முறுவலுடன்....... வெள்ளை நிற பார்மல் சட்டையும், கருப்பு நிற ஜீன்ஸ்ஸிலுமே தன்விக்கை பார்த்து பழக்கப்பட்டவளுக்கு, ஏனோ இன்று கருப்பு நிற டீ சர்ட் மற்றும் கால்சட்டையில் பார்க்க பார்க்க அழகாய் தெரிந்தான். முச்சு முட்டும் உணர்வு ஏற்ப்பட்டது அவளுள்.

அதனை உணர்ந்த தமையன், முன்னேற்பாடாய் அறைக்குள் நுழைந்துவிட்டான். தன்னை நிதானத்திற்குள் கொண்டு வந்தவள், காதலனை முறைத்துபார்த்தபடி, "எதுக்கு இத்தனை மா" என்றாள. "ஏன் எனக்கு கூப்பிட உரிமை இல்லையா" என எதிர்க்கேள்வி எழ, அவளை ஒருமுறை முறைத்தவன், பின் எதுவும் கூறாமல் உள்ளே சென்றுவிட்டான்.

தனு நடுவில் அமர்ந்திருக்க, அவளின் இருபுறமும் ஆர்யாவும் ரிஷியும் அமர்ந்திருந்தனர். உள்ளே வந்தவனோ, ஆர்யாவிடம் கூறிவிட்டு சமையலறைக்குள் நுழைந்து மூவருக்கும் காப்பியை தயாரித்து கொண்டு வந்து கொடுத்தான். பல நாட்கள் கழித்து அவனுடைய காபியை உண்ணப்போகும் மகிழ்ச்சியில் இருக்க, அவனின் கை வண்ணத்திலான காபியை குடிக்கும் போது அது ஏனோ வேறு சுவையை கொடுத்தது. காபி மட்டும் இல்ல அவனது மனமும் மாறிவிட்டதா என்ற கேள்வி அவளிடம் எழாமல் இல்லை.

இருப்பினும் தம்கட்டி அனைத்தையும் குடித்து முடித்து கப்பை முன்னால் இருந்த டீப்பாயில் வைத்தாள். அதை எடுத்து சென்று உள்ளே வைத்துவிட்டு வெளியே வந்தவன் அந்த டீப்பாயின் மீது அமர்ந்தான். நிச்சயம் வேலை போனதால் வசமாக வைத்து செய்யப் போகிறான் என படபடப்பாக இருந்தது தன்விகாஷாவுக்கு. "ம்ஹூம்" என அவன் தொண்டையை செரும, ஆர்யாவோ எச்சரிக்கையாக, "இப்போ என்ன பண்ணலாம் டா இருந்த வேலையும் போயிடுச்சு" என சோகமே உருவாக முகத்தை வைத்துக்கொண்டு சொன்னான் திட்டு வாங்குவதிலிருந்து தப்பித்துவிடலாம் என்ற அல்ப்பை என்னத்தில்.

அதைக் கேட்ட தோழனோ, "நீங்கதான எங்கேயோ போய் சுத்தி பார்த்துட்டு வந்தீங்க..... ஒழுங்கா உங்களுக்கும் எனக்கும் எந்த சம்-பந்தமும் இல்லை..... அத வந்து ஆபிஸ்ல சொல்லி என் வேலையை வாங்கித் தாங்க டா" என கோபமாக ஆரம்பித்து சோகமாக முடித்தான். ஆர்யாவோ, "டேய் நீ என் மச்சான் டா..... என்ன போய் எப்படி சம்-பந்தமே இல்லன்னு சொல்ற" என பாவமாக முகத்தை வைத்துக்கொண்டு சொன்னான். ரிஷியோ துள்ளிக் குதித்துக்கொண்டு தனுவின் முதுகிற்கு பின்னால் தன்விக்கிற்கு தெரியாமல் அண்ணனுக்கு ஹை பை கொடுத்-தாள்.

"என்ன மச்சான்னு சொல்லாத டா பேபிமா" என்றவன் உடனே, "இல்ல, இல்ல நீ அப்படியே சொல்லு, சரி இப்போ என்ன பண்ண-லாம்..... வேலையை விட்டு தூக்கிட்டாங்கன்னு தெரிஞ்சது என் தாத்தா-வும் பாட்டியும் வச்சி செய்வாங்க" என்றான் தனுவை முறைத்துப் பார்த்-துக்கொண்டே, அவனின் தோழனோ, அதெல்லாம் இருக்கட்டும் "ஏன்டா அவக்கூட பேசமாட்டுற?" என்றான், நகத்தைக் கடித்துக் கொண்டே தரையை பார்த்திருந்த தோழியை கண்ணை காட்டி....... "மேடம் தானே என்ன வேணாம்னு சொல்லிட்டு போனாங்க, இப்ப மட்டும் என்ன புதுசா வந்திருக்காங்க" என அவளையே பார்த்து கூறினான்.

மூன்றாவது நபரை பார்ப்பது போல பார்க்கும் தோழனிடம் என்ன சொல்வது என்று தெரியாதவளுக்கு முதன் முறையாக அவனின் அன்-னிய பேச்சு கண்ணீரை முட்டியது..... இருந்தும் அதை முயன்று உள்-ளிழுத்தவள், பொம்மையாக அமர்ந்திருந்தாள். நிலைமையை சமாளிக்க ஆர்யா பேசத் தொடங்கினான் "டேய் என்னடா இப்படி பேசுற.... அவர் உன் பெஸ்டி டா இப்டியா காயப்படுத்துவ?" என்றான் தோழியின் தோளில் கையை போட்டு தட்டிக்கொடுத்து கொண்டே. ரிஷியும், அன்-னியின் கையில், அவள் கையை விட்டு கோர்த்துக்கொண்டாள். ஆனால் தனுவோ, வேறு எங்கோ பார்த்தபடி அமர்ந்திருந்தாள்.

"என்ன கேட்டா பேபிமா எல்லாம் நடக்குது..... ஒவ்வொரு விஷய-மும் பார்த்து பார்த்து செஞ்சேன்.... பட் எனக்கு தெரியாம மேரேஜ்..... என்ன விஷயம்னு கேட்டா அதை கேட்க உனக்கு என்ன உரிமைன்னு கேள்வி..... சப்போர்ட் பண்ண இத்தனை பேர் இருக்கீங்க இல்ல.... இன்னும் மேடம் வீட்டுக்காரரும் இருக்காரு, மேட்டம்ம புரட்டக்ட் பன்-னத்தான் இத்தனை பேரு இருக்காங்க இல்ல..... பட் இவ்வளவு நாள்

மேட்டம்ம புரட்டக்ட், பன்னுன நான் யாருமே இல்லாம தனியா நிக்-கிறன்....... சாரி காய்ஸ் வரச்சொல்லி சென்டிமென்ட் டயலாக் பேசிட்டு இருக்கேன்..... நீங்க கிளம்புங்க..... நான் வேலைக்கு வேற இடம் பாக்குறேன்" என்று கூறிவிட்டு அவ்விடம் விட்டு சென்றான் அவன் அறையை நோக்கி......

*****

29

"அப்பா சொன்னதை செஞ்சு காட்டிட்டேன், பட் என் அம்மா...... அவுங்களும் ஒரு விஷயம் சொன்னாங்க விஷாம்மா... பட் என்கிட்ட சொன்ன விஷயத்த ஆரியாகிட்டயும் சொன்னாங்க... அவன் அதை கரக்ட்டா தான் பன்னுறான். பட் நான் அவனை போல கிடையாது" என்றான் ஒரு பெருமூச்சுடன்.

தன்விகாஷாவோ எதுவும் பேசாமல் அவன் அடுத்து என்ன சொல்ல வருகிறான் என்பதை அறிய அமைதியாக அவனையே பார்த்திருந்தாள்.

"அம்மா ஒன்னும் பெருசா கேக்கல.... ரிஷிய கவனிக்க சொல்லியும், பத்திரமா பாத்துக்கவும்தான் சொன்னாங்க. ஆர்யா இன்னைக்கு வரை அவள நல்லா பாத்துக்கிறான். பட் நான்...... அவகிட்ட ஒரு, வார்த்-தைகூட பேச கிடையாது. ஒருவேளை அவகிட்ட பேச போய் அவ மனச காயப்படுத்திடுவேன்னோ அப்டிங்குற பயத்துல........ ஒவ்வொரு டைம் அவள கிராஸ் பன்னும் போதும் அவ ஒரு பார்வை பார்ப்பா. ஏக்கம், ஆசை, அன்பு இப்டி எல்லாம் செஞ்ச கவலையா இருக்கும் அந்த பார்வை. பட் இன்னைக்கு அதையும் இழந்துட்டேன், அப்பா-வோட வார்த்தைக்கு மதிப்பு கொடுக்க தெரிஞ்ச எனக்கு அம்மாவோட வார்த்தைக்கு மதிப்பு கொடுக்க தெரில தானே" என்றான் அவளின் முதுகை நீவிவிட்டுக்கொண்டே, அவளும் என்னதான் சொல்லுவாள்.

ஒரு விடயத்தை பற்றி கூறினால், அதைப்பற்றி ஆறுதல் அளிக்க-லாம். ஆனால் இவனோ

மனதிலுள்ள பெரும் பாரங்களை அப்படியே இவள் மீது கொட்டு-கிறான், அல்லவா. எப்படி இவனது மனதில் அவ்வளவு பாரங்களையும் சுமப்பதற்கு இடம் இருந்திருக்கும் என்பது அவளுக்கு உண்டான முதல் கேள்வியாக இருந்தது.

இருந்தும் இவனின் வார்த்தைகளை கேட்டவளுக்கோ நெகிழி குடிநீர் குடுவையின் மீது, வாகனத்தின் சக்கரம் மோதி குடுவை மெதுமெதுவாக நசுங்குவது போல இவள் இதயம் நசுங்க தொடங்கியது. எப்போதும் சிடு-சிடுவென்றே இருப்பவன் அல்லவா. அதற்கான காரணம் இதுவாகத்தான் இருக்கும் என அவளுக்கு தெரியாமல் போயிற்று.

வாழ்க்கையை வெறுத்து விடும் அளவில் அவன் கேட்ட கேள்விக்கு பதில் சொல்ல வாயை திறந்தவளுக்கு, குரல்வலையில் கட்டையை வைத்து அடைத்ததை போன்ற உணர்வு வந்தது அவன் தந்த துக்கத்-தில்........

அதனையும் மீறி "ரிஷி டோன்ட் வெரி டா நான் உனக்கு இருக்-கேன். எல்லாவுமா இனிமே உனக்கு நான் இருப்பன்....., சோகமா இருக்கும்போது தோள் சாய தோழியா...... துக்கத்துல இருக்கும் போது உன் வார்த்தைகளை பகிர்ந்துக்க நல்ல மனைவியா....... அட் த சேம் டைம், அம்மாவோட அரவணைப்புக்காக ஏங்கும் போது உன் அம்-மாவா மாறி உன்னை அரவணைப்பன்...... தென் உன்னோட மகிழ்ச்-சியை கொண்டாட உன் காதலியா உன் கூடவே இருப்பன்...... வில் யூ அக்ஸப்ட் மை ப்ரோபோஸல் ...... " என என அணைத்திருந்தவனை நிமிர்த்தி அவன் இரு கண்களையும் நேருக்கு நேர் பார்த்து கேட்க...

அவன் என்ன நினைத்தானோ சட்டென, இறுக்கி அணைத்துக்-கொண்டான் பெண்ணவளை. தாய்க்கு பின் பல வருடம் கழித்து. தன்னை தேடி வரும் உறவு அல்லவா.

அதுவும் அவன் மனதார ஆசைப்பட்ட உறவு அல்லவா...அவளே இவனிடம் வந்தல்லவா வேண்டுகிறாள். அவன் அணைப்பு மேலும், மேலும், இறுக இதற்குமேல் முடியாது என அவன் அணைப்பிலிருந்து இவள் விடுபட முயன்றாள். ஆனால் அவ்வளவு விரைவில் விடக்கூடி-யவனா அவன்.

பல வருடங்களுக்கு பிறகு மனதிலிருக்கும் பாரத்தை உயிரானவளி-டம் இறக்கி வைத்தால் உண்டான நிம்மதிதான் அது. ஆனாலும் மூச்சு முட்டுவதால் கணவனிடமிருந்து போராடி விலகினாள் அவள்.

"ம்பச் கொஞ்ச நேரம் ரிலாக்ஸா பீல் பன்ன விடுறியா டி" என அவன் சலித்துக் கொள்ள, அவளோ என்ன ரிஷி டி எல்லாம் பலமா இருக்கு" என்றாள், ஒற்றை புருவத்தை உயர்த்தி. "நீ என்னோட வைப் அன்ட் நௌ என் புரோபசல்லயும் அக்ஸப்ட் பன்னிட்ட, தென் உனக்கு

நான் டி போட்டு கூப்பிடுறதுல் என்னடி ப்ராப்ளம்" என்றவன் அவனை மீண்டும் அணைக்க கைகளை கொண்டு செல்ல, அதற்கு அவளோ "ரொம்ப நேரமா டோர்ர க்னாக் பன்றாங்க, யாருன்னு தெரில நான் போய் பாத்துட்டு வரேன்" என்றவள் அவனின் கையை தட்டிவிட்டு, கலைந்திருந்த அவனின் கேசத்தை சரிசெய்து விட்டவள், கதவினருகில் சென்றாள்.

"ம்பச் எல்லாம் இவ ப்ரெண்ட் இருக்கானே அவன் பன்னுற வேலை தான்" என்றவனின் புலம்பலின் படி சரியாக தன்விக்தான் அங்கு நின்றிருந்தான். "எவ்ளோ நேரமா லன்ச்க்கு கூப்பிடுறது இஷா" என அவளை முறைத்து பார்த்துக்கொண்டிருந்தான் தோழியை.

அவளோ அசடு வழிந்தவளாக நின்றிருந்தாள். உள்ளே அமர்ந்திருந்தவனையும் ஒரு கணம் முறைத்துபார்த்தவன், பின் எதுவும் கூறாமல் சமையலறை நோக்கி சென்றான் தன்விக். உள்ளே வந்தவளோ, ஓடிவந்து கணவனின் கைபிடித்து இழுத்துசென்று உணவு மேசையின் ஒரு இருக்கையில் அமரவைத்தவள், மற்றொரு இருக்கையில் அமர்ந்துக்கொண்டாள்.

தன்விக், சமைத்த உணவுகளை மேசையில் அடுக்க, அவனை பார்த்து சிறிதாக இளித்து வைத்தவள், மனதினுள்ளோ, 'ச்சை ப்ரேக்பாஸ்ட்க்கு உள்ள வந்தான். இப்போ லன்ச் டைம்மே வந்திருச்சு... இவ்ளோ நேரமாவா ரெண்டு பேரும் பேசிட்டுருந்தோம்' என மானசீகமாக மனதிற்குள்ளே ஒரு கொட்டு வைத்தாள். தன்விக்கோ எதுவும் பேசாமல் உணவை எடுத்துவைத்து உண்ண ஆரம்பித்தான்.

வழக்கம் போல ரிஷியும், ஆர்யாவும் வலவலத்து கொண்டிருந்தவர்கள் அப்போது தான் தன்விக் உண்டுகொண்டிருப்பதை பார்த்தார்கள். பொதுவாக இவன் எல்லோருக்கும் பறிமாறிவிட்டுதானே உண்பான், இன்று ஏதோ கோபத்தில் உள்ளான் என்பதை புரிந்து கொண்டவள் வேண்டுமென்றே "விக்கி செர்வ் பன்னலயா..?" என அவனை பார்த்து கேட்க, அவளின் தோழனோ நிமிர்ந்து அவளை ஒரு பார்வை பார்த்தவன் பின் எதுவும் கூறாமல் உண்ணத்தொடங்கினான்.

மனைவி கேட்டும் அவன் செய்யவில்லையே, என்ற கடுப்பில் ஆதியே அவளுக்கு பறிமாறிவிட்டு தனக்கும் சேர்த்து பறிமாறினான். அப்போதுதான் அருகில் இரு ஜீவன்கள் வாயை பிளந்து தன்னையே பார்த்துக் கொண்டிருப்பதை உணர்ந்தான்.

காரணம் இதுவரை இவன் இப்படியெல்லாம் யாருக்கும் பறிமாறியது கிடையாது....... அதனால் தான் இரு ஜீவன்களும் இப்படி அவனை பார்க்கிறார்கள், பின் என்ன நினைத்தானோ அவர்களுக்கும் சேர்த்து பறிமாறினான்.

தனுவோ அப்போதும் சாப்பிடாமல் அப்படியே அமர்ந்திருந்தாள். ஆதியோ உண்டுக்கொண்டே என்னவென இரு புருவத்தையும் உயர்த்தி அவளை பார்த்து வினவ, கட்டைவிரலில் ஏற்பட்ட காயத்தை பாவமான முகபாவனையுடன் கணவனிடம் காண்பித்தாள்.

இவனோ எப்படி என ஒற்றை புருவத்தை மட்டும் உயர்த்தி விவை, ‘இரும்பு கம்பி கிழித்துவிட்டது’ என உதட்டை அசைத்தாள். ‘ஸ்பூன் எடுத்துட்டு வரவா’ என இவனும் உதட்டை அசைக்க, அதற்கு அவளோ தன்விக்கை கண்களால் காண்பித்தவள் ‘அவன் பாத்துக்கு-வான்’ என்றவள் சாதத்தை பிசைய கைகளை கொண்டு செல்ல தோழி-யின் தட்டை தன்புறம் இழுத்த தன்விக், சாதத்தை

அவளுக்கு ஊட்டி வீட்டுக்கொண்டே அவளும் உண்டாள்.

சிறு பிள்ளை போல் அவனை ஏதாவது சீண்டிக்கொண்டே அவளும் உண்டாள். தன்விக் செய்த உணவு ஏனோ மிகவும் பிடித்திருந்தது ஆதிக்கு, "மம்ம்,., நாட் பேட்" என மனதிற்குள்ளே

கூறியவன் அணைத்து உணவுகளையும் காலி செய்தான். அதே சமயம் மனைவிக்கு வாய்த்த நட்பை பார்த்து சிறு பொறாமையும் வரத்-தான் செய்தது தனக்கும் இது போல் நட்பு அமையவில்லையே என.

இப்படியெல்லாம் யோசித்துக்கொண்டிருந்தவனின் கவனத்தை கலைத்தது அவனின் அலைபேசி. “ஹெலோ பாஸ், நீங்க சொன்னது போலவே நானும் வாட்ச் பன்னுனன். அவருதான் இந்த ட்ரக் இம்-போர்ட், தென் நம்ம கம்பெனில ட்ரக் வச்சது....... தென், அவரோட ஆளுங்களையே இன்ஜக்ட் பன்னி கொன்னதுன்னு, எல்லா க்ரைமக்கும் இவர் ஒருத்தர் தான் ரீஸன் பாஸ். நம்ம இடத்துல ஸேப்பா இருக்காரு நீங்க வந்து பாருங்க" என அவன் கூற..."சரி ஐம் ஆன் தி வே" என்று கூறிவிட்டு உணவை விரைவாக உண்டவன் மனைவியிடம் கூறிவிட்டு அவ்விடத்திலிருந்து வெளியேறினான்,

ஆனால் தன்காஷாவிற்கு ஏனோ மனம் நெருடிக்கொண்டேயிருந்-தது. அவன் பேசிவிட்டு செல்வதையே பார்த்தவள் பின் தன்விக்கையும் இழுத்துக்கொண்டு ஆதியின் காரை பாலோ செய்யத் தொடங்கினாள்.

****

30

நகருக்கு வெளிப்புறத்தில் இருந்த ஒரு பழைய பேக்டரி அது. அதன் முன் சென்று நின்றது ஆதியின் கார். அவனை பாலோ செய்து வந்த இரு சக்கர வாகனமோ மறைவான ஒரு இடத்தில் நின்றது. வண்டியை ஓட்டி வந்தவனோ பின்னே அமர்ந்திருந்தவளிடம் "இஷா நீ கெஸ், பன்னுனது, கரெக்ட் தான் போல... இங்க இருந்து நமக்கு எதாவது நியூஸ் கிடைக்கவும் வாய்ப்பு இருக்கு. பட் உள்ள நடக்குறத நாம எப்டி தெரிஞ்சுக்கிறது" என தோழியை பார்த்து அவன் கேட்க, அதற்கு அவளோ 'உள்ள போய் பாக்கலாம்" என்றவள் அவனை இழுத்துக்கொண்டு உள்நுழைந்தாள்.

கணவனின் முகமாற்றத்தை வைத்தே ஏதோ ஒரு பிரச்சனை என்பதை என்பதை உணர்ந்தவள், அண்ணன் தங்கையிடம் உடனே வந்து விடுவதாக கூறிவிட்டு, இவர்கள் அப்பார்ட்மெண்ட்டை விட்டு வெளியேறினர்.

உள்ளே நுழைந்த நண்பர்கள், கண்ட காட்சி இதுவே. ஆதி ஒரு டேபிளில் அமர்ந்திருக்க, அவனுக்கு எதிர்முனையில் இருவர் அமர்ந்திருந்தனர், ஒருவன் நன்றாக அடி வாங்கியுள்ளான் போலும், தலையை குனிந்து அமர்ந்தான். முகமும் தெரியவில்லை. மற்றொருவரின், முகம் தெரிந்தது.

வயதான மனிதன் இவரை எங்கேயே பார்த்துள்ளோமே... என்ற சிந்தனை வர கடைசியில் அவர் யார் என்று அடையாளம் கண்டு பிடித்துவிட்டாள், தனு. ஆம் இவர் சிவராமன் தான். இவரிடம் தான் ஆதி நன்றாகவே பேசுவான். ஆனால் இவரை ஏன் இவன் இங்கு வரவைக்க வேண்டும், நினைத்தவள் என்ன நடக்கிறது பார்க்கலாம்..... என்று அமைதியாகவே . நின்றிருந்தாள்.

ஆதியோ "யாரும் ஹைட் பன்னி, இங்க நடக்குறத கேக்கனும்னு அவசியம் இல்ல, ஸோ கம் பார்வர்ட் ப்ரம் யுவர் ப்ளேஸஸ்" என்றான் கர்ஜனையான குரலில். ஆனால் அவன் பார்வை முழுவதும் எதிரில் அமர்ந்திருந்தவர்களை சுட்டெரித்துகொண்டிருந்தது. இங்கே அவன் மனைவிக்கோ பக்கென இருந்தது. இருக்காதா பின்னே...

எப்படி இருட்டிலிருந்த தங்களை கண்டுபிடித்தான் என்ற சிந்தனை-யும், ஒரு மணி நேரத்திற்கு முன்பு பார்த்தவனா இவன் என்ற சிந்தனை-யும் அவள், எண்ண ஓட்டங்களுக்குள் இரண்டறக் கலந்திருந்தது.

இவள் தான் இப்படியெனில் தன்விக்கின் நிலமையோ இன்னும் பரி-தாபத்தில் கிடந்தது. ஏனோ படபடப்பு வந்து கூடிக்கொண்டது மனதி-னுள். இப்படி ஒரு அவதாரத்தை அவன் எடுப்பான் என்று முன்னமே தெரிந்திருந்தாள் அவனிடம் தேவையில்லாமல் வம்பு செய்திருக்க மாட்-டான் .

தன்விகாஷா தான் முதலில் எண்ணவோட்டங்களுக்கு கடிவாளமிட்டு நிறுத்தியவள், தோழனின் கைபிடித்து மறைவான இடத்திலிருந்து வெளிச்சத்திற்கு அவனையும் இழுத்துக்கொண்டு வந்தாள். ஆனால் ஆதியின் பார்வையோ இன்னும் எதிரில்

அமர்ந்திருந்தவர்களை துளைத்திருந்தது.

மனைவியையும் அவளின் நட்பையும் திரும்பி அழுத்தமாக பார்த்-தான். அதிலே "இங்கே உங்களுக்கு என்ன வேலை" என்ற கேள்வி இருந்தது. அவளோ அவனின் கேள்வியை கண்டுக்கொள்ளாமல் இரு-கைகளையும் கட்டிக்கொண்டு திமிராக கணவனை ஒரு பார்த்தவள், பின் "இவர்கள் யார்" என அமர்ந்திருந்த இருவரையும் கண்களால் காட்டி விவை அவனோ "கொஞ்சம் பொறு" என இரு இமைகளையும் மெது-வாக முடி திறந்தவன் புறம் கதிரின் திரும்பினான்.

கணவனும், மனைவியும் கண்களால் பேசிக்கொள்வதை எட்டாவது அதிசயமாக பார்த்திருந்தான் கதிர். பின்னே..... கண்களால் கூட இருவ-ரும் பார்க்க மாட்டார்கள் இதில் விழி வசனம் வேறு....... இதை பாவம் அவன் எப்படி தாங்குவான்!

"மிஸ்டர், சிவராமன் சார், உங்களுக்கு ஏன் என் கம்பெனி மேல இவ்ளோ கோபம்" என அழுத்தமான குரலில் அவரை பார்த்து வினவ, அப்போது தான் இவளுக்கும் அந்த எண்ணம் வந்தது. இவர் ஏதோ தவறு செய்துள்ளார் போலும், அதனால் ஆதி அவரிடம் கேட்கிறான்

போல என நினைத்தவள். அமைதியாக வேடிக்கை பார்க்கத் தொடங்கினான்.

"சொல்லுங்க மிஸ்டர் உங்களுக்கு இடையில் என்ன கனெக்ஷன்...... அன்ட் நீ ஏன் இப்டி ட்ரக் சப்ளை பன்னுற வேலை பாக்குற. அன்ட் நீங்க... சிவராமன் சார் ... உங்களுக்கு என் கம்பெனி மேல என்ன தான் விரோதம்" என கேள்விக்கணைகளை அவர்களை நோக்கி ஏவ, ஏனோ மௌனம் மட்டுமே அவர்கள் புறம் ஆட்சி புரிந்தது.

"கதிர் அந்த ட்ரக் டேப்ளட்ட இவிங்களுக்கு போட்டு விடு... ஒரு த்ரீ டு போர் டேய்ஸ்க்கு அந்த டேப்ளட்ட மட்டும் கொடு, அதன் பிறகு இவிங்களே உண்மைய சொல்றோம்னு நம்ம கிட்ட கெஞ்சுவாங்க" என்றான் ஏளனப் புன்னகையுடன். ஆம் ஒரு நான்கு நாட்களுக்கு அந்த மாத்திரையை கொடுத்தால் பிறகு அந்த மாத்திரை தந்த போதைக்க மீண்டும் மீண்டும் வேண்டும், என அவர்களின் முளை போதைக்காக ஏங்க, அதற்க்காக எதையும் செய்யத் துணிவார்கள்.

இவ்வளவு ஏன், நூறாவது மாடியின் உச்சியில் நிற்க வைத்து குதி என்று கூறினாலும், மீண்டும் போதை கிடைக்கும் என்ற ஆசையில் பத்தாவது மாடியிலிருந்து கண்னை முடிக்கொண்டு குதித்துவிடுவர். இவ்வளவு விளைவுகளை கொண்டது போதை மாத்திரை. இதை எதிரில் அமர்ந்திருந்த இருவரும் நன்கு அறிந்திருந்தனர்.

அதிலும் முதலாமவனுக்கு அதன் விளைவுகளைப் பற்றி நன்கு தெரியும். ஒருவேளை ஐந்தாம் நாள் அந்த போதை இவர்களுக்கு கிடைக்க வில்லையெனில்

பித்துப் பிடிப்பது போல் ஆகிவிடும் தனது நிலை என்பதை உணர்ந்தவன் பதட்டத்துடன் நிமிர்ந்து ஆதியை பார்த்தான். அவனை பார்த்த தன்விகாஷாவும், தன்விக்கும் அதிர்ந்தனர்.

இவன் தான் வோக்கல் பார் லோக்கல் மற்றும் இவர்கள் இதற்கு முன் வேலை செய்த குளோப் டுடே என இரு நிறுவனங்களிலும் அதிக பங்குகளை வாங்கி குவித்திருக்கும் 'அகிலன்'. இவனை ஏன் ஆதி இங்கு அமரவைத்துள்ளான் என்பதும், என்ன உண்மையை இருவரும் மறைக்கின்றனர் என்ற குழப்பம் இருந்தது இருவருக்கும்.

ஆகி கூறியதை கேட்டே பதட்டமடைந்தவன் "சொல்... சொல்லிடுறன். எல்லா உண்மையையும் சொல்லிடுறன் , த... தயவு செஞ்சு அந்த ட்ரக் டேப்ளட்ட மட்டும் எனக்கு கொடுத்துடாதிங்க" என கெஞ்ச

தொடங்கினான். ஆனால் சிவராமனோ எதுவும் கூறாமல் அழுத்தமாக அமர்ந்திருந்தார். அவரை அழுத்தமாக ஒரு பார்வை பார்த்த ஆதி இவனிடம் சொல்லுமாறு கண்ணசைவு செய்தான்.

ஆதியின் கண்ணசைவை பார்த்த அகிலனோ, அனைத்தையும் கூறத்தொடங்கினான். உண்மையில் இவன்தான் ரோஸ் வில்லோவில் அமர்ந்து வாழ்க்கையை வெறுத்தவாறும், மற்றவர்களின் வாழ்க்கையை எப்படி போதை மருந்தை பயன்படுத்தி கெடுப்பது என்றும் தீவிர சிந்தனையிலிருந்தவன் தான் இந்த அகிலன். இரு பெரிய நிறுவனங்களான வோக்கல் பார் லோக்கலிலும், குளோப் டுடேவிலும் அதிக பங்குகளை வாங்கி நிர்வகித்துக் கொண்டிருப்பவனே சிவராமனுக்கு கீழே தான் இருக்கிறான், போதை பொருள் கடத்தலில்........

ஆழ்ந்த பெரு முச்சை இழுத்துவிட்டவன் கூறத்தொடங்கினான். "என் பேர் அகிலன் நான் பொறந்த த்ரீ மன்த்ல அப்பா இறந்துட்டாங்க, அதன் பிறகு, அம்மா தான் வீட்டு வேலைக்கு போய் வளத்தாங்க. ஒரு நாள் எங்கம்மா வேலை செய்ற வீட்டுக்கு போனா, அங்க அந்த முதலாளி கூட சொல்லமுடியாது அளவு க்ளோஸா இருந்தாங்க. எனக்கு அதை பார்த்த உடனே எப்டி ரியாக்ட் பன்றதும்னுமொ தெரில. ஸோ அமைதியா அந்த இடத்தை விட்டு வந்துட்டன். அதன் பிறகு அம்மாகிட்ட பேசுறதையும் விட்டுட்டன். நானே டீ கடைக்கும் வேலைக்கு போக ஸ்டார்ட் பன்னுனன்"

"அங்க வேலை செய்ற பசங்க, என் அம்மாவ வெளிய சொல்ல முடியாத வார்த்தையால பேசுனதை என்னால, பொருத்துக்கவே முடியல...... என்னால் அந்த சமயத்துல எதுவும் சொல்லவும் முடியல. சரின்னு அம்மா கிட்ட அத, பத்தி பேசுனா உனக்கென்டா தெரியும், நீ சின்ன பையன்..... எங்க இருந்து இது மாதிரி விஷயத்தை எல்லாம் நீ தெரிஞ்சுக்குறன்னு என்ன போட்டு அடிக்க ஆரம்பிச்சுட்டாங்க..... எங்கம்மா இதுபோல பல வீட்ல் இதே தப்ப பன்னுறது எல்லாருக்கும் தொஞ்சிடுச்சி..... அதன்பிறகு என்கூட வேலை செய்றவுங்க ரொம்ப தப்பு தப்பா பேசுனாங்க."

"என் கையால டீ வாங்கி குடிக்க கூட யாரும் விருப்பப்படல. ஸோ டீ மாஸ்ட்டர் வேலையை விட்டு தொரத்தி விட்டுட்டாரு. ஆதன் பிறகு தெரு தெருவா அலஞ்சு திரிஞ்சன். பசிக்கு சோறு போட யாரும் இல்ல.எப்டி என் பசியை

போக்குறதுன்னும் தெரில. இனிமே பசி தாங்க முடியாது, அப்டிங்குற நெலம வரவும் ரோட்ல ஒரு கார் போனது. வாழ்க்கையை வெறுத்துட்ட எனக்கு அதுக்கு மேல், வாழ ஆசையில்லை. ஸோ கார்ல விழுந்து செத்துடலாம், போகும் போதுதான். சடன் ப்ரேக் போட்டு காரை நிறுத்திட்டு வந்து கீழ் கிடந்த என்ன தூக்குனாறு இவரு" என்றான் சிவராமரை கண்காட்டி.

"ஸோ, அப்ப இருந்து, நீ தான் இவரோட வளர்ப்பு மகன். ஐ மீன் சீதம்மாவுக்கும் தெரியாம, உன்ன அவரோட சுயநலத்துக்காக வளக்க ஆரம்பிச்சுட்டாரு. ஆம் ஐ ரைட்" என்றான் ஒற்றை புருவத்தை உயர்த்தி.

சிவராமனோ அதிர்ந்த முகத்துடன் ஆதியை பார்த்தார். இருக்காத பின்ன, சொந்த மனைவிக்கும். தெரியாமல் ஒருவனை மகனாக தத்தெடுத்து இவரது சுயநலத்தை பத்து வயது சிறுவனிடம் ஊட்டி வளர்த்துள்ளாரே. அவனிடம் ஏற்கனவே இருந்து பணத்தாசை இவரது சுயநலத்துடன் இணைய அதன் விளைவு பத்து வயதுலேயே போதைப் பொருட்களை கடத்தும் வேலை.

அந்தப்பணம் இல்லாமல் தானே தன் தாய் அந்த மாதிரி ஒரு வேலையை செய்தார். எனவே பணத்தை குவிக்க ஆரம்பித்தான். இவன் வளர வளர, தொழிலும் பல்கிப் பெருக ஆரம்பித்தது. நன்றாக சென்று கொண்டிருந்த தொழில் முதன் முதலில் விழுந்த கருப்பு புள்ளி அன்பு தான்.

தன்விகாஷா செய்த வேலை அது. எதேச்சையாக அவன் தொலை பேசி உரையாடலை கேட்க அதன் மூலம் இவ்வளவு விடையங்களும் நடந்துள்ளது. அன்புவை அன்றே கொன்று விட்டனர். காரணம் இவன் மூலம் ஏதாவது, விஷயம் வெளியே கசிந்தாலும் அது பெரிய ஆபத்தாக முடியும் என்றுதான் அவனை இவர்க்களே கொன்று விட்டனர்.

அகிலன் அதிக ஷேரை தொலைக்காட்சி நிறுவனங்களில் வாங்குவதற்கும் காரணம் உள்ளது. எங்கேயும் செய்தி நிறுவனத்தின் வாகனத்தை அவ்வளவாக யாரும் சோதனையிடமாட்டார்கள். அதையே தனக்கு சாதகமாக பயன்படுத்திக் கொண்டான் அவன்.

இதில் அவன் சமார்த்தியம் என்னவெனில் மற்ற யாருக்கும் தெரியாமல் ரிப்போர்ட்டரையும் வாகனம் ஓட்டுபவரையும் இவன் கைக்குள் வைத்துக்கொள்வது தான். உண்மையில் சிவராமனுக்கு கூட இதுபோல

யோசனைகள் வந்திருக்காது.

ஆனால் அன்பு புத்திசாலி மரணம் தன்னை நெருங்குவதை உணர்ந்தவன், அகிலனுக்கு எதிராக பல விடயங்களை திரட்டி அவையணைத்தையும் ஒரு வீடியோ ரெக்கார்டரில், வீடியோ எடுத்தவன் ஒன்றை சுவிட்ச்போர்டின் பின்புறத்தில் ஒளிய வைத்தவன், மற்றொன்றை ஒழிய வைப்பதற்குள் அவனை கொள்வதற்க்காக வீட்டின் பின்புறம் இறங்கியிருந்தனர் ஏ.கேவின் ஆட்கள்.

வீட்டின் முன்புறம் ஓடி வந்த அன்பு, அப்போதுதான் தம்பியை எதிர்க்கொண்டான். அன்புவோ தன்விகாஷாவினுடைய போட்டோவை காட்டி அவளிடம் இந்த பேனாவை கொடுத்துவிடு என் கூறியவன், தம்பியை தன்னுடன் அழைத்து சென்றால்..... அவனையும் கொன்று விடுவார்கள் என்ற எண்ணத்தில் அவசர அவசரமாக சிறுவனின் நெற்றியில் இதழ் ஒற்றியவன், அருகிலுள்ள ஒரு வீட்டின் காம்பவுண்ட் சுவருக்குள் இறக்கி விட்டவனின் கண்கள் ஈரம் கசிய அதனை துடைத்துக் கொண்டவன், அவர்களுக்கு பயந்து ஓடுவது போல பாசாங்கு செய்து, கடைசியில் இறந்தும் போனான்,

உண்மையில் கடந்த சில வருடங்களாக குளப் டுடேவின் ஸ்டார் ரிப்போர்ட்டராக எப்படி அன்பு ஜோலித்தானோ, அதே போல்தான் அகிலனின் ட்ரக் ஸ்மக்லிங்கிலும் சிறப்பாக பணியாற்றி வந்தான். இவனின் வேலைத்திறனை பார்த்து அகிலன் போனஸ் கூட குடுத்தான் என்றால் பாருங்களேன்.

உண்மையில் ஆதாரத்தை எல்லாம் கொடுக்கும் அளவு அன்பு ஒன்றும் அவ்வளவு நல்லவன் எல்லாம் இல்லை, இவ்வளவு நாட்கள் விசுவாசியாய் இருந்தும், இன்னும் சிறிது நேரத்தில் உன்னை கொல்லப்போகிறோம் என்ற செய்தியை அவன் முதலாளி கூறவும் அவனால் ஒன்றும் செய்ய முடியவில்லையே, என்ற ஆத்திரத்தில்தான் இவனிடம் உள்ள ஆதாரங்களை இப்படி செய்தான்.

ஆனால் அவன் கனவிலும் எதிர் பாறாதது... அடுத்த இரண்டு வாரத்திற்குள, அவன் தம்பியும் ஏ.கே.வால் கொல்லப் படுவான் என்பதைத்தான்.

****

31

ஆனால் அன்பு கனவிலும் எதிர்பாராதது, அடுத்த இரண்டு வாரத்-திற்குள், அவன் தம்பியும் ஏ.கே-வால் கொல்லப்படுவான் என்பதைத்-தான். தனுவின் கைகளில் பேனா அமைப்பை உடைய பெண்டிரைவை கொடுத்த அன்றுதான் ஏ.கேவின் கண்களில், சிக்கினான் அந்த சிறு-வன். அவனை கொன்று அன்புவின் வீட்டு முன்பே அவன் சடலத்தை-யும் போட்டு வைத்தனர்.

அன்பு சுவிட்ச் போர்டிற்கு பின்புறத்தில் வைத்திருந்த ஆதாரத்தை கதிர் கண்டுபிடித்துவிட்டான் அல்லவா. அதனால் தான் அவனை துரத்த ஆரம்பித்தனர், ஏகேவின் ஆட்கள். ஆனால் பாவம் அவன் தான் ஐந்தாம் அலைக்கற்றை மீட்டிங்கிற்க்காக, சென்றுவிட்டானே. அதன்பிறகு ஒருவாரம் கழித்து லிட்டில் ப்ளவர் காபி ஷாப்பில் வைத்து அவனை ஏ.கே-வின் வட்டாரம் சுட முயன்ற போதுதானே ஆதியின் பாடிகார்ட்ஸ் அந்த கும்பலை வளைத்து பிடித்தார்கள். அவர்களிட்மி-ருந்து உண்மையை வாங்கலாம் என ஆதியும் ஆர்யாவும் அங்கு சென்-றால், அவர்களின் இறந்த செய்தி தான் இவர்களுக்கு கிடைத்தது.

அதுவும் கன் இன்ஜக்ட்டரை பயன்படுத்தி அல்லவா, அவர்களை கொன்றுள்ளனர். கன் இன்ஜக்டரில் டெட்ராடக்ஸின் எனும் மருந்தை பயன்படுத்தியுள்ளனர். நீள வளையம் கொண்ட ஆக்டோப்பஸ் எனும் ஒரு வகையான ஆக்டோப்பஸ் இனம், பஃபர் மீன் எனப்படும் ஒரு வகையான மீன் இனம் மற்றும் ஓடற்ற நத்தை வகை ஆகியவற்றில் இந்த பெட்ராடக்ஸின் காணப்படும். மற்ற

உயிரிகளிடமிருந்து தன்னை தற்காத்து கொள்ளவே இதை இந்த உயிரிகள் பயன்படுத்துகின்றன.

அதைத்தான் இவர்கள் கன் இன்ஜக்ட்டரில், வைத்து ஏ.கேவின் ஆட்கள் உடலில் செலுத்தி அவர்களை கொன்றுள்ளனர். முதலில் இந்த டெட்ராடாக்ஸின் தாக்குவது மனிதனின் நரம்பு மண்டலத்தை தான். நரம்பு மண்டலம் செயலிழக்கும் போதே மூளையிலுள்ள நியூரான்க-ளும் அதன் செயல்பாடுகளை குறைத்துவிடுகிறது. அதன் விளைவு, மரணம்.....

ஏ.கே-வோ அன்புவையும், அவன் சகோதரனையும் கொலை செய்-தது போல பலபல பேர்களை செய்துள்ளனர். தன்னிடம் வேலை செய்-பவர்களை தானே கொள்ளும். எண்ணம் எப்படித்தான் தோன்றுகிறதோ தெரியவில்லை. சிறிது நாட்களில் துறைமுகத்திலிருந்து வந்த போதைப்-பொருளை யாரோ தனக்கு தெரியாமல் எடுத்து சென்றது, இவர்க-ளுக்கு தெரிய இதனால் கோபமுற்ற அகிலன், தன்விகாஷாவை கொல்ல வேண்டும், என்ற எண்ணத்துடனே துப்பாக்கியுடன் அவளை நெருங்கி-னான். ஆனால் அதற்குள் பாடிகார்ட் கூட்டம் அவனை வளைத்துவிட்-டது. உதவியாளனுக்கே பாடிகார்டை வைப்பவன் மனைவிக்கு வைக்கா-மலிருப்பானா என்ன... ?

அங்கிருந்துதான் அவனை பிடித்துக்கொண்டு வந்தார்கள். தன்வி-காஷாவோ ஆதியை, சற்று நெகிழ்வாக பார்க்க, ஏதோ உள்ளுணர்வு தோன்ற திரும்பி தன்விக்கை பார்க்க அவனோ இவளை வெறியாக முறைத்திருந்தான். அவனோ விறைப்பாக அமர்ந்திருந்தான். இருக்காதா பின்ன..... வம்புக்கு செல்லாமல் இரு என்று படித்து படித்து கூறினாலும் அவள் நினைப்பதை அல்லவா செய்து முடிக்கிறாள்.

'இவனை கூப்டதுக்கு பேசாம ஆர்யாவையே கூப்டிருக்கலாம் போல இப்டி முறைக்கிறானே' என அசடு வழிய அவனை பார்க்க, பிறகு உன்னை கவனிக்கிறேன் எனும் விதமாக ஆட்காட்டிவிரலை விரலை ஆட்ட அவளோ 'போடா' என வாயசைவு செய்தவள் திரும்பி ஆதியை பார்க்க, அவனோ இவர்கள் இருவரையும் தான் முறைத்திருந்தான். தன்விக்கோ தனக்கும் இதற்க்கும் எந்த சம்பந்தமும் இல்லை என்ற ரீதி-யில் வேறு புறம் பார்த்திருக்க, தன்விகாஷாவோ தீவரமாக, அகிலன் அடுத்து என்ன சொல்ல போகிறான் என அவனையே ஆராய்ந்திருந்-தாள்.

இருந்தும் எதிராளியின் முன் இவர்களை திட்டி தனது கெத்தை இழக்க வேண்டாம் என நினைத்தவன் அகிலனிடம், எதுவும் பேசாமல்

சிவராமனை பார்த்தவன், சட்டென அவனது மேலுடையிலிருந்த துப்பாக்கியை, அவரை நோக்கி சற்று நகர்த்தி வைத்தவன், "வெல்..... இவ்ளோ நேரம் அகிலன்கிட்ட இருந்து எப்டி கேட்ட கேள்விக்கு எல்லாம் டக்குன்னு பதில் வந்ததோ அதே போல உங்ககிட்ட இருந்தும் பதில் வரனும்....... இல்லைன்னா வர வைப்பன்" என்றான்.

தன்விகாஷாவற்கு தெரிந்ததுவிட்டது. முதலில் தனது தேடலுக்கான விடையை கண்டுபிடித்துகொடுத்தவன் அடுத்து,

அவனுக்கான விடையத்தை தேடி சென்று கொண்டிருக்கிறான் என்பது. இடையில் நடந்த பல அலைச்சலால் இந்த விடயத்தை மறந்ததை, நினைத்து தன்னைத்தானே நொந்தவள், கணவனை பெருமையுடன் பார்த்தாள், இருக்காத பின்ன... தான் மறந்த விடயத்தை தன் கணவன் செய்துகொண்டிருக்கிறானே.......

சிவராமனுக்கோ இனி வேறு வழி

இல்லை. அதனால் அவரும் ஒரு கதையை

கூறத்தொடங்கினார். உண்மையில் கெய்ன்ட் ரிலேவின் வளர்ச்சி ஏனோ அவருக்கு பிடிக்கலில்லை. அதனால் தான், ஆதியின் தந்தை, ஒரு முக்கிய மீட்டிங் நடத்தும் போது, அவரை குழப்பும் விதமாக போதைப் பொருள் அடங்கிய காகிதத்தை அவரின் அலுவலக அறையில் வைத்தார்.

ஏனோ அடுத்தவரின் வளர்ச்சி இவருக்கு பிடிக்கவேயில்லை. அதன் விளைவு இவர்களின் கம்பெனிக்கு ஐடி ரெய்டை வரவைத்தது. அதன்பிறகு இவர்களின் பெற்றோரும் இறந்துவிட, தற்போது அவர்களின் மகனையும் வேறருக்க வேண்டும் என்று நினைத்துதான் அவனுக்கும் பயத்தை வரவைக்க போதைப்பொருட்களை அவன் அறையிலும் வைத்தார்.

முழு கம்பெனியையும் தனது கட்டுக்குள் கொண்டு வரும் சமயம் அல்லவா, இவன் முழு பொறுப்பையும் இனி தான் ஏற்றுக்கொள்வதாக வந்து

நிற்கிறான். இன்னும் பெரிய அடியாக அவனுக்கு வாங்கி தர வேண்டும் என நினைத்தவர் உருவாக்கிய வழிதான், போதைப்பொருட்களை அவன் அலுவலகத்தில் பதுக்கி வைத்திருப்பதை

போல சித்தரித்து, அதன் மூலம் அவனின் மன தைரியத்தை சிறிது அசைத்து, அதில் குழப்பத்தை ஏற்படுத்தி, பிறகு இவர் அவனை சாய்க்-

கலாம் என நினைத்தார்.

ஆனால், ஆதி அவருக்கு முன்பே சிவராமன் தனக்கு பொறி வைப்பார், அவர் பொறி வைக்கும் சமயம், அவரின் முகத்திரையை கிழித்துவிடலாம் என்ற எண்ணத்தில் இருந்தான். அதே போல் போதைப் பொருட்களை அலுவலகத்திற்கு எடுத்து வரும் சமயம் கதிரிடம் வசமாக மாட்டிக்கொண்டார். கதிரும் அவரை அல்லேக்காக தூக்கி வந்து ஆதியின் இடத்தில் அமரவைத்துவிட்டான்.

இதையெல்லாம் தைரியமாக சொன்னவரால் அடுத்து ஆதி கேட்ட கேள்விக்கு பதில் சொல்ல இயலவில்லை. இருந்தும் மீண்டுமொரு முறை அந்த கேள்வியை கேட்டான். "சொல்லுங்க அங்கிள், என் அப்பா, அம்மாவ கொன்னவங்க யாரு....?"

கைகள் நடுநடுங்க, பாக்கெட்டினுள் வைத்திருந்த கைக்குட்டையை எடுத்து நடுங்கிய கரங்களுடன் முகத்தில் அரும்பிய வியர்வையை துடைத்தவர், "அது அது ஒரு ஆக்ஸிடன்ட்" என்றார் துப்பாக்கியை பார்த்தவாறே.

ஆதியோ ஏளனமான புன்னகையுடன், துப்பாக்கியை மேசையிலிருந்து வீசி எறிந்தவன், "சொல்லுங்க அங்கிள், எப்டி இறந்தாங்க..?" என கேட்டான் கர்ஜனையோடு.

அதன் பிறகு அந்த இடத்தில் சிவராமனால் எந்த பதிலையும் சொல்ல முடியவில்லை. இருந்தும் பதில் சொல்லவில்யெனில், கோபத்தில் அவன்

என்ன செய்வான் என்று அவனுக்கே தொயாது என்பதை உணர்ந்தவர், "உங்க அப்பாவோட வளர்ச்சி பிடிக்காம், நான தான்......" ஆதியை பார்த்தார். "நீங்க கொலை பன்னிட்டு, அதை ஆக்ஸிடன்ட்டா கிரியேட் பன்னிட்டிங்க... ஆம் ஐ ரைட்" என்க, குற்ற உணர்வில் மிக மெதுவாக தலையசைத்தார். அதே சமயம் "டப்" என்று யாரும் எதிர்பாரா ஒரு சப்தம் அவ்விடத்தில் கேட்டது.

தன்விக் நிமிர்ந்து ஆதியை பார்த்தான். ஆதியோ சட்டென திரும்பி தன்விகாஷாவை பார்தான். தனுவோ, திரும்பி சிவராமனை பார்க்க, கழுத்தில் இரத்தம் வந்துக்கொண்டிருக்க, அவரது உயிர் உடலை விட்டு பிரிந்தது.

"ஏய் அம்மு......" என ஒரு சப்தம் கேட்க, சப்தம் வந்த திசையை திரும்பி அனைவரும் பார்த்தனர். ரிஷித்தாவை நோக்கி ஆர்யா ஓடி

வந்துக்கொண்டிருந்தான். அவளின் கையலோ துப்பாக்கி......

ஆம் சிவராமனை ரிஷித்தா-தான் சுட்டிருந்தாள்.....

****

32

"நேற்று நள்ளிரவில், இரு பெரும் நிறுவனங்களில், அதிக பங்குகளை நிர்வகித்து வந்த அகிலன் மர்மமான முறையில் இறந்துள்ளது, தற்போது தெரிய வந்துள்ளது, இது குறித்து மேலும் தெரிந்து கொள்ளலாம்......." என மிரர் டுடே-வால் வாசித்த செய்தியை கேஷிவலாக பார்த்துக்கொண்டிருந்தான் ஆதி ரிஷி. ஆம் அதை செய்ததே இவனின் ஆட்கள் தானே... சமையலறையில் பேச்சு சப்தம் கேட்கவும் சலித்துக் கொண்டான். அவனின் மனைவிதான், தன்விக்குடன் பேசிக்கொண்டிருந்தாள். ஏனோ அவர்களை போல் தனக்கும் ஒரு நட்பு கிடைக்கவில்லை என்ற பொறாமைதானே தவிர வேறு எதுவும் இல்லை அவனுக்கு.

இப்படி நினைத்துக்கொண்டிருக்கும் போதே தன்விக் கையில் கஞ்சியுடன் அவனவளின் அறைக்குள் நுழைந்தான்.... அங்கே ஏற்கனவே ஆர்யா அவளின் அருகில் அமர்ந்திருக்க,மெத்தையில் படுத்திருந்த ரிஷித்தாவிற்க்கு அருகே அவள் தோழி ருத்திக்கா அமர்ந்திருந்தாள். இவனும் சென்று அவளின் மற்றொரு புறம் அமர்ந்தவன் அவளுக்கு பொறுமையாக கஞ்சியை ஊட்ட ஆரம்பித்தான்.

நேற்று எங்கிருந்துதான் அவ்வளவு

கோபம் வந்ததோ தெரியவில்லை, ஆதி கையியிலிருந்து கீழே விழுந்த துப்பாக்கியை அவனிடம் கொண்டு சென்று கொடுக்கலாம் என்று தான் வந்தான். ஆனால் அவர் அதாவது சிவராமன் பேசிய பேச்சை கேட்டவள் வந்த கோபத்தில் அவரை நெற்றிப்பொட்டை குறிவைக்க முயன்று அதின் தோற்று கழுத்தில் பாய்ந்தது அந்த தோட்டா.

அப்போதே மயங்கி சரிந்தும் விட்டாள் ரிஷி. அதன் பிறகு இன்று காலையே கண் விழித்தால் ஏனோ யாரும் யாரிடமும் பேசிக்கொள்-

ளவில்லை. ஆதி, தன்விகாஷாவையும் உடன் கிரின்வைல் ரெஸி-டென்ஸிக்கு அழைக்க, கணவனை பாவமாக பார்த்தவள் தன்விக்கை பார்த்தாள். தோழியையும், காதலியையும் நினைத்தவன், சம்மதமாய் தலையாட்ட.... பின் அவர்களும் இவர்களுடனே வந்துவிட்டனர். நேற்று இரவிலிருந்தே கடும் காய்ச்சலுடனே படுத்திருந்தாள் ரிஷி.

ஏனோ தனது காதல் தனக்கு செய்யும் ஒவ்வொரு வேலையையும் ரசித்திருந்தாள். தற்போது கூட அவளுக்கு ஊட்டிக்கொண்டிருக்கும்-அவனை பார்த்தவளுக்கோ என்ன சொல்வதென்றும் தெரியாமல் அவனையே பார்த்திருந்தாள்.

ஆனால் அவனோ கருமமே கண்ணாக அவளுக்கு ஊட்டிக்கொண்-டிருந்தான். இதையெல்லாம் பார்த்துக்கொண்டிருந்த

ஆர்யாவோ, தங்கையை ஏக்கமாக பார்த்துக் கொண்டிருந்தான் ஏனோ, பார்த்து பார்த்து தன் தங்கைக்கு இத்தனை நாள் செய்துவிட்டு திடீரென வேறொருவன் (நண்பனாய் இருந்த போதும்) அவளுக்கு

எல்லாமுமாய் இருந்து பார்த்துக்கொள்வது ஏனோ பிடிக்கவில்லை.

அதை முகத்தில், காட்டாமலிருக்கவும் அரும்பாடுபட்டான்... அதை-யும் ருத்திக்கா கவனித்துக்கொண்டுதானே இருக்கிறாள். அவனிடம் தனியாக பேசிக்கொள்ளலாம் என தோழியை கவனிக்கத் தொடங்கி-னாள்.

இங்கு தனுவோ கணவனின் அருகில் அமர்ந்து அவன் தோள் சாய்ந்துக்கொண்டு அவனை நிமிர்ந்து பார்த்தாள். ஆனால் அவனோ, தொலைக்காட்சியையே பார்த்திருந்தான்.

இவளோ இன்னும் வாட்டமாக சாய்ந்து படுக்க, குனிந்து அவளை பார்த்தவன் "இது ஹால், அன்ட் நாட் அவர் ரூம்......" என அவளை பார்த்து கூற இன்னும் வாகாய் கணவனின் தோள் சாய்ந்தவள். அவன் கூறுவதை கவனிக்காதவளாய்

"இப்போவாவது போய் அவகிட்ட

பேசலாம் இல்ல"

"ம்ப்ச் நான் பேசிட்டுதான இருக்கன்....."

உடனே அவனின் கண்ணத்தில் வலிக்காதவாறு அடித்தவள், "எங்க பேசவேயில்லையே, நார்மலா பேசுறது போலதான் இருக்கு.... பட் ஷீ நீட் எக்ஸ்ட்ரா கேர் ப்ரம் யூ" என்க, அவளை ஒரு முறை சலனமில்-லாமல் பார்த்தவன் பின் தொலைக்காட்சியில் கவனத்தை செலுத்தினான்.

அவளோ அவனையே வைத்தக்கண் வாங்காமல் பார்த்திருக்க, குனிந்து மனைவியை பார்த்தான். பின் என்ன நினைத்தானோ "ஆமா அவன் ஏன் என் தங்கச்சி பின்னாடியே சுத்துறான்.....?" இவளுக்கோ சிரிப்பாக வந்தது. ஆதிக்கும் தங்கை மீது மனதின் ஏதோ ஒரு மூலை-யில் அன்பு இருக்கத்தான் செய்தது. அதை நேற்றிலிருந்து வெளிப்ப-டுத்தி கொண்டிருக்கிறான் பல விதங்களில், அதனை..... அதில் ஒரு விதம் தான் தற்போது தன்விக்கை பற்றி தனுவிடம் குற்றம் சுமத்துவது.

“ஆமா, என் ப்ரண்ட்க்கு அவ மேல எல்லா உரிமையும் இருக்கு, டிட் யூ காட் இட் ஹியர்" என அவனின் தலையை தொட்டுக்காட்ட, அவனோ, "ஹ்ம்ம், அப்டியா, பட் ஐம் நாட் இன்ட்ரஸ்ட் வித் ஹிம்" அதனை சொல்பவனின் குரலில் எவ்வளவு முயன்றும் பொறாமையின் சாயல் தெரிந்தது. அவனை பார்த்தவளோ விழுந்து விழுந்து சிரிக்கத் தொடங்கினாள். ஏதோ வித்தியாசமான ஜீவனை பார்பதை போல் மனைவியை பார்த்தான் ஆதி.

"ம்பச் உனக்கு ஏன், என் பிரண்ட் மேல இன்ட்ரஸ்ட் இருக்கனும்.... ரிஷிக்கு இருந்தா போதும் ஆதி" என்க அப்போதுதான் அவனுக்கும் புரிந்தது... மென்நகை புரிந்தான்.

"ஆம என் ப்ரண்ட ப்ளேம் பன்னுறியே வாட் அவுட் யுவர் பரதர்... தங்கச்சியோட ப்ரண்டையே விட்டு வைக்காம கரெக்ட் பன்னிட்டான்..." என்க அவனா முகத்தில்பெரிதாக ஆச்சரியம் காட்டாமல், “யெஸ், ஐ நோ தட்" என்க, இரு கண்களையும் விரித்து அவனை பார்த்தாள்,

"ம்பச் எல்லாரையும் வாட்ச் பன்னுவன். அப்போ தான் அவனோட வேலை எனக்கு தெரிஞ்சது"

"ம்ம்ம்... பட் நாட் பேட் டா.... நான் கூட ஏதோ சிடு முஞ்சின்னு நினைச்சன்....

பட் நௌ ஐம் ரியலி ஹேப்பி" என்க, அவனோ ஆயாசமாய் அவளை பார்த்திருந்தான்.

அனைவரும் அலுவலகம் கிளம்பிவிட ஆதி மட்டுமே வீட்டிலிருந்-தான், தங்கையை பார்த்துக்கொள்ள...... இது அணைவருக்கும் அதிர்ச்-சியையே ஏற்படுத்தியது. இருந்தும் எதுவும் சொல்லாமல் கிளம்பிவிட்-டனர். அன்று மதியம் ரிஷியை பார்க்கிறேன் என்றுவிட்டு அவளுக்கு உணவூட்ட வீட்டிற்கு வந்த ஆர்யா கண்டது என்னவோ தங்கைக்கு

உணவை ஊட்டிக்கொண்டிருக்கும் அண்ணனை தான்.

தங்கையின் கண்வழியே அவளின் மகிழ்ச்சியைக் கண்டவன், வந்த சுவடே

தெரியாமல் கிளம்பினான்.

நாட்களும் அதன் போக்கில் சென்று கொண்டிருந்தது. அண்ணன் தங்கையின் உறவும் சுமூகமாக சென்றது. அடித்து பிடித்து விளையாடும் அளவு இருவரும் நெருங்கவில்லை என்றாலும் அவளிடம் முகம் கொடுத்து பேசுவது உணவுண்ன அழைப்பது, வெளியே அழைத்து செல்-வது என்று நடக்கும், அவ்வப்போது பேச்சு சப்தத்திற்கு இடையில் சிரிப்பு சப்தமும் கேட்கும்.......

இதைத்தானே அவளும் ஆரம்பத்திலிருந்து ஆதியிடம் எதிர்ப்பார்க்-கிறாள். இதற்க்குமேல் அவனால் அவளிடம் ஆர்யாவை போல் நெருங்க இயலாது... அது அவனது இயல்பும் இல்லை என்பதை உணர்ந்தவள், மகிழ்வாகவே நாட்களை கடத்தினாள்.

இடையில் தன்விக்கை பற்றியும் கூறிவிட, உன் இஷ்டம் என்பதோடு முடித்துக்கொண்டான். இவளே வற்புறுத்தி கேட்க சரி என்கவும் தன்-விக்கை அழைத்து விடயத்தை கூறினாள்.

அவன் கண்களில் காதலை கண்டவனுக்கு ஏனோ அவளது பேச்சு வருத்தமாக இருந்தது. இவளின் மனது சொல்வதை கேட்டு அவனிடம் அன்பை வெளிப்படுத்தாமல், அண்ணனிடம் கேட்டு அவனின் பதிலை சொல்கிறாளே என்ற ஏக்கம் தான்...

இருந்தும் அதனை

வெளிக்காட்டாமல் அவளிடம் மற்றதை பற்றி பேசினான். இவைய-ணைத்தையும்

கண்டும் காணாமலும் அவன் வேலையை மட்டும் பார்த்திருந்தான் ஆர்யா, ஏனோ

ரிஷி அவன் அருகிலே இருந்தாலும்,

தன்னை விட்டு வெகு தொலைவு சென்றுவிட்டாள் என்ற எண்ணம் அவன் மனதில்....

சில நாட்களாகவே அவன் இயல்பை

தொலைத்திருந்தான் என்றே சொல்ல வேண்டும், ஆழ்ந்த சிந்தனை-யில் அமர்ந்திருந்தவனின் கன்னத்தில் சுளீர் என்ற வலி..... நிமிர்ந்து பார்த்தால், ருத்திக்கா...... இரு கைகளையும் கட்டிக்கொண்டு அவனை

பார்த்திருந்தாள், இல்லை இல்லை... முறைத்திருந்தாள்.

அவள் அறைந்த கன்னத்தின் மீது வலது உள்ளங்கையை வைத்து தேய்த்தவன் பாவமாய் அவளை பார்க்க, நாற்காலியை இழுத்து அவன் அருகில் அவன் அருகில் அமர்ந்தவள், "சார்க்கு அப்டி என்ன டீப் திங்கிங்..." அந்த பக்கம் பதிலில்லை. பாலமாய் இவளையே பார்த்திருந்-தான்.

இவளோ, கோபத்தை கட்டுப்படுத்த கண்களை ஒரு முறை ஒருட்-டியவள் "டேய் எரும, மாடே... இப்போக்கூட ஏன்டா என்கூட பேசாம உசுர வாங்குற.... வர வர நீ சாரியில்லடா... இதெல்லாம் நல்லதுக்கு இல்ல பாத்துக்கோ...."

"ம்ப்ச் நான் என்னடி பன்னுனன்...... அமைதியா தானே உட்காந்தி-ருக்கன்....."

"அதுதான்டா இப்போ பிரச்சனையே... நீ ஏன்டா இவ்ளோ சைலன்ட்டா இருக்க..... இந்த மூஞ்சியையா நான் லவ் பன்னுன்னு எனக்கே டவுட்டா இருக்கு...."

"ஏன் இந்த முஞ்சிக்கு என்ன குறை... என்னை போல அழகும் அறிவும் யாருக்கு இருக்கு" என்றான் தலைமுடியை சாரி செய்தவாறே.

"டேய் தண்டம்.. ஏன் இவ்ளோ டல்லா இருக்கன்னு கேட்டா.... அழகு, அறிவுன்னு அழுதுட்டு என்றவள் அவன் அறைந்த கன்னத்தின் மீது இவளின் உள்ளங்கையை வைத்தவள் “உனக்கு என்னடா பிரச்சன..." என்கவும் தரையை பார்த்தவாறு அமைதியானான்.

“ம்ப்ச். ஐ நோ யூவர் பிராப்ளம்.... நோ,

நோ இட்ஸ் நாட் எப்ராப்ளம்.. இட்ஸ்

ஏ கைண்ட் ஆப் டிப்ரஸன் ... ஏம் ஐ ரைட் " என்க, இவனோ நிமிர்ந்து அவளைபார்த்தான். "சிஸ்ட்டர் கூட டைம் ஸ்பென்ட் பன்ன முடியலன்ற டிப்ரஷன் தானே..."

இப்போதும் தான் சொல்லாமலே தன் காதலை புரிந்து வைத்துள்ளவ-ளிடம் என்னத்தை சொல்வது.... கன்னத்தை தாங்கியுள்ளவளின் கையை முகத்தில் வைத்து அழுத்தியவன் வேறு எந்த எதிர்வினையையும் காட்-டவில்லை.

"டேய் அவ இன்னும் உன் சிஸ்டர் தான், ஏதோ உன் அண்ணன் நல்லா பேசுறதால அவர் கூட நல்லா செட் ஆகுறா... பட் நீ, இதுல

பீல் பன்ற அளவுக்கு பெருசா ஒன்னும் இல்ல... எப்படியும் உன்ன. டார்ச்சர் பன்னமா விட மாட்டா என் ப்ரண்ட், ஐ நோ வெரி வெல் அபவுட் ஹெர்" என்க,

"சத்தியமா என்னால முடில டி ஏதோ ஒரு மாறி மைண்ட் புல்லா எம்ட்டியா (empty) பீல் ஆகுது.. பட் அதுக்கான ரீஸன் ரிஷின்னு தெரியுது பட் என்னோட

பீலிங்க எப்டி எக்ஸ்ப்ரஸ் பன்றதுன்னே தெரில...." என்றான் முகத்தில் வைத்திருந்த அவளின் கையை அழுத்திப்பிடித்துக் கொண்டு, "ம்ப்ச் டேய் நீயே வேனும்னா பாரு.... உன்ன டார்ச்சர் பன்ன அவ திரும்ப உன்கிட்ட தான் வரனும்... ஆமா, தன்விக்க ஆல்ரெடி உனக்கு தெரியுமா?"

இவ்வளவு நேரம் அவளிடம் கவலையை கொட்டியவன் திருதிருவென முழித்துக்கொண்டு, "ம்ம்ம்... நாங்க ப்ரம் (from) காலேஜ் முதலே ப்ரண்ட்ஸ்... அவன் என்ன விட பெரியவன். பட் பாதிலயே அவன் ப்ரண்ட்க்க ஸ்டடிய டிஸ்கன்ட்டினியூ பன்னிட்டு கிளம்பிட்டான். என்கிட்ட போக மாட்டன்னு ப்ராமிஸ் பன்னிருந்தான். ஸோ அவன பாத்த உடனே கொஞ்சம் டென்ஷன் ஆகிட்டன்"

"ஓஓஓ இவ்ளோ நடந்துருக்கா சொல்லவே இல்ல...."

"ரொம்ப ஓல்ட் டைலாக் தான் பட் இருந்தாறும் அட்ஜஸ்ட் பன்னிக்கோ, நீ கேட்கவே இல்ல....." என்றான் கண்களில் புன்னகையுடன்.

"ம்ம்ம் அதெல்லாம் இருக்கட்டும், சார் இப்போ கைய விட்டா நான்,கிளம்புவன்" என்றாள் அவள் எடுக்க வேண்டிய பைலை பார்த்துக்கொண்டே.

அவன் அறையிலிருக்கும் பைலை எடுக்க வந்தவள் அவனின் அமைதியை பார்த்தவுடன் வந்த, கோபத்தில் அறைந்துவிட்டாள்.

"ம்ம்ம் அத என்கிட்ட இவ்ளோ க்ளோஸா உட்காந்து பேசுறதுக்கு முன்னாடி திங்க் பன்னிருக்கனும்" என்றான் அவளின் கையை இருக்கமாக பிடித்துக்கொண்டே, உதட்டோர புன்னகையுடன்.

இவளோ அவனை நிமிர்ந்து, அவன் கண்களை நேருக்கு நேர் பார்த்து, "கையை விடுறா கிளம்பனும்" என்றாள் முறைப்புடன்.

"அடியே இந்நேரம், இங்க வேற சீன் நடக்கனும். ஐ மீன் நீ இப்போ வெட்கப்படனும்" என்றான், பதட்டமாக.

அவளோ கையை அவனிடம் இருந்து உதறிக்கொண்டு எழுந்தவள், "ம்ம்ம்... நெனப்பு தான் " என அவனின் தலையில் வலிக்குமாறு கொட்டியவள் "அதை, இவ்ளே சோகமா இருக்கும்போது என்ன பத்தி நீ யோசிச்சிருக்கனும் டா" என்றுவிட்டு பைலை எடுக்க, ஆர்யாவோ அவளை மீண்டும் கைளை பிடித்து இழுக்க, நிலைதடுமாறி அவன்மீதே விழுந்தாள்.

சரியாக அதே சமயம் இன்னும் ஆவணம் கைக்கு வரவில்லை என ஆர்யாவின் அறை நோக்கி வந்தவள் கண்ட காட்சியில் அமைதியாக வந்த வழியில் திரும்பினாள். தன்விக்கிடம் இதை சொல்லலாம் என அவன் அறை சென்றால், அங்கே கண்டது என்னவோ, இருகைகளை-யும் கோர்த்தவாறு அமர்ந்து ஒரு புறம் இவள், ஒரு எழுத்தையும், மறு-புறம் அவன் ஒரு எழுத்தையும் தட்டியவாறு காதல் வசனம் பேசிக்-கொண்டிருக்கும் இருவரையும் தான்.

இருவரையும் பார்த்து பயங்கர கடுப்பானாள். இருக்காதா பின்ன, நாளை அலுவலகத்திலிருக்கும் அணைவருக்கும் சொல்ல வேண்டிய முக்கிய செய்தியை தட்டச்சு செய்து எடுத்து வர சொன்னால் இவளின் விக்கியும், விக்கியின் ரிஷியும்

காதல் வசனம் பேசிக்கொண்டுள்ளனரே....

ஆர்யாவை பற்றி இவனிடம் முறையிடலாம் என்றாள் இவனோ

அவனுக்கு மேல் இருக்கிறானே என்ற

கடுப்பில் அறைக்கு சென்றவள், குறுக்கும், நெடுக்குமாக நடக்கத்-தொடங்கினாள். கோபத்தை குறைப்பதற்க்கு தண்ணீர் சிறிது அருந்திய-வள் மீண்டும் வேகவேகமாக குறுக்கும் நெடுக்கும் நடக்கலானாள்.

பின் என்ன யோசித்தாளோ அலைபேசியை எடுத்து ஆதிக்கு அழைத்தாள்.

அந்த புறம் கதிரை திட்டுவதற்க்கு வாயெடுத்தவன் மனைவியிடமி-ருந்து வந்த அழைப்பில், அவனை ஒரு பார்வை மட்டும் பார்த்துவிட்டு, "கெட் அவுட்" என்றான். இன்றைய அர்ச்சனையிலிருந்து தப்பிக்க-வைத்த ஜீவனுக்கு மனதார ஒரு நன்றி சொன்னவன், ஒரே ஓட்டமாய் வெளியே ஓடி விட்டான்.

நிதானமாக, திரையில் தெரியும் தன்னவளின் பெயரையே பார்த்-திருந்தான். பொதுவாக இவன் அழைத்தால் ஒழிய அவள் இதுவரை இவனுக்கு அழைத்ததே இவலை.

ஏதாவது ஒரிரு அழைப்புகள், 'எப்பொது வருகிறாய்?' , 'எங்கே இன்னும் வரவலலை?' என்பது போல் வரும்.

அதுவும் அலுவலக நேரத்தில சுத்தம்.... அழைத்தாலும் அவள் கண்டுக்கமாட்டாள்.

இவளே அழைக்கவும் அழைப்பை ஏற்றவன் காதில வைக்கவும்,

"டேய், என்ன பன்ற..."

"ஆபிஸ்ல தான்...."

"ஓகே ஓகே, இட்ஸ் டூ போரிங்.... ப்ரீயா இருந்தா இங்க வா ரிஷி" என்றாள், என்ன சொல்லுவானோ என்ற எண்ணத்துடன்.

இவளுக்காக எப்போதும், எது செய்யவும் தயாராய் இருப்பவன், இவள் . அழைத்தும் செல்லாமல் இருப்பானா. "வித்தின் பைவ் மினிட்ஸ் ஐ ம் தெர்" என்றவன் அழைப்பை துண்டித்தான்.

இவளுக்கு ஏனோ அந்த இரு ஜோடிகளை பார்க்கும்போது அவனே நினைவில் வந்தான். ஏனோ அவனோடு இருக்க வேண்டும் என்று தோன்றவும் எதுவும் யோசிக்காமல் அவனுக்கு அழைப்பை விடுத்தாள். பின் அவனும் வர அவளுக்கு என்ன பேசுவது என்றே முதலில் தெரி-யவில்லை. அவனோ அலைபேசியில் கண் பதித்திருந்தான். நிதானித்து இவளே ஆரம்பித்தாள்.

"எப்போ 5G நெட்வொர்க்க லான்ச் பன்ற ஐடியா?"

"ம்மம் வித் இன் டூவீக்ஸ்"

பிறகு அவளுக்கு வேறு எதுவும். பேசும் எண்ணம் இல்லை. இந்த, முறை அலைபேசியில் கண்ணாக இருந்த ஆதி கேட்டான், "ஷேல் வீ கோ, அவுட்டிங்..."

எதுவும் யோசிக்காமல் சரியென தலையசைத்தாள். இருவருக்குமான முதல் பயணம். நெடுஞ்சாலையில் மிதமான வேகத்தில் இவர்களின் மகி-ழுந்து பயணித்துக்கொண்டிருந்தது. மகிழுந்து முழுவதும் நிசப்த்தம் சூழ்ந்-திருந்தது.

இருவருக்கும் அதனை கலைக்க ஏனோ மனம் வரவில்லை. சற்று நேரத்திற்க்கு பிறகு கிளை சாலையில் மகிழுந்தை திருப்பினான். இது வரை எங்கு செல்கிறாம் என்று கேட்காத தனது

மடத்தனத்தை எண்ணி தானே நொந்தவள் அவனிடம் கேட்க, அவனோ சாலையின் மீதே கண் பதித்திருந்தான்.

அவனிடமிருந்து பதில் வரும் என்று பார்த்தவளுக்கு ஏமாற்றமே, மிஞ்சியது. கிட்டத்தட்ட இரண்டு மணி நேர பயணத்திற்க்கு பிறகு இருவரும் வந்தடைந்தனர் ஒரு மலைப்பகுதிக்கு.....

மலை என்றும் சொல்ல முடியாது. முருகன் கோவில், பாதி மலையில் அமைந்திருக்க, மகிழுந்து கோவிலை நோக்கி பயணமானது. அவசர வாழ்விலிருந்து சிறிது விலகி, கிழே தெரியும் இடங்களையெல்லாம் ரசித்திருந்தாள். மேலே செல்ல செல்ல, பிரம்மாண்ட கட்டிடங்கள் அனைத்தும் கண்களுக்கு குட்டி குட்டியாய் தெரிவதை பார்த்து அதிசயித்தாள்.

உண்மையில் இதுவே மலைமேலான முதல் பயணம் இவளுக்கு, இதற்க்கு முன் தன்விக்கிடம் எத்தனை முறை கேட்டும் அவன் முடியாதென்று மறுத்துவிட்டான். இப்போது தன் விருப்பத்தை, தான் மறந்தும் அதனை நினைவு வைத்திருக்கும் கணவனை பெருமிதத்துடன் பார்த்தாள். சற்று நேரத்தில் கோவிலும் வந்துவிட மகிழுந்துவிலிருந்து இறங்கி, சுற்றும் முற்றும் சிறு பிள்ளையாய் அவ்விடத்தை நோட்டம் விட்டாள்.

அவள் கணவனோ இரு கைகளையும் கட்டி அவளையே பார்த்திருந்தான். பின்பு அவளை கோவிலுக்குள் சென்று கடவுளை வணங்கி வரும்படி கூற, இவன் வரமாட்டான் என்று தெரிந்து அவளே சென்றாள்.

மலையின் பாதியில் அமைந்திருக்கும் கோவில் அது. வார நாட்களில் அதிகமாக கூட்டமும் இருக்காது. அதனால் விரைவாக வெளியே வந்தவள், திருநீரை அவனுக்கும் நெற்றியால் இட முயல, எதுவும் பேசாமல் அமைதியாக நெற்றியை காட்டினான்.

பின்பு "கிளம்பளாமா?" என அவனை பார்த்து கேட்க அவனா, "இனிமே தான் நம்ம, ஜர்னி ஸ்டார்ட் ஆகுது" என்றவன் அவளின் கைப்பிடித்து மலை உச்சிக்கு செல்லும் பாதையின் அழைத்து சென்றான். இவளுக்கோ உற்ச்சாகமாக இருந்தது.

மிகுந்த உற்ச்சாகத்துடன் மலையேற தொடங்கினாள். ஆரம்பத்தில் படிகள் இருந்தாலும் அதன் பிறகு கரடுமுரடான பாதையை கடக்க, மிகவும் சோர்வுற்றாள். இருந்தும் கணவனின் கை

கோர்த்து பாதையை கடந்தாள். மலைசிகரங்கள் மீது மோதி விளையாடும் மேகங்களை ரசித்தவாறே இருவரும் உச்சியை அடைந்தனர்.

காற்று விசுவிசுவென வீச அவ்விடமே நிசப்தத்தின் பிடியில் இருந்தது. இவன்

மனைவியின் கைகோர்த்தவாறே சென்று ஒரு கல்லின் மீது அமர்ந்து அவளையும் அமர சொன்னான்.

இவனும் அமர்ந்து அவ்விடத்தையே ரசித்திருந்தான். காற்றுக்கு அசைந்தாடும் பச்சை பசெலென்ற புற்கள்....., வேசாக தூரும் வானம்...., கால்களில் தவழ்ந்து செல்லும் மேகங்கள்...., சில்லென்ற

காற்று....., ரசிக்க, ரசிக்க திகட்டவில்லை, கணவன் மனைவி இரு-வருக்கும்.

இருவரும் ஒரு வார்த்தைக்கூட வாய்விட்டு பேசவில்லை. அந்த ரம்-மியமான சூழலை ரசித்திருந்தனர். இப்படியே அரைமணிநேரம் சென்றி-ருக்கும். தன்னவனின் தோள் சாய்ந்து இமை மூடி அந்த சூல்நிலையை ரசிக்கலானாள்.

பின் எவ்வளவு நேரம் கடந்ததோ, அவனே தட்டியெழுப்பினான். சட்டென கண் விழித்தவளிடம், "கிளம்பலாம், ரெய்ன் ட்ராப் ஹெவியா விழுது" என்க இவளும் குளிரில் நடுங்கதொடங்கினாள்.

ஒருவாறு இருவரும் மழைத்தூறல்களுக்கிடையே கீழிறக்கி வந்தனர். வீட்டிற்க்கு அவர்களின் மகிழுந்தும் கிளம்பியது. ஏனோ முதலில் மௌனத்தை ரசித்து மனதால், தற்போது மௌனமாய் இருக்க முடியவி-லலை.

"ஆதி, உனக்கு எப்டி... இப்புடி ஒரு ஐடியா வந்தது" என ஆயாச-மாய் கணவனை பார்த்து கேட்க....,

அவனோ, "எல்லாம் உன் ப்ரண்ட்டு கிட்ட இருந்து கரந்த இன்பர்-மேஷன் தான்...." அவளை பார்த்து கண்ணடித்துக் கொண்டே சொன்-னான். அதில் ஒரு நிமிடம் திருதிருவென விழித்தவள், தன்னை சமன் செய்துக்கொண்டு, "தன்விக்கா?" என்றாள்

ஆச்சரியமாக.

அவனோ "நோ, நோ உன் பிரதர் இன் லா"

"அட அவனா, நான் கூட தன்விக்தான் உன்கிட்ட சென்னா-னோன்னு கொஞ்சம் எக்சைட் ஆகிட்டன்..." என்றவள், பின் நினைவு வந்தவளாய் அவனின் தோளில் அடித்து, "ஐ ஏம் இன் வெரி ஹன்ங்ரி... மார்னிங் சாப்ட்டது, இப்போ டு ஓ க்ளாக் ஆகுது" என்க, இவனுக்கும் பசி வயிற்றை கிள்ள, உணவகத்தில் உணவருந்திவிட்டு,

மகிழுந்தில் அமர்ந்தனர்.

ஏனோ முன்பு ஆட்கொண்ட அமைதி தற்போது அங்கில்லை. கலகலவென பேசிக்கொண்டே வீட்டை நோக்கி பயணிக்கத்தொடங்கினர் இருவரும். இவர்களின் மகிழ்வான வாழ்க்கை பயணம் இங்கிருந்து தொடரும்.

****

33

கிரீன்வைல் ரெஸிடென்ஸி:

இரண்டு வருடங்களுக்கு பிறகு:

"ஆதி, டேய்... ஆதி...."

"ம்ம்ம்.... ம்ம் சொல்லுமா?"

"சீக்கிரம் வேக்கப் ஆகு ஆதி இட்ஸ் ஆல்ரடி கெட்டிங் லேட்...." என இவள் கத்திக்கொண்டிருக்க, அந்த பக்கம்

பதிலில்லை.

"அடேய் சீக்கிரம் வேக்கப் ஆகு.." என்க அப்போதும் திரும்பி படுத்து தலையணையை இறுக்க அணைத்து உறங்கினானே தவிர இவளின் கத்தலுக்கு அவனிடம் எந்த எதிர்வினையும் இல்லை.

"வர வர நீ ரொம்ப லேஸியா

ஆகுற. இட்ஸ் நாட் பேர் பார் யூ ஆதி...." என்றவள் இருந்த கடு-கடுப்பில் குடிக்க வைத்திருந்த தண்ணீரை எடுத்து அவன் மீது ஊற்றி-விட்டு, ஆர்யாவின் அறை நோக்கி ஓடினாள்.

அங்கே ஆர்யா படுத்திருக்க, அவன் மார்பின் மீது படுத்திருந்தாள், அவள் தமிழாழினி.......

ஆதி தனுவின் ஒரு வயது புதல்வி. அவளது காலை தொடங்குவதும் ஆர்யாவுடன் தான்.... இரவு முடிவதும் ஆர்யாவுடன் தான். சில சமயம் தனுவிற்கே ஆச்சரியமாக இருக்கும். எப்பொதும் அவன் கூடவே சுற்று-கிறாளே என. உண்மையில் அவனுடன் மட்டுமே சமத்தாக இருப்பாள்.... தாயிடமோ, தந்தையிடமோ வந்தாள், பிறகு

அவர்கள் பாடு திண்டாட்டம் தான்.

அதுவே ஆர்யாவுடன் இருந்தால் சமத்தாக அவனுடன் விளையா-டுவாள், "அது சரி, ஒரு வாலுக்குதான இன்னொரு வாலை கரெக்ட்

பன்ன தெரியும்..." என ரிஷி கைக்கொட்டி சிரித்த நாட்கள் ஏராளம்.

நேற்று இரவு கூட, இவள் மழலையை தனதறை அழைத்துசென்று, உறங்கவைக்க முயல பாவம் கணவன், மனைவிக்கு உறக்கம் வராத, குறைதான். இரு கண்களையும் கொட்ட கொட்ட விழித்து சுற்றிலும் முற்றிலும் பார்த்துக் கொண்டே சிணுங்கினாள். அலுவலக அலைச்சலில் இருந்த தனு, சிறுமியவளை அதட்ட, வீறிட்டு அழத்தொடங்கிவிட்டாள், இப்படித்தான் நடக்கும் என முன்னமே தெரிந்து வைத்த

ஆர்யா, அறைக்குள் நுழைந்து மழலையை தூக்கிக்கொண்டு தனதறை நுழைந்தான்.

உடனே அரைமணி நேரத்தில் அவளும் உறங்கிவிட, இவனும் சிறு-மியை அணைத்தவாறு உறங்கி விட்டான். 'எப்டித்தான் உன்னால மட்-டும் எல்லோரையும் ஈஸியா அட்ராக்ட் பன்ன

முடியுதோ தெரில ஆர்யா.... அதுல என் புள்ளையும் மிஸ் ஆகல...' என மனதினுள்ளே தோழனை மெச்சியவள், அப்போதும் அவர்களை எழுப்ப தோனவில்லை.

கருப்பு நிற ப்ளேஸரில் தயாராகி வந்தவன், கதவினருகில் நின்று உள்ளே பார்த்துக்கொண்டிருக்கும் மனைவியை தலையிலே ஒரு கொட்டு கொட்டினான். தீடிரென தலைவலிக்க, உடனே திரும்பி, கணவனை கண்கள் சுருங்க முறைத்தால்.

"என்ன வாட்டர்பால்ஸ்ல நினைய விட்டுட்டு, நீ இன்னும் ரெடி ஆகாம என்ன பன்னுற விஷா?" என கேட்க அப்போதுதான், இவர்-களை எழுப்ப வந்து அப்படியே, மகளை ரசித்துக்கொண்டு நின்றிருந்-ததை உணர்ந்தாள்.

சிறுமியவளோ ஒரு கையின் கட்டைவிரலை வாயினுள் வைத்-தவாறு, அவனின் வயிற்றின் மீது இரு கால்களையும் போட்டவாறு வாகாய் உறங்கி கொண்டிருந்தாள். ஆதியின் கையைபிடித்து அறையி-னுள் விட்டவள்,

"அவிங்க ரெண்டு பேரையும் ரெடியாக வைக்கிறது உன் பொறுப்பு, அண்ட், நான் சமைக்க போறன்..." என அவள் கீழிறங்கி சென்று சமையல் வேலைகளை கவனிக்கத்தொடங்கினாள்.

ஆர்யா அளவுக்கு இல்லையெனினும் அவனிடம் சிஷ்யையாய் மாறி அருமையாய் இல்லையெனினும், உண்பதற்க்கு ஏற்றவாறு சமையலில் தேர்ச்சி பெற்றிருந்தாள்.

ஒரு வழியாக தமையனையும், மகளையும் தயார் செய்து கீழே அழைத்து வந்திருந்தான் ஆதி. அதே சமயம் சரியாக காலிங் பெல் அடிக்க, குழந்தைக்கு

விளையாட்டு காட்டிக்கொண்டிருந்தவன் சென்று கதவை திறந்தான். ஓடிவந்து அவனை ஒரு புறமாக அணைத்துக்கொண்டாள், அவனின் அம்மு.

"அடியே இப்படித்தான் ஓடி வருவியா.... ஆன உன்கிட்ட சிக்கிக்-கிட்டு, என் மருமகன் பாவம் டி... ஏன் குட்டி, உன் அம்மா டார்ச்சர் உன்னால் தாங்க

முடியல் தானே...?" என அவளின் மைடிட்ட

வயிற்றை பார்த்து பேசிக்கொண்டிருந்தான்

ஆர்யா.

அவனை நறுக்கென கிள்ளியவள், "டேய், நீ அம்மா பேபிதானே....., இந்த ஆர்யா பையன் கூட பேசக்கூடாது.... இவன்கூட உன்ன சேர-விட்டா, உன்னையும் அவளை மாறியே கெடுத்து வச்சிருவான்..... அத்தை வந்திருக்கனே என்ன கொஞ்சம் மதிச்சு நாலு வார்த்தை பேசு-றாளா பாரு......" என்றாள் தமிழனியாளை பார்த்தவாறே.

இவர்கள் பேசுவது என்ன புரிந்ததோ சில நாட்களுக்கு முன் முளைத்திருந்த இரு பற்களை வைத்து அவனின் தோள்பட்டையில் நறுக்கென கடித்து வைத்தாள். "ஸ்ஸ்ஸ ஆஆஆஆ இட்ஸ் பெய்னிங் டா அம்மு...." எனஅவன் அலற இந்தப்பக்கம் ரிஷி அவனை கிள்ளி-வைத்தாள்.

" நீ என்ன மட்டும்தான் அம்முன்னு கூப்பிடணும், வேறு யாரையா-வது

கூப்பிட்ட, அப்றம் தலைல மஸாஜ் பன்ன வேண்டியது வரும்" என்க சிறுமியவளோ

ரிஷியை முறைத்து பார்த்தாள். அத்தையவளோ இவளுக்கு நாக்கை துருத்தி பழிப்பு காட்டியவள், "என்பையன் வரட்டும். அப்றம் உன்ன ஒரு கை

பாத்துக்கிறேன் " என்றாள் மீண்டும் பழிப்பு காட்டி......

அவளோ, ஆர்யாவை மீண்டும் எக்கி கழுத்துப்புறம் பால் பற்க-ளால் கடிக்க வர "ம்ம்ம்.. அம்மாவும், புள்ளையும் என்னை கடிக்கறது-லையே குறியா இருக்கிங்களே" என புலம்பியவன் "ஆமா எங்க என்

வெல்லக்கட்டி...?" என்க, அவளோ வெளியே பார்த்தாள்.

தங்கை பார்த்த திசையை தமையனும் பார்க்க, அங்கே, இரு கைக-ளையும் கட்டிக்கொண்டு அவனை முறைத்தவாறு நின்றிருந்தான் தன்-விக். "ஓகேடா, நான் அண்ணாக்கிட்ட போறேன்" என்றவள் நைஸாக நழுவிக்கொண்டாள். இல்லையெனில், நிச்சயமாக, இருவரும் பஞ்சா-யத்தை இவளிடம் கொண்டுவந்து நிற்பர், "அது எப்டிங்கடா, மத்த நேரத்துல எல்லாம், டே வெல்லக்கட்டி, டே பேபிமா-ன்னு கொஞ்சிக்-கிட்டு நான் கிட்ட இருக்கும்போது மட்டும் எதாவது ஒரு பஞ்சாயத்தை, கொண்டு வர்றிங்க என மனத்துக்குள்ளே இருவரையும் வருத்தெடுத்த நாட்கள் பல..

நிறுவனம் ஆரம்பித்த சில மாதங்களுக்கு பிறகு, தனுவே பேச்சை ஆரம்பித்தாள். அண்ணன்கள் இருவருக்கும் ஏனோ இது ஒரு விதமான வெறுமையை உண்டாக்கியருந்தது.

இருந்தும் தன்விக் தங்கம் என்பதால்

இருவருக்கும் இரு மாதங்களில் திருமணமும் முடிந்தது. தமை-யன்கள் எவ்வளவு கூறியும் கேளாமல், அவளை, அவன் அப்பார்ட்-மென்டிற்க்கே அழைத்து சென்றுவிட்டான். முதலில் வீட்டை விட்டு கூட்டி வந்துவிட்டானே என்ற கோபத்தில் முறுக்கிக்கொண்டு திரிந்தவள், அவனின் கவனிப்பலும் அக்கறையிலும் ஓரளவு சமாதானமானாள் ரிஷி.

இந்தப்பக்கம் ஆதியையும், தனுவைப்பற்றியும் சொல்லவே தேவை-யில்லை.... என்று அவள்

சமையலறைக்குள் நுழைகிறாளோ அன்று ஆதியும் சமையலறையை விட்டு வெளிவரமாட்டான்.

ஒன்று அவளுக்கு உதவி செய்கிறேன் என்று கூறிக்கொண்டு பெரி-தாக சொதப்பி வைத்து பல அடிகளையும் திட்டுக்களையும் பரிசாக வாங்கிக்கொள்வான். இல்லையெனில் சமையலறை மேடையின் மீது ஏறி அமர்ந்து அவளையே பார்த்திருப்பான்.... இல்லை ரசித்திக்கொண்டிருப்-பான். அவனின் அழுத்தமான பார்வையை ஏனோ எதிர்க்கொள்வது மிகவும் கடினம் பெண்ணவளுக்கு. இதோ இப்போது கூட வைத்தக்கண் வாங்காமல், அவளூள் மூழ்கியிருத்தான். அவனின் குறுகுறு பார்வை தன்மீது படர்வதை உணர்ந்தவள், எந்த வித எதிர்ப்பையும் தெரிக்க இயலாமல் வேலையில் மும்மரமானாள்.

நெற்றியில் புரண்டமுடியந காதின் ஓரம் தள்ளியவள், இதற்குமேல் அவனது பார்வை வீச்சு தாங்க இயலாமல், "மிஸ்டர் ஆதி வாட்ஸ் யுவர் இ ப்ராப்ளம்...." என்றாள் அவனை பார்த்து.

அவனோஇன்னும் வாகாய் அமர்ந்து "யூ ஆர் தி ஒன் அன்ட் ஒன்லி பிராப்ளம் பார் மீ மிஸஸ்.தன்விகாஷா ஆதி ரிஷி. யுவர் ஐஸ் (eyes) மேக் மீ மைண்ட் ப்ளோவிங். அன்ட் யூவர் ஸ்டராப்பெரி லிப்ஸ் மேக் மீ பர்கெட் எவ்ரித்திங் இன் தி வோர்ல்ட்.... அன்ட் யுவர்...." என்று அவன் மேலும் ஏதோ சொல்ல வருவதற்குள் அவன் வாயை இவள் கைகளால் மூடியவள்....,

"டேய் ஆல்ரெடி உன் தம்பி, நீ தினம் கிட்ச்சன்ல இருக்கிறத பாத்து என்ன கலாய்ச்சு தள்ளுறான், இதுலே இந்த, டைலாக் எல்லாம் அவன் காதுக்கு கேட்டது, ஊர்ல இருக்க எல்லாருக்கிட்டையும் சொல்வி என் மானத்தை வாங்கிடுவான்..." என்றாள் வெளியே அவன் இருப்பதற்க்-கான அரவம் எதாவது இருக்கிறதா என பார்த்துக்கொண்டே.....

வெளியே அவன் இல்லை என்பதை கண்டவுடன் தான் நிம்மதி பெருமூச்சு விட்டவள், கணவனை முறைக்க அவனோ, கேசத்தை கோதியாவாறே அவளை பார்த்து சிரித்தான்.

"நைட் புல்லா லேப்டாப்பை வச்சிட்டு அழுவ வேண்டியது. மார்னிங் இங்க வந்து இதுபோல பேசி மத்தவங்கிட்ட என் இமேஜ்ஜை டேமேஜ் பன்னுறது..... வர வர நீ சரியில்லடா...... ரொம்ம லேஸி ஆகிட்டே வர.... ஸோ இப்போ நீ தான் இந்த சட்னிய அரைக்கணும் தென் அத தாளிக்கனும்.. நான் ரெடியாக போறன்... " என்றவளின் மணிக்கட்டை பிடித்து அருகில் இருத்தவன்....,

"அடியே நானும் எத்தனை நாள் கேட்டுட்டு இருந்தன்.. அட்லீஸ்ட் இன்னைக்காவது ஸேரி கட்டிட்டு வாவேன்......" என கண்ணசைவில் மற்றவகளை கட்டளையிடுபவன் கண்களால் மனைவியிடம் இறைஞ்சி-னான்.

அவளோ, "ஆதி.. அப்டியே பேச்சை மாத்தனும்னு நினைக்காம, போய் வேலையைப் பாருடா... அன்ட் ஐம் நாட் இன்ட்ரஸ்ட்ட் டு வியர் சாரி" என்றவள், அவனிடமிருந்து கையை உருவமுயல, அவனோ பிடியை விட மனமில்லாமல், அவளை ரசித்தவாறே "மிஸஸ். தன்ஷி-காஷா நான் பார்மல் ட்ரஸ் எல்லாம் போட்டு ரெடி ஆகிட்டன்டி பட், இப்போ எப்டி நான் குக் பன்றது" என குறும்புடன் அவளை பார்த்து

வினவ, ஏப்ரனை தூக்கி அவனின் கையில் திணித்துவிட்டு, மற்றாரு கையை அவனிடம் இருந்து உருவும் போது, சரியாக ரிஷி அங்கு நுழைந்தாள்.

"ஹாய் அண்ணா" என ஆதியை

சென்று அனைத்துக்கொண்டாள். அவனும், "ஹெலோ பாப்பு" என தங்கையை அணைத்துக் கொண்டான்.

"அடியே இதெல்லாம் உங்களுக்கே ஓவரா தொல நேத்து நைட் தான இங்க இருந்து கிளம்புன..... இப்போ இவ்ளோ அலப்பறை தேவைதானா..?" என ரிஷியிடம் ஆரம்பித்து கணவனிடம் முடித்தாள். இருவரும் அவளின் பேச்சை கேட்காதவாறு வேறு விடயத்தை பற்றி பேசிக்கொண்டிருந்தார்.

சலித்துக்கொண்டு இவளும் வெளியே வர தோழர்கள் இருவரும், தமிழாழினியிடம் பேசிக்கொண்டிருந்தனர். இல்லை தனுவிற்க்கு தூரத்திலிருந்து பார்க்கத்தான் அப்படி இருந்தது, கிட்டே சென்று பார்தால் அவளை கொஞ்சிக்கொண்டிருந்தனர்.

"அம்மு... நீ உன் அம்மா மாறி இல்லடா ரொம்ப சமத்து புள்ள", என தனது தலை முடியை கலைக்க முயலும் சிறுமியை பாரட்டினான் ஆர்யா.

தன்விக்கோ அவளை கையில் வாங்கி மடியில் அமரவைத்து "அடேய் தங்கம் நீ உன் அப்பா மாதிரி இல்லடா செல்லம், ரொம்ப சமத்து" என்றான் அவளின் கன்னத்தை இருவிரல்களால் பிடித்து மெலிதான அழுத்தம் கொடுத்து.

"அடேய் தண்டங்களா.... இது உங்களுக்கே நல்ல இருக்காடா.... ஏற்கனவே நீ செல்லம் கொடுத்து அவளை கெடுத்து வெச்சிருக்கிங்க... சொன்ன பேச்சையே இவ கேட்கமாட்டுறா.... இதுல இன்னும் நல்லா சொல்லி தறிங்கடா சின்ன புள்ளைக்கு " என இவர்களை அதட்ட, சிறுமி அழத்தொடங்கினாள்.

ஆர்யா அவளை தூக்கி விளையாட்டு காட்ட, சிரிக்க தொடங்கியது மழலை. "எப்புடி" என கண்களால் அவளை பார்க்க அவளோ "என்ன சொன்னாலும் திருந்தாதுங்க மூனும்..... அதுலயும், இந்தவாலு இப்பவே உன்னை திட்டும்போது கத்துறா. என்னமோ பன்னுங்க..." என்றவள்

ஐந்து நிமிடத்தில் கிழிறங்கி வர அனைவரும் உணவு மேசையில் அமர்ந்திருந்தனர்.

கிழிறங்கி வந்தவளை ஆதி சலிப்பாக பார்த்திருந்தான். மற்றவர்களோ வியப்பாக பார்த்திருந்தனர். தங்கநிற பார்டரால் அலங்கரிக்கப்பட்டிருந்த கருப்பு நிற ப்ளரெட் சால்வரை அணிந்து வந்தவளை. பொதுவாக ப்ளோரல் டாப், ப்ளெய்ட் சர்ட்டில் வலம் வருபவள், இன்று சால்வரில் வரவும் அணைவரும் வியப்புடன் பார்த்திருந்தனர். ஆனால், கணவனோ தனக்கும் இதற்கும் எந்த சம்பந்தமும் இல்லை என்ற ரீதியில் அமர்ந்திருந்தான்.

அவன் அருகில் சென்று அமர்ந்தவள் அவனின் புஜத்தை இடிக்க அவனோ மற்றவர்களுக்கு கேட்காதவாறு "என்னடி" என்றான் சற்று கோபமாக. அவனது கோபத்திற்க்கும் காரணம் அங்கு இருக்கத்தான் செய்தது.

அவளை இருமுறை சேலைகட்டி பார்த்திருக்கிறான். ஊரிலிருந்த அவன் தாத்தா, பாட்டி இருவரும் இங்கு வந்திருந்தனர். இங்கு நடந்த விடயத்தையெல்லாம் ஏற்கனவே ஆர்யா மூலம் இருவருக்கும் அணைத்தும் தெரிந்திருந்ததால், அவளை அதட்டாமல் இரு அண்ணன்களையும், அவர்களின் பாசமலரையும் இவர்களின் பேரன் பேத்தியாகவே பாவித்தனர்.

அன்று ஒரு நாள் சேலை உடுத்தியிருந்தவள், பிறகு தங்கையின் திருமணத்தன்று உடுத்தினாள். ஏனோ அவள் நேர்த்தியாக சேலை கட்டும் விதம் மிகவும் பிடித்தது இவனுக்கு...... அதன் பிறுகு இவனும் அவளிடம் கேட்டுக்கொண்டுதான் இருக்கிறான். ஆனால் அவள் தான் இவன் சொல்வதை செய்யவேக் கூடாது என்ற சிந்தனையில் உள்ளாலே, அதன் பிறகு அவனும் பெரிதாக அதனை கண்டுக்கொள்ளவல்லை.

ஆதி அவனது, ஐந்தாம் தலைமுறை அலைபேசி சேவையை மிகவும் திறமையாக கையாண்டதால், கம்பெனி மேலும் வளர்ந்து. முதலிலே 5-ம் தலைமுறை அலைபேசியை விற்க வேண்டும் என இவன் போட்ட திட்டத்தின் மூலமே, பலர் முதலில் அலைபேசியை வாங்கிவிட்டு, பிறகு அதற்கான தொகுப்பியை வாங்கினர். இதுவே அவனது இந்த திட்டத்திற்க்கான வெற்றியாக கருதினான்.

மிரர் டுடேவும் அணைவரின் கடுமையான உழைப்பால் முன்னேற்றிக் கொண்டே வந்தனர். முடிந்த அளவு கல நிலவரத்தை கொடுப்பது.... தேவையில்லாமல் உடனடிச்செய்தி என்று ஏதாவது ஒரு சிறிய செய்தி சம்பந்தமான இரு வாக்கியத்தை வைத்துக்கொண்டு அதனைப்பற்றியே

அரைமணி நேரம் பேசி இழுப்பது... ஒரு சிறிய விடயத்தை பூதாகரமாக மாற்ற நினைப்பது என்று இல்லாமல் முடிந்த அளவு உள்ளதை உள்ள-படி கொடுக்க அனைவரும் முயற்ச்சித்தனர்.

அதிலும் குறிப்பாக மற்ற நிறுவனங்களில் இருந்து தங்களை வேறுப-டுத்தி மக்களிடம் காட்டுவதற்க்கு பல முயற்ச்சிகளை மேற்க்கொண்டனர். அதில் அனைத்தும் வெற்றியை ஈட்டவில்லையெனினும் தோல்வியை தழுவவில்லை என்றே கூற வேண்டும். அவர்கள் எடுத்த முயற்ச்சிக்கு பலனை தான் இன்னும் சிறிது நேரத்தில் கையால் வாங்க கிளம்பினர்.

வண்ண மலர்களால் அலங்கரிக்கப்பட்ட, பிரம்மாண்ட அறைக்குள் நுழைந்தனர். அனைவரும். அங்கே ஏற்கனவே நின்றிருந்தாள் ருத்-திக்கா, அவளை கண்டவுடன் "ஓய் பேபிமா, எப்போடி வந்த...." என்-றான் வாயெல்லாம் பல்லாக.

"அடேய் அசிங்கமா வாங்கி கட்டிக்காத, இப்போதான பைவ் மினிட்ஸ்க்கு முன்னாடி சிறப்பா போன்ல வாங்குன...?" என்க அவனோ "இப்போ உன்ன யாரு அதெலாம் நியாபகப்படுத்த சொன்னாங்க" என இவன் சிலுப்பிக்கொள்ள "அச்சச்சோ, என் ஆரிக்கு கோபம் வந்தி-டுச்சா" என அவன் கன்னத்தை கிள்ள இவள் கொண்டுவந்த கையை கீழிறக்கியவன், "இட்ஸ் எ சோஸியல் பிளேஸ், ஸோ கீப் சோஸியல் டிஸ்ட்டன்ஸ்" என்றான் சீரியஸாக, அதே சமயம், மற்றவர்கள் அங்கு வர, "சரி வாங்க எல்லாரும் உள்ள போகலாம்...." என குடும்பமாக உள்நுழைந்தானர்.

"ம்ம்ம்... எனக்கு அப்றம் லவ் பன்னுனவங்களுக்கு எல்லாம் புள்-ளகுட்டியே பொறக்க போவுது.... இதுங்க, கல்யாணம் பண்ணிட்டு புள்ள பொறந்த அப்றம் இப்போதான் லவ் பன்னவே ஸ்டார்ட் பன்னிருக்-காங்க..... ஆனா ஆரம்பத்துல இருந்து ஒன்னா சுத்துற ஜோடிய யாரா-வது ஒரு பேச்சுக்காவது, எங்க கல்யாணத்தை பத்தி யோசிச்சு பாத்திங்-களா...." என

மனதினுள்ளே முன்னே செல்லும் அணைவரையும் பார்த்து புலம்-பியவன் "அடியே நீயாவது ஒரு வார்த்தை என்கிட்ட கேக்குறியாடி..?" என காதலையும் வறுத்தெடுத்தான்

சிறிது நேரத்தில் அந்த நிகழ்ச்சியும் தொடங்கியது. அது ஒரு விருது வழங்கும் நிகழ்ச்சி. நிகழ்ச்சியின் ஒருங்கணைப்பாளர், கலகலப்பாக பேசி ஒவ்வொரு விருதையும் வழங்கினர்.

"ஸோ அடுத்து நம்ம கொடுக்க.

போறது ரெம்ப ஸ்பெஷலான விருது, பிகாஸ் இது ஒரு திறமையான ஆளுமையான பெண்மனிக்கு வழங்கும், தி பெஸ்ட் விமன் என்டர்ப்ரனர் விருது கோஸ் டூ மிஸஸ்.தன்விகாஷா ஆதி ரிஷி. மிரர் டுடே நீயூஸ் சேனலை ஸ்டார்ட் பன்னி ஒரு செய்சி சேனல்னா இப்டித்தான் இருக்-கனும் அப்டிங்கற பிம்பத்தை உடைச்சு, வித்தியாசமா பன்னுன சில விஷயங்களால், வீ சூஸ் ஹெர் ஆஸ் பெஸ்ட் விமன் என்ட்டர்ப்ரனர் ஆப் தி இயர்..." என தொகுப்பாள பெண்மனி கூற மேடை ஏறினாள், தன்னிகாஷா.

"ஸோ இந்த விருதை யார் கையால அவுங்க வாங்க போறாங்கன்னு பாத்தோம்னா, பொதுவா ஒரு ஆணோட வெற்றிக்கு பின்னாடி ஒரு பெண் இருக்காங்கன்னு சொல்றது எந்த அளவுக்கு உண்மையோ அந்த போல நிச்சயம் ஒரு பெண்ணாட வெற்றிக்கு பின்னாடியும் ஒரு ஆண் நிச்சயம் இருக்கனும்..... யெஸ், வீ ஆர் ரியலி ப்ரவுட் டு இன்வைட் மிஸ்டர். ஆதி ரிஷி டு தி ஸ்டேஜ் பார் கிவ்விங் திஸ் அவார்ட் டூ ஹெர் வைப்....." என்க கரவொலியுடன் மேடை ஏறினான், திகிரேட் ஆதி ரிஷி.

ஆதி விருதை வழங்க மிக்க மகிழ்வுடன் அவன் கையிலிருந்து அதை பெற்றுக்கொண்டாள் தன்விகாஷா. கீழே இருந்த நண்பர்களுக்கு மிக்க கொண்டாட்டம். மகிழ்வுடன் சென்றது அந்த நாள் அவர்களுக்கு.

ஒன்றரை வருடங்களுக்கு பிறகு....

ருத்திக்கா வெட்ஸ் ரிஷி ஆர்யா என வன்ண வண்ண மின் விளக்கு மின்ன எழுதப்பட்டிருந்தது.

ஆம், முழுதாக ஒன்றரை வருடத்திற்க்கு பிறகு இப்போதுதான்

ரிஷித்தவை மணக்கப்போகிறான் ஆர்யா.

இவன் பேசும் அளவுக்கதிகமான வாயிற்க்கே யாரும் அவனின் திருமண பேச்சை எடுக்கவில்லை. பின் மனம் நொந்து வெந்து இவனே தமையன் முன் சென்று நின்றான் தனக்கு திருமணம் செய்து வைக்கும்-படி.

மற்றவர்கள் அணைவரும் உருண்டு, பிரண்டு சிரிக்க ஆரம்பித்து-விட்டனர். தன்விக்கோ ஒரு படி மேலே சென்று, "ஏன் பேபிமா, ஒரு நூற்றாண்டு மக்கள்

பேச வேண்டிய பேச்சுக்கள, நீ மட்டுமே பேசுறியே, இத கேக்குற-துக்கு உனக்கு இவ்ளோ நாள் ஆச்சாடா..." என சோபாவில் படுத்துக்-கொண்டே வயிற்றை பிடித்துக்கொண்டு சிரிக்க.....

"அட கொலகார குடும்பமே... நானா கேக்க தான் எல்லாரும் வெய்ட் பன்னுனிங்களா டா" என வாயைப் பிளந்தவன், ருத்திக்காவை பார்க்க,

அவளோ கண்ணீர் வர, அதை கைக்குட்டையால் துடைத்துக்-கொண்டே காதலனை பார்த்து சிரித்தாள்.

அடியே இதுங்ககூட நீயும் உடந்தையா என நெஞ்சைப்பிடித்துக் கொண்டு பின்னே விழ சென்றவன், பிறகே கண்டான், பின்னே யாரும் அவனை பிடிக்க வரவிலை என்பதை. பின் அமைதியாக நிமிர்ந்து நின்-றுக்கொண்டான்..

இவ்வளவு கலாட்டக்களுக்கு

பிறகே இப்போது இவனது திருமணம்

நடக்கிறது. ஆதியின் ஆசையை தன்விகாஷா இன்று நிறைவேற்றி வைத்தாள். பட்டு சேலையுடுத்தி, அளவான ஒப்பனையுடன் வெளிவந்-தவளால்

ஏனோ கணவனை எதிர்க்கொள்ள ஒரு விதமான தடுமாற்றம் ஏற்ப்-பட்டது.

இதனால் தானே அவன் எத்தனை முறை இவனிடம் கெஞ்சி கொஞ்சி பார்த்தும் அவள், அவனின் வார்த்தைகளை காதில் கூட போட்டுக்கொள்ளவில்லை.

இப்படி ஒரு நிலை வரும் என்று எண்ணித்தான் அப்போதிலிருந்தே அவன் கோரிக்கையை ஏற்கவில்லை.

சாதாரணமாகவே சமையலறையில் அமர்ந்து அவளை ரசிப்பவன் இன்று சொல்லவா வேண்டும். இங்கே தன்விக்கோ, "டேய் கேஷவ், ஏன்டா உங்கள என்கிட்ட விட்டுட்டு போய்ட்டாங்க. உங்க டார்ச்சரே தாக்க முடிலடா..." என தன் மகனிடம் புலம்பிக்கொண்டிருந்தான்.

ஒருகையில் கேஷவையும் மறுக்கையில் தமிழினியையும் வைத்துக் கொண்டு புலம்பியவன், அந்த சமயத்தின் கூட மனைவியை பார்க்க தவறவில்லை.

தமையனையும் தோழனையும் பார்த்தவன், "ச்சை இப்போக் கூட என்னை, ருத்துமாவ பாக்க விட மாட்டுறாங்களே" என கடுப்பில்

அமர்ந்திருந்தான். அவனை மேலும் கடுப்பேற்றாமல் வழக்கம் போல ஐயர், வசனத்தை சொல்ல, தோழிகள் புடைசூல வந்தமர்ந்தாள் ருத்-திக்கா.

ஐயர் அவனை இருமுறை கூடப்பிட்ட பிறகே அவர்புறம் திரும்பி-யவன், அவர் சொல்ல சொல்ல அணைத்தையும் செய்துவிட்டு, மங்கள நாணை அவளுக்கு அணிவித்து அவளை தன்னவளாக்கி கொண்டான்.

அன்று இரவு,

நீண்ட நேரம் கழித்து அறைக்குள்

நுழைந்தாள் தன்விகாஷா. மகளை உறங்கவைத்துவிட்டு, அவள் அருகில் அமர்ந்து மழலையை மௌனமாக பார்த்திருந்தான் ஆதி.

"என்ன ஆதி, ஏதோ டீப் திங்கிங் போல..." என அவனிடம் பேசிக்-கொண்டே மகளின் மறுபுறம் அமர்ந்தாள். அவனோ எதுவும் பேசாமல், மனைவியை அழைத்துக்கொண்டு பால்கனி வந்தவன், சுவற்றின் ஓரமாக தரையில் அவளை அமரவைத்து, அவள் அருகில் அவனும் அமர்ந்-துக்கொண்டான். இன்னும் அவன் வாயை திறந்து ஒரு வார்த்தை பெச-வில்லை.

"ஆதி... வாட் ஹேப்பன்ட்.... ?' என அவனின் ஒரு கையை தன் இருகைக்குள் வைத்துக் கொண்டு கேட்க...

"தெரில விஷா... மைண்டே அமைதியான நிலையில் இருக்கு. ஐ மீன் ஐம் நாட் ஹேப்பி அன்ட் நெய்தர் (neither) சேட்...... என் வாழ்க்கைல மேரேஜ் எல்லாம் நடக்கும்னு ஐ நெவர் திங்க். எப்டியும், ஆர்யாவுக்கு மேரேஜ் பன்னனும், தென் ரிஷிக்கும் பன்னனும் அப்டிங்-கிற ஐடியாலதான் இருந்தன். பட், ரியலி என் லைப்ப டோட்டல்லா சேன்ஜ் பன்னிட்டடி நீ... எப்டி வந்தியோ, எங்கயிருந்து வந்தியோ பட் இப்போ எல்லாமும நீ மாறிட்ட அதுவும் நம்ம பொண்ணு, உன்ன அப்டியே உன்ன உரிச்சு வெச்சிருக்கா... அவள தூங்க வச்சா நீங்க மொதல்ல தூங்கு ஆதின்னு, என்ன மிரட்டுறா....." என அவன் இரவு வானத்தை பார்த்து பேசிக்கொண்டே செலல.....,

அவனை நெருங்கி அமர்ந்து கணவனின் சட்டையை சுவாசித்துப்-பார்த்தவள் "டேய் குடிச்சிருக்கயா...? இல்லை, தினமும் லேப்ட்டாப்ப கட்டிட்டு அழுவ... இன்னைக்கு என்ன கூப்ட்டு வச்சி சம்பந்தமே இல்-லாம என்ன என்னவோ பேசிட்டே போறயே அதுனால கேட்டேன்...." என்றாள், யோசனையுடன், அவன் தோள் சாய்ந்து வாய் மேல் விரல்-

வைத்து.....

அவளுக்கு வாகாய் சாய்ந்து அமர்ந்தவன் "ஆனாலும் ஒரு நாள் ஏதாவது மனசுல இருந்து பேசுனாலும் போதுமே..... உடனே குடிகாரப்-பட்டம் கட்டிருவிங்களே" என்றான் தன் மார்பில் சாய்ந்திருக்கும், மனை-யிவியின் தலை மீது இவன் தாடை பதித்தது.

சிறிது நேரம் மௌனமே அங்கு ஆட்சி புரிந்தது. இருவரும் எதுவும் பேசிக் கொள்ளவல்லை. இப்போது தனு ஆரம்பித்தாள்.

"ம்மம் , நான் கூட தன்விக்கை தான் என்னோட கோர்த்து விடு-வாங்கன்னு பாத்தன். பட் பைனலி நீ சிக்கிட்ட, பட் நௌ ஓம் வெரி ஹேப்பி. ஆரம்பத்துல உன்ன பாக்கும் போது இவ்ளோ கேரிங் பெர்ஸன் மாறிலாம் எனக்கு தெரில. பட் இப்பே ஐ லவ் யூ டா.. " என்றாள் அவன் இதயத்தின் மீது முத்தமிட்டு.

"எனக்கும் லைப் இவ்ளோ கலர்புல்லா இருக்கும்னு பர்ஸ்ட் தெரில... நீ வந்த பிறகுதான் இதெல்லாம் எனக்கு தெரிஞ்சது" என உதட்டேற புன்னகையுடன் கூறியவன் மனைவியை நிமிர்த்தி அவள் நெற்றி முத்த-மிட்டான்.

கணவன், மார்பிலே படுத்து அவனை அணைத்துக்கொன்டே இவள் உறங்கிவிட, சிறிது நேரம் மழலையென உறங்கும் மனைவியை சலன-மில்லாமல் பார்த்திருந்தவன், குளிர் அதிகம் வீசுவதால், மனைவியை பூக்குவியலாய், அறைக்குள் தூக்கிக்கொண்டு நுழைந்தான் ஆதி.

●●●● முற்றும் ●●●

www.ingramcontent.com/pod-product-compliance
Lightning Source LLC
La Vergne TN
LVHW060251051026
849517LV00005B/1775